நவீன நோக்கில் வள்ளலார்

# நவீன நோக்கில் வள்ளலார்

ப. சரவணன் (1973)

சோறு போட்டு 'அகவல்' பாடுவதையே வள்ளலாருக்குச் செய்யும் கைம்மாறாகக் கருதும் இந்த நாளிலும், ஆன்மநேய ஒருமைப்பாட்டிற்குத் தடையாக இருக்கக்கூடிய எந்த ஒன்றையும் தயவு தாட்சண்யமின்றித் தூக்கியெறிந்து இந்தச் சமூகத்தைச் சீர்திருத்திய விஞ்ஞானி வள்ளலார் என்பதைப் புலப்படுத்துமாறு எழுதப்பட்டவையே இந்நூலிலுள்ள கட்டுரைகள். வள்ளலார் குறித்து ஏலவே வந்துள்ள நூல்களிலிருந்து முற்றிலும் மாறுபட்டது இது. வள்ளலாரை இந்த நூற்றாண்டில் புரிந்து கொள்வதற்குக் கடந்த காலத்தில் நிகழ்ந்த ஆய்வுகளை விமர்சன பூர்வமாக அணுகவேண்டும் என்பதே இக்கட்டுரைகளின் ஊடுசரடு.

இந்நூலின் ஆசிரியர் டாக்டர் ப. சரவணன், செஞ்சியை அடுத்த மேல்மலையனூர் கிராமத்தில் பிறந்தவர். சென்னைப் பல்கலை கழகத்தில் தமிழில் முதுகலைப்பட்டமும் முனைவர் பட்டமும் பெற்றார். 2001இல் வெளியான அருட்பா x மருட்பா போராட்ட வரலாறு என்ற ஆய்வு நூல்வழியாக பரவலாக அறியப்பட்ட அவர் தமிழ்ச் சமூகம் குறித்து ஆவணப்படுத்துதலில் தொடர்ந்து ஆய்வு நிகழ்த்தி வருகிறார். சிறந்த நூலுக்கான திருப்பூர் தமிழ்ச் சங்க விருது (2002), தொடர்ச்சியான தமிழ் ஆய்வுக்கான தமிழ்ப் பரிதி விருது (2005), இளம் படைப்பாளி களுக்கான சுந்தர ராமசாமி விருது (2013), கம்பன் கழக விருது (2016), வா.செ. குழந்தைசாமி தமிழ் மேம்பாட்டு விருது (2021) உள்ளிட்ட விருதுகள் பெற்றவர். தற்போது தமிழ்நாடு பாடநூல் மற்றும் கல்வியியல் பணிகள் கழகத்தில் உதவி இயக்குநராகப் பணியாற்றுகிறார்.

## ப. சரவணனின் பிற நூல்கள்

எழுதியவை:

*அருட்பா x மருட்பா (2001)*

*கானல்வரி ஒரு கேள்விக்குறி (2004)*

*வாழையடி வாழையென . . . (2009)*

*வள்ளலாரும் நாவலரும்: அருட்பா x மருட்பா போராட்ட வரலாறு*

பதிப்பித்தவை:

*ஔவையார் கவிதைக் களஞ்சியம் (2001)*

*மயிலை சீனி. வேங்கடசாமி*
*ஆய்வுக் கட்டுரைகள் (6 தொகுதிகள்) (2001)*

*நாலடியார் (1892) (2004)*

*மநு முறைகண்ட வாசகம் (1854) (2005)*

*வேங்கடம் முதல் குமரி வரை (2009)*

*அருட்பா மருட்பாக் கண்டனத் திரட்டு (2010)*

*கமலாம்பாள் சரித்திரம் (2011)*

*சாமிநாதம்: உ.வே.சா. முன்னுரைகள் (2014)*

*உ.வே.சா. கட்டுரைகள்*
*(பொருண்மை அடிப்படையில் 5 தொகுதிகள் (2016)*

*தாமோதரம்: சி.வை.தா. பதிப்புரைகள் (2017)*

*என் சரித்திரம் (2017)*

உரையெழுதியவை :

*வேமன நீதி வெண்பா (1892) (2008)*

*சிலப்பதிகாரம் (2008)*

*கலிங்கத்துப் பரணி (2013)*

*தமிழ்விடு தூது (2016)*

*திருவாசகம் (2021)*

அகராதி:

*திருஅருட்பா அகராதி (2017)*

ப. சரவணன்

நவீன நோக்கில் வள்ளலார்

காலச்சுவடு பதிப்பகம்

அன்பார்ந்த வாசகருக்கு,

வணக்கம்.

காலச்சுவடு நூலை வாங்கியமைக்கு நன்றி.

நூலின் உள்ளடக்கம், உருவாக்கம், அட்டைப்படம் இன்ன பிற அம்சங்கள் பற்றிய உங்கள் கருத்துகளையும் ஆலோசனைகளையும் காலச்சுவடு வரவேற்கிறது. தகவல், எழுத்து, வாக்கியப் பிழைகள் தென்பட்டால் அவசியம் தெரிவித்து உதவுங்கள். நூல் தயாரிப்பில் கடும் குறைபாடு இருப்பின் மாற்றுப் பிரதி உங்களுக்குக் கிடைக்கக் காலச்சுவடு ஏற்பாடு செய்யும்.

மின்னஞ்சல்: publisher@kalachuvadu.com

காலச்சுவடு நாகர்கோவில் அலுவலகத்திற்குக் கடிதம் அனுப்பலாம்.

தங்கள்
எஸ்.ஆர். சுந்தரம் (கண்ணன்)
பதிப்பாளர் — நிர்வாக இயக்குநர்

நவீன நோக்கில் வள்ளலார் ♦ விமர்சன நூல் ♦ ஆசிரியர்: ப. சரவணன் ♦ © ப. சரவணன் ♦ முதல் பதிப்பு: டிசம்பர் 2010, ஏழாம் பதிப்பு: ஜனவரி 2025♦ வெளியீடு: காலச்சுவடு பதிப்பகம், 669 கே.பி. சாலை, நாகர்கோவில் 629001

**naviina nokkiL vaLLalaar** ♦ Criticism ♦ Author: P. Saravanan ♦ © P. Saravanan ♦ Language: Tamil ♦ First Edition: December 2010, Seventh Edition: January 2025 ♦ Size: Demy 1×8 ♦ Paper: 18.6 kg maplitho ♦ Pages: 240

Published by Kalachuvadu Publications Pvt.Ltd., 669 K.P. Road, Nagercoil 629001, India ♦ Phone: 91-4652-278525 ♦ e-mail: publications@kalachuvadu.com ♦ Printed at Adyar Students xerox Pvt. Ltd., No. 275 Habibullah Road, Triplicane high Road, Opp Triplicane Post Office, Triplicane, Chennai 600005

ISBN: 978-93-80240-10-7

01/2025/S.No. 357, kcp. 5560, 18.6 (7) 1k

புலவர் சீனி. சட்டையப்பன்
பேரா. கி. சுப்பிரமணியன் (ஐ.கே.எஸ்.)
ஆகியோர்க்கு

# பொருடக்கம்

| | |
|---|---|
| பூர்வஞான சிதம்பரமும் உத்தரஞான சிதம்பரமும் | 15 |
| வள்ளலார் கண்ட ஞானசபை | 17 |
| வள்ளலாரின் கடவுள் கோட்பாடு | 41 |
| வள்ளலாரும் உருவ வழிபாடும் | 52 |
| வள்ளலாரின் வைதிக எதிர்ப்பு | 66 |
| சமரச சுத்த சன்மார்க்கம் - ஒரு பார்வை | 76 |
| பசிப்பிணி போக்கிய மருத்துவன் | 85 |
| வள்ளலாரின் மொழிக் கோட்பாடு | 106 |
| கல்விச் சீர்திருத்தம் | 132 |
| வள்ளலாரின் சாதிய எதிர்ப்பு | 142 |
| வள்ளலாரின் பெண்ணுரிமை | 154 |
| வள்ளலாரின் பொருளாதாரச் சிந்தனைகள் | 163 |
| வள்ளலாரின் பார்வையில் அரசியல் | 170 |
| ஆன்மநேய ஒருமைப்பாடு - ஓர் அலசல் | 178 |
| மநு முறைகண்ட வாசகம்: வள்ளலார் வளர்த்த உரைநடை | 189 |
| வள்ளலாருக்கு எதிரான கலகக் குரல் | 202 |
| திருஅருட்பா பதிப்புகள் | 216 |
| பின்னிணைப்புகள் | 233 |

# சில சொற்கள் . . .

சமய உலகில் நுழைந்து சமய நெறியிலே நடந்து சமய உலகைக் கடந்தவர் வள்ளலார். அம்மகானைப் பற்றி ஆராய ஆராயத் தகவல்கள் இன்னமும் வந்தவாறே உள்ளன. ஆனால் அவை பெரும்பாலும் 'கீறல் விழுந்த இசைத்தட்டு'களாகவே இருப்பதை அவதானிக்கலாம். எந்த ஒன்றுக்கும் / ஒருவருக்கும் 'புனிதம்' கற்பிப்பதால் ஏற்படக்கூடிய விளைவு இது என்பதைக் காலம் உணர்த்தத் தவறுவதில்லை. ஆனால் புனிதம் சுமத்தப்பட்டவர்களே அதை ஒதுக்கியபோதும்கூட ஒட்டிக்கொண்ட அப்புனிதம் அவர்கள் மீதிருந்து நீங்குவதில்லை. வள்ளலார் என்னும் மாமனிதருக்கு நிகழ்ந்ததும் அதுதான்.

உருவ வழிபாட்டிலிருந்து அருவுருவுக்கு (ஜோதி வழிபாடு) வாருங்கள் என அவர் அழைத்தபோதும் களிமண்ணால் அவரையே உருவம் சமைத்து வழிபட முனைந்தான் பண்(ணு)ருட்டி குயவன் ஒருவன். (ஹீனயானம், மகாயானம் என்னும் பௌத்தப் பிரிவுகள் உருவாகக்கூடிய அளவிற்குப் புத்தருக்கு நேர்ந்ததும் அதுதானே!) "ஐயோ! இறைவனைக் காண முற்படாமல் இம்மக்கள் என்னையல்லவா இறைவன் எனச்சொல்லிச் சுற்றிச் சுற்றி வருகிறார்கள்" என அவர் அங்கலாய்த்த போதும் மக்கள்திரள் அவரை விட்டபாடில்லை. வெள் ளாடை உடுத்திய துறவியாய் அவரைக் கண்டு வணங்கும் அம்மக்கள், சமூகத்திற்கு அவர் கொண்டுவந்த சீர்திருத் தங்கள் எதையும் கண்டுகொண்டதாகத் தெரியவில்லை. "ஒருவரை வணங்க ஆரம்பித்துவிட்டால் பிறகு அவ ருடைய ஆராய்ச்சிகளைப் பற்றி எண்ணமாட்டார்கள். அவருடைய சொற்களைப் பற்றிச் சிந்தனை செய்யவே மாட்டார்கள். அவரை வணங்குவதனாலேயே தாங்கள்

செய்த பாவங்கள் தீர்ந்துவிடும்; புண்ணியம் கிடைத்துவிடும் என்று நினைத்துவிடுவார்கள்" (வடலூரார் வாய்மொழி, *1959*, ப.6) என்று சாமி. சிதம்பரனார் கூறுவதில்தான் எத்துணை அர்த்தமுள்ளது. சுருக்கமாகச் சொல்வதானால், சோறுபோட்டு அகவல் பாடுவதையே அந்த உத்தமருக்குச் செய்யும் கைம்மா றாகக் கருதுகின்றனர். ஆனால் அருட்பெருஞ்ஜோதி தனிப்பெருங் கருணை என்னும் மந்திரக்கருவி கொண்டு உயிர் இரக்கம் என்னும் வழியைக் கண்டு ஆன்ம நேய ஒருமைப்பாட்டுரிமையை இம்மனித குலத்திற்கு வழங்கிய மாமனிதர் அவர் என்பதை இந்தச் சமூகம் உணரத் தவறிவிட்டது. ஆன்ம நேய ஒருமைப் பாட்டிற்குத் தடையாக இருக்கக்கூடிய சாதி சமய சடங்காசாரங் கள், வேதாகம பௌராணங்கள், இன்ன பிற மூட நம்பிக்கைகள் என எல்லாவற்றையும் தயவு தாட்சண்யமின்றித் தூக்கியெறிந்து இந்தச் சமூகத்தைச் சீர்திருத்திய விஞ்ஞானி அவர். இதைப் புலப்படுத்துமாறு எழுதப்பட்டவையே இந்நூலில் உள்ள கட்டுரைகள் அனைத்தும்.

வள்ளலார் குறித்து ஏலவே வந்துள்ள நூல்களிலிருந்து இது முற்றிலும் மாறுபட்டது. வள்ளலாரை இந்த நூற்றாண்டில் புரிந்துகொள்வதற்குக் கடந்த காலத்தில் நிகழ்ந்த ஆய்வுகளை விமர்சனபூர்வமாக அணுக வேண்டும் என்பதே இக்கட்டுரை களின் ஊடுசரடு என்பதைப் படித்து முடித்தபின்பு நீங்கள் தெரிந்துகொள்வீர்கள். எல்லாக் கட்டுரைகளும் ஆய்வுக் கண்ணோட்டத்துடனேயே வெவ்வேறு காலங்களில் – சிலபோது பத்திரிகைகளுக்கும் – எழுதப்பட்டதால் சில செய்திகள் கூறியது கூறலாக அமைந்திருப்பது தவிர்க்க இயலாததாகிவிட்டது. எனினும் அதற்கான பொருத்தப்பாட்டை உணர்ந்துகொண்டால் அலுப்பு நேராது என்பதை நினைவூட்ட விரும்புகிறேன்.

வழக்கம்போல இந்த நூல் உருவாக்கத்திலும் மற்றவர் களது அறிவையும் உழைப்பையும் நான் பயன்படுத்திக் கொண் டுள்ளேன் என்பதை நன்றியோடு பதிவுசெய்ய விரும்புகிறேன்.

வள்ளலாரின் நேரடி மாணவரான காரணபட்டுக் கந்தசாமி பிள்ளையிடம் பயின்ற, பிறையாறு சிதம்பர சுவாமிகளிடம் முறையாகப் பாடங்கேட்டவர் எனது குருநாதர் சீனி. சட்டையப்பனார் அவர்கள். அப்பெருந்தகை எனக்கு ஆசிரியராக அமைந்ததோடு வள்ளலார் குறித்த எனது ஐயங்களை இன்று வரை போக்கிவருவது நான் பெற்ற பேறு.

வைகுண்டசுவாமிகள் தொடர்பான செய்திகளைப் பகிர்ந்து கொண்டதோடு *அகிலத்திரட்டு* நூலைச் சாமித்தோப்பி லிருந்து அனுப்பி உதவியவர் புலவர் கு. பச்சைமால் அவர்கள்.

ஆய்வின் பொருளமைதியைச் சுருங்கச் சொல்லி விளங்க வைக்கும் நெறியைச் சொல்லித் தந்தவர் எனது ஆய்வு முன்னோடி அண்ணன் ஆ.இரா.வேங்கடாசலபதி அவர்கள்.

தமிழ் – முதுகலை பயிலும்போது தமிழ்க் கவிதையியல் வகுப்பில், வள்ளலாரை வேறு தளங்களிலும் ஆராய வேண்டும் என்று எங்களது சிந்தனையைக் கிளறிவிட்டவர் பேரா. பொற்கோ அவர்கள். இந்நூலில் உள்ள முதல் கட்டுரைக்கு அவர்தான் வித்து. பின்னாளில் அதைத் தம் புலமை இதழிலும் பிரசுரித்து என்னைப் பெருமைப்படுத்தினார்.

நூல் முழுவதையும் படித்துப் பார்த்துச் சில கட்டுரை களுக்குக் குறுந்தலைப்பிட்டும், பிழை களைந்தும் உதவியவர் எனது ஒருசாலைத் தோழி டாக்டர் க. பிரீதா அவர்கள். இதில் மேலும் உதவியவர் சித்ரா பாலசுப்ரமணியம். தொலைபேசியில் உரையாடும் போதெல்லாம் அடுத்த திட்டம் என்ன? என்று அக்கறையோடு வினவுபவர் நண்பர் இர. சாம்ராஜ் அவர்கள். எனது நூல்கள் வெளிவருவதிலும் அவை குறித்து மற்றவர் களிடம் பகிர்ந்து கொள்வதிலும் அவருக்கு அப்படியொரு மகிழ்ச்சி.

தம்முடைய மாணவர்கள் ஏதேனும் ஒரு துறையில் பிரகாசிக்க வேண்டும் என விரும்புபவர், பேரா. மு. சுதந்திரமுத்து அவர்கள். ஆய்வு நெறியாளராக எனக்கமைந்து தாயினும் சாலப் பரிந்தூட்டிய அவரது அன்பை இன்றும் நினைத்துப் பார்க்கிறேன்.

என்னுடைய இலக்கியப் பணியை அருகிருந்து அர வணைப்போராய் இன்றும் தொடர்பவர்கள் ‘இலக்கியவீதி’ இனியவன் அவர்களும் நண்பர் து. இலக்குமிபதி அவர்களும் ஆவர்.

பல்வேறு நிலைகளில் இந்நூலாக்கத்திற்கு உதவியவர்கள் திருவாளர்கள் கி. நாச்சிமுத்து, சு. வேங்கடராமன், வ. ஜெய தேவன், ய. மணிகண்டன், பாரதிபுத்திரன், மா.சு. அண்ணாமலை, இராமன் ஆகியோர். இதில் மேலும் துணை நின்றவர்கள் கரு. ஆறுமுகத் தமிழன், இரா. முருகன்.

நூலுக்கு மெய்ப்புத் திருத்திக் கொடுத்தவர் நண்பர் பா. மதுகேசுவரன், த. கவிதா ஆகியோர். கணினி வழித் தட்டச்சு செய்து இந்நூலைத் தவழ விட்டிருப்பவர் நண்பர் ஆ. அறிவழகன் அவர்கள்.

என் ஆய்வுக்குக் களனாகத் திகழும் மறைமலையடிகள் நூலகம், ரோஜா முத்தையா ஆய்வு நூலகம், உ.வே.சா.

நூலகம், சென்னை வளர்ச்சி ஆராய்ச்சி நிறுவன நூலகம், சென்னை ஆவணக் காப்பகம், பெரியார் திடல் நூலகம் ஆகிய வற்றிற்கு என் தனிப்பட்ட நன்றி.

என் லௌகிக விடயங்களைச் சரிவரப் பார்த்து நடக்கும் என் மனைவி தேவி, மகன் இரவிவர்மன் ஆகியோர்க்கு என் அன்பு.

வள்ளலார் என்றதுமே சட்டென என் நினைவிற்கு வருவோர் இருவர். ஒருவர் என் குருநாதர் சீனி. சட்டையப்பன் அவர்கள். மற்றொருவர் பேராசிரியர் கி. சுப்பிரமணியன் (ஐ.கே. எஸ்.) அவர்கள். வள்ளலார் உருவை எனக்குள் வார்த்து வைத்து ஆய்வுக்குக் கால்கோல் இட்டவர் என் குருநாதர் என்றால், தொடர் ஆய்வுக்கு வழிவகுத்தவர் ஐ.கே.எஸ். அந்த நன்றியின் அடையாளமாக அவ்விருவருக்கும் இச் சிறுநூல் காணிக்கை.

சரன்

# பூர்வஞான சிதம்பரமும் உத்தர ஞான சிதம்பரமும்

சிவதலங்கள் அறுபத்தெட்டில் திருவாரூர், காசி, சிதம்பரம் ஆகிய மூன்று தலங்கள் சிறந்தன. திருவாரூரிலே பிறந்தவர்களும் காசியிலே இறந்தவர்களும் சிதம்பரத்திலே சிவபெருமானின் திருவடிகளைத் தரிசித்தவர்களும் முக்தியை அடைவர் என்பது சைவர்களின் நம்பிக்கை. இந்த மூன்று தலங்களிலும் ஆகச் சிறந்தது சிதம்பரம்.

"திருவாரூரிலே பிறத்தல் முன்செய்த புண்ணிய மிகுதியினாலே தானே நேர்படினல்லது செயற்கையால் அடையத் தக்கதன்று. காசியிலே இறக்கலாமெனில், பிறர் பொருள் கொள்ளாது பாவத்துக்குப் பயந்து தரும நெறியினாலே சம்பாதித்த பொருள் கொண்டு சென்ம தேசத்தை விடுத்து, வழியிலே இறவாது உயிர் தாங்கிச் சென்று காசியை அடைந்து இறக்கும்வரையும் நல் லொழுக்கத்தோடும் அத் திருப்பகுதியில் இருந்து இறப்பது எளிதின் முடிவதன்று. சிதம்பரத்திலோவெனிற் சிவ பெருமானுடைய திருவடிகளைத் தரிசித்த மாத்திரத்தே, முத்தி சித்திக்கும். இன்னும் தக்கிண தேசத்தார் சிதம் பரத்தை நீக்கி முத்தியைத் தேடிக் காசியிலே சென்றால் அது முத்தியைக் கொடுப்பதில்லை. உத்திர தேசத்தார் சிதம்பரம் முத்திதரும் என்று வந்து சேர்ந்தால் இது முத்தியைக் கொடுக்கும். ஆதலினாலே சிதம்பரமே எல்லாத் தலங்களினும் சிறந்தது."[1] கோயில் என்ற பொதுப் பெயர் சிதம்பரத்தையே சிறப்புப் பெயராய்க் குறிப்பதும் கவனிக்கத் தக்கது.

சைவ பாரம்பரியத்தினூடாக வந்த வள்ளலா ருக்கும் இந்த அடிப்படையில்தான் சிதம்பரப் பற்று இருந்திருக்க வேண்டும்.

தாய்முதலோ ரொடுசிறிய பருவமதில் தில்லைத்
தலத்திடையே திரைதூக்கத் தரிசித்த போது
வேய்வகைமேல் காட்டாதே என்றனக்கே எல்லாம்
வெளியாகக் காட்டியஎன் மெய்உறவாம் பொருளே
(திரு.4133)

என்று சிறுவயதிலேயே இறைவன் தனக்கு மெய்பொருளைக் காட்டிய இடமாக வள்ளலார் சிதம்பரத்தைக் குறிப்பிட்டுள் ளார். தொடக்க காலத்தில் **'சிதம்பரம் இராமலிங்கம் பிள்ளை'** என்றே அவர் கையொப்பமிட்டிருப்பதும் நோக்கத்தக்கது. ஆனால் காலம் செல்லச் செல்ல சிதம்பரப் பற்று வள்ளலாருக்குக் குறையத் தொடங்கியது. சாதி, சமயம் என எல்லா நிலைகளிலும் சிதம்பரம் சீரழிந்து கொண்டிருந்தது. அடிக்கடி நிகழ்த்திய சிதம்பரப் பிராயாணத்தை அறவே நீக்க வேண்டும் என்று வள்ளலார் கருதியபோதும் தில்லைக் கூத்தனின் தளராத அன்பு சிலபோது அவரை இழுத்தது.

சிதம்பரம் தற்காலத்தில் நமது உயிர்த் துணைவராகிய நடராஜப் பெருமானைப் பற்றி நாம் போவதற்கும் இரண்டொரு தினம் இருப்பதற்கும் தக்கதேயன்றி வேறொரு வகையாலும் தக்கதில்லை. ஆயின் அது கலிகால வண்ணம்...[2] என்னும் வள்ளலாரின் வாக்குச் சிதம்பரத்தின்மீது அவருக்கிருந்த எதிர்நிலைப் போக்கைப் படம் பிடிக்கிறது.

சிவதலங்களிலே முதன்மை பெற்றுத் திகழும் சிதம்பரத்தின் குறைபாட்டைக் 'கலிகால வண்ணம்' என்று கூறிய பின்பும் சிவபெருமானை மட்டும் தரிசிக்கச் சென்றுகொண்டிருந்த வள்ளலாருக்கு அவ்வாலயத்தில் நிகழும் குறைகளும் தென்பட லாயின. எனவே, சிதம்பரம் நடராசர் கோயிலைப் புதுப்பிக்கும் நோக்கம் அவருக்கு எழுந்தது.

திருவளர் திருச்சிற் றம்பலம் ஓங்கும்
சிதம்பரம் எனும்பெருங் கோயில்
உருவளர் மறையும் ஆகமக் கலையும்
உறைத்தவ றியல்பெறப் புதுக்கி
மருவளர் மலரின் விளக்கநின் மேனி
வண்ணங்கண் டுளங்களித் திடவும்
கருவளர் உலகில் திருவிழாக் காட்சி
காணவும் இச்சைகாண் எந்தாய் (திரு.3405)

என்னும் வரிகள் வேதாகம முறைப்படி கோயிலைப் புதுக்கிக் குடமுழக்கு காணவேண்டிய சூழலைக் கூறுகிறது. அப்படி யானால் வள்ளலார் காலத்தில் தில்லைக் கோயில் சிவாகமப் படி நடைபெறவில்லை எனத் தெரிகிறது. இதனை உறுதிபடுத்து முகமாகச் 'சிதம்பர சைவப்பிரகாச வித்தியாசாலை முதலாம்

ஆவேதனத்தில்' ஆறுமுக நாவலர் எழுதியிருப்பது மிக முக்கிய மானது. அது:

> சிதம்பராலய பூசகர்களுக்குள்ளே சிலர் சைவாகமங்கள் பிரமாணமல்ல என்றும், சிவதீக்ஷையினால் உயர்ச்சி இல்லை என்றும், சிவதீக்ஷைப்பெற்றவர்கள் பிரஷ்டர்கள் என்றும், சிதம்பராலயக் கிரியைகள் வைதீகக் கிரியைகளே என்றும், சிதம்பராலயக் கிரியைகளுக்குச் சிவதீக்ஷை யில்லாதவர்களே அருகர் என்றும் துர்போதனை செய்து பலரையும் மயக்கிக் கொண்டு திரிந்தார்கள். மார்கழி மாத ரதோற்சவ தினத்துக்கு முதற்றினமாகிய 27ம் தேதி சோம வாரத்திரவிலே நமது வித்யாசாலையிலே வெகு ஜன சமூகத்திலே, அவர்கள் கூற்றுக்களெல்லாவற்றையுங் கண்டித்து, சைவாகமங்கள் முக்கியப் பிரமாணம் என்றும் சிவதீக்ஷையே உயர்வுடையது என்றும் கர்ஷணாதிப் பிரதிஷ்டாந்தம் பிரதிஷ்டாதி யுற்சவாந்தம் உற்சவாதிப் பிராயச் சித்தாந்தம் என்னும் தேவாலயக் கிரியைகள் சிவாகமத்திலன்றி வேதத்தில் இல்லை என்றும் யாவர்க்கும் சிவதீக்ஷையின்றிச் சிவாகமம் படித்தல் கூடாது என்றும் சிதம்பராலயக் கிரியைகளின் பொருட்டுப் பதஞ்சலி மகாமுனிவர் வேதசிவாகம முறைப்படியே பத்ததி செய்தருளினார் என்றும், ஆதியிலிருந்த தில்லைவாழந்த ணர்கள் சிவதீக்ஷையும் சிவாகம உணர்ச்சியும் சிவாகம அநுஷ்டானமும் உடையவர்கள் என்றும், தற்காலத்தி லுள்ள பூசகர்கள் சிவதீக்ஷையும் சிவாகம வுணர்ச்சியும் சைவானுஷ்டாணமும் இல்லாதவர்களாய் இருந்து கொண்டு சிதம்ப ராலயக் கிரியைகளைச் செய்தல் சிவவாக்குக்கும் நடேசர் திருமேனியுமாகிய சிவாகமத் துக்கும் வியாக்கிரபாத முனிவர் பதஞ்சலி முனிவர் தில்லை மூவாயிர முனிவர் என்பவர்களுடைய அனுஷ்டானத்துக்கும் விரோதமே என்றும் பல சாத்திரப் பிரமாணங்கள் கொண்டு விரித்துப் பிரசங்கித்தேன்.[3]

வேதம் ஆகமம் என்னும் இரண்டில் ஆகமம் சைவர்க ளுக்கே யுரிய சிறப்பு நூல். வேதம் உலகோர் பொருட்டும் ஆகமம் சத்திநி பாதம் உடையவர் பொருட்டும் செய்யப்பட்ட தால் வேதத்தையும் பார்க்க, ஆகமம் சிறந்தது. சிவாகமத்தில் சொல்லப்பட்டபடியே சைவ ஆலயங்கள் நடத்தப்பட வேண்டும்; சிவ தீட்சையில்லாத வைதீக பிராமணர்கள் கையால் விபூதி வாங்குதல் கூடாது; சிவதீட்சை பெற்றவர்கள், பெறாதவரை வணங்குதல் கூடாது. ஆகமங்கள்படி பிரதிட்டை செய்த கோயில் களிலே தீட்சை பெறாதவர்களைக் கொண்டு பூசைகள்

செய்வித்தல் கூடாது[4] என்பது நாவலர் கொள்கை. யாழ்ப் பாணத்திலும் சிதம்பரத்திலும் இதையே அவர் பிரசாரம் செய்து வந்தார். சைவத்திற்கு எதிரான எதையும் விமர்சனம் செய்வதில் நாவலரின் அணுகுமுறை மிகக் கடுமையாகவே இருக்கும் என்பது நாம் எதிர்பார்க்கக் கூடியதே. ஆனால் வள்ளலாரின் அணுகுமுறை இதிலிருந்து மாறுபட்டது.

வள்ளலார், நாவலர் இருவருடைய அணுகுமுறை எதுவாக இருப்பினும் சிதம்பரம் நடராசர் கோயிலைப் பொறுத்தமட்டில் இருவருடைய குரலும் ஒரேமாதிரி ஒலிக்கிறது. சிதம்பரம் கோயிலைப் 'புதுக்க' வள்ளலாரால் முடியாமல் போனதாலேயே அதற்கு மாற்றாக வடலூரில் 'சத்தியஞானசபை'யைக் கட்ட அவர் முயன்றார். ஆனால் வடலூர் சிற்றம்பலத்திற்கும் தில்லைச் சிற்றம்பலத்திற்கும் போட்டி கற்பிக்கத் தேவையில்லை என்பார் ம.பொ. சிவஞானம். இதற்கு அவர் கூறும் காரணம் வருமாறு:

> சமரச சுத்த சன்மார்க்கச் சங்கமே கண்டு களிக்கவும் என்று பாடிச் சங்கம்சார் திருக்கோயில் கண்டிடவும் . . . இச்சைகாண் எந்தாய் என்றும் கூறியதால் அறிகிறோம். அடிகளார் சத்திய ஞான சபை அமைத்தது 1871ல். அதற்கு முன்பே சிதம்பரம் கோயில் சிற்சபையைப் புதுப்பித்துத் தருவதாகத் தில்லைவாழ் தீட்சிதர்களுக்கு உறுதி கூறியது 1866ல். சுத்த சன்மார்க்கம் கண்டது அதற்கும் முன்னே 1865ல். அதற்கும் முன்னதாகவே சங்கமும் சங்கம்சார் கோயிலும் காணத் தமக்கு விருப்பமிருப்பதாகப் பாடியுள் ளார், வள்ளலார். இதனால் சங்கம்சார் கோயில் காண்ப தென்ற முடிவுடனிருந்த காலத்திலேயே, சிதம்பரம் சிற்சபை யையும் புதுப்பிக்க எண்ணியிருந்தார் என்பது புலனாகும். ஆகவே வடலூர் சிற்றம்பலத்திற்கும் தில்லைச் சிற்றம்பலத் திற்கும் போட்டி கற்பிக்கத் தேவையில்லை.[5]

1865இல் வள்ளலார் தோற்றுவித்த முதல் நிறுவனம் 'சமரச வேத சன்மார்க்க சங்கம்'. சங்கமும், சங்கம்சார் கோயிலையும் தோற்றுவிக்க வேண்டும் என்னும் அவரது விருப்பப் பாடல் 1885இல் வெளியான ஆறாம் திருமுறையில் காணப்பட்டாலும் 1865க்கு முன்பேயே அவர் இதுகுறித்துப் பாடியிருக்க வேண்டும். அதே நேரத்தில், சிதம்பரம் கோயில் சிற்சபையைப் புதுப்பித்துத் தருவதாக 1866இல் தில்லை தீட்சிதர்களுக்கு, வள்ளலார் உறுதி யளித்தார். எனவே, சிதம்பரம் கோயிலைப் புதுப்பிக்க வேண்டும் என்னும் விருப்பம் நிறைவேறாது போனதாலேயே வள்ளலார் 1871இல் சத்திய ஞானசபையைத் தோற்றுவித்தார் என்று கூறத் தேவையில்லை. அதற்கு முன்பேயே அவருக்கு இந்த விருப்பம் இருந்தது என்பது ம.பொ.சி.யின் வாதம்.

ம.பொ.சி. இதற்கு ஆதரமாகக் கொள்வது ஆறுமுக நாவலரின் 'போலியருட்பா மறுப்பில்' இடம் பெறும் ஒரு செய்தியையே. அது:

> அவர்தாம் இரசவாதத்தினாலே சம்பாதித்த திரவியத் திலே சிதம்பர சிற்சபா சம்புரோக்ஷணத்தின் பொருட்டு இரண்டு லக்ஷம் ரூபா கொடுத்ததற்கு அக்ஷய வருடம் ஆனிமாதம் சிதம்பரா லயத்திலே பலரெதிரே தீக்ஷிதர் களுக்கு வாக்குத்தத்தம் செய்தாரோ! இதுவரையும் அவ்வாக்குத் தத்தத்தை நிறைவேற்றாத தென்னையோ?⁶

மேற்கூறப்பட்ட செய்தியை இதன் முந்தைய பகுதியோடு இணைத்துப் பார்ப்பது அவசியம். "சிவபெருமான் வள்ளலாருக்கு இரசவாதம் உபதேசித்தார் என்றும் அவர் ஆறுபாரம் தங்கம் செய்து வைத்திருக்கிறார் என்றும் அதுகொண்டு பார்வதிபுரம் என்னும் பட்டணம் கட்டுவிப்பதாகவும் அவரது சீடர்கள் கூறிக்கொண்டு திரிகிறார்கள். இரண்டு வருடமாகியும் அவை நடத்தப்படவில்லை. அப்படியிருக்க, அவரா இரசவாத சம்பாத் தியத்தில் இரண்டு லட்சம் ரூபாய், சிற்சபை புணருத்தாரனத் திற்குத் தந்து அட்சய வருடம் (1886) தீட்சிதர்களுக்கு வாக்குத்தத்தம் அளித்தார்"⁷ என்னும் தொனியிலேயே நாவலர் எழுதியுள்ளார்.

வள்ளலாரின் இரசவாதத்தைக் கொச்சைப்படுத்தும் நோக்கத் தோடே நாவலர் இதை எழுதியுள்ளார். எனினும், அவரது வார்த்தையிலிருந்தும் நாம் பெறும் செய்தி, வள்ளலார் சிதம்பரம் கோயிலைப் புதுக்க விழைந்தார் என்பதே.

இனித் தில்லை மூவாயிரவர் வள்ளலாரிடமிருந்து இரண்டு லட்சம் ரூபாய் பெற்றுக் கொண்டு அவரைச் சிற்சபையைப் புதுக்க அனுமதித்திருப்பார்களா என்பதை ஆராய்வோம்.

தில்லை மூவாயிரவர் யார்? என்பது குறித்து இதுவரை ஆதாரப்பூர்வமான தகவல்கள் ஏதும் இல்லை. பல்லவர் காலத்திலேயே வேதம் ஓதும் பிராமணர்களாக இருந்தவர்கள் – பிரம்ம தேயத்தினூடாக – கோயில்களை நிர்வகிக்கும் நிலைக்கு வந்து சேருகிறார்கள். தமிழகத்தில் மட்டுமன்றி இந்தியா முழுவதும் இத்தகு சூழல் இருந்தது. வடநாட்டிலிருந்து தென் னாட்டிற்கும் தென்னாட்டிலிருந்து வடநாட்டிற்கும் மன்ன னோடு வேதவிற்பன்னர்கள் குடியேறியதை வரலாறு நெடுகக் காணலாம். கௌட தேசத்து மன்னன் ஹிரண்ய வர்மன் தமது நாட்டிலிருந்து படைகளோடு வேதம் வல்ல அறிஞர் களையும் கொண்டு வந்து தில்லையில் குடியேற்றினான்.⁸ பின்னர் கி.பி. 12ஆம் நூற்றாண்டில் குலோத்துங்க சோழன் காலம் முதல் கௌட தேசத்திலிருந்து வந்த குருக்கள்தாம்

அரச குருக்களாகத் திகழ்ந்திருக்கிறார்கள். இப்படித் தில்லையில் குடியேறிய ஒரு கும்பலே தில்லைவாழ் அந்தணர் எனப்பட்டனர். அவர்கள் தில்லைக் கோயிலை நிர்வகிக்கவும் தலைப்பட்டனர். ஆனால், கோயில் என்பது வெறும் வழிபடுமிடமாக மட்டும் இல்லாமல் சமூக நிறுவனமாக இயங்கும்போது அதை நிர்வகிக்கும் பார்ப்பனர்கள் மற்ற பார்ப்பனர்களிலிருந்து தங்களை உயர்வுடையவர்களாகக் காட்ட முனைந்தனர். சிவத்தலங்கள் அறுபத்து நான்கில் தில்லை முதன்மையானது என்பதால் அந்தக் கோயிலை நிர்வகிக்கும் (தில்லைவாழ்) அந்தணர்களும் கடவுளுக்கு நிகராகவே போற்றப் பட்டனர். "திருவுடையந்தனர், தெய்வவேதியர், மும்மையாயிரவர் என்னும் வேறு சிறப்புப் பெயர்களாலும் இவர்கள் அழைக்கப்படுகிறார்கள். இவர்களது நியாய சபையிலேதான் அருட்சிவ யோகியாகி வந்த சிவ பெருமான், திருநீலகண்டர் மீதுள்ள பெருவழக்கைத் தீர்த்துக் கொண்டார் என்று *திருநீலகண்டர் புராண வரலாறு* குறிக்கிறது."[9]

உறுவது நீற்றின் செல்வமாகவும் பெறுவது சிவன்பால் அன்பாகவும் கொண்ட இவர்கள், தம்மையே தமக்கு ஒப்பான வர்கள். 'கற்றாங்கு எரியோம்பிக் கலியை வராமே செற்றாரென்றும் பசுவேட் டெரியோம்பிச் சிறப்பர்' என்று திருஞானசம்பந்தர் இவர்களைப் பாராட்டுகிறார். இவர்கள் மூவாயிரவருமே ஞானசம்பந்தருக்குச் சிவகனநாதர்களாகக் காட்சியளித்தார்கள்.

இமயமலையில் அந்தர் வேதியில் நடந்த யாகத்திற்குப் பிரம்மனால் அழைத்துச் செல்லப் பெற்றுத் திரும்பக் கொண்டு வந்து விடப்பட்டவர்களில் ஒருவர் குறைய அழைத்துவந்த அரசன் கவர்ந்தானாக, 'மூவாயிரவருள் யாமும் ஒருவர்' என்று மன்றுளாடும் மணியினாலேயே திருவாய் மலர்ந்தருளப் பெற்றவர்கள்.

தில்லைவாழ் அந்தணர்களது சிறப்பினைக் கூறவந்த சேக்கிழார் 'தில்லைவாழ் அந்தணர் புராணம்' என்ற ஒரு பகுதியமைத்து அதிலே முதல் இரண்டு பாடலில் முறையே தில்லைத் திருக்கூத்திற்கும், அத்திரு நடனம் செய்தருளுகின்ற திருவடிக்கும் வணக்கம் கூறி மூன்று முதல் எட்டாவது பாட்டு வரையிலுள்ள 6 பாடல்களில் தில்லைவாழ் அந்தணர்களது பெருமையை ஓரளவு கூறி 9 ஆவது பாடலில் தென்தமிழ்ப் பயனாயுள்ள *திருத்தொண்டத்தொகை* பாட அன்று சுந்தரமூர்த்தி சுவாமிகளுக்கு திருஆரூர்ப் பெருமான் ஆணை அருளி 'தில்லை வாழ் அந்தணர்தம் அடியார்க்கும் அடியேன்' என்று அடி யெடுத்துக் கொடுத்தார்[10] என்னும் அளவிற்கு அவர்களது புகழ் கொடிகட்டிப் பறந்தது. சோழமன்னன் அபயகுல சேகரனைத் தில்லைக் கோயிலினுள்ளிருந்து தேவாரச் சுவடிகளை

எடுக்க அனுமதிக்காமல் தடுக்குமளவிற்கு அவர்கள் அதிகாரம் தொழிற்பட்டது.

தில்லைவாழ் அந்தணர்களின் நிலைப்பாடு இத்தகு வீரியம் மிக்கதாக இருக்க, அவர்கள் வள்ளலாரிடமிருந்து இரண்டு லட்சம் ரூபாயைப் பெற்றுக்கொண்டு தில்லை – சிற்சபையைப் புதுப்பிக்க அனுமதித்திருப்பார்களா என்பதை ஆராய வேண்டும். எனவே, ம.பொ.சி., நாவலரது கூற்றை ஆதாரமாகக் கொள்வது ஏற்புடையதன்று.

அப்படியானால் வள்ளலாரது கனவு, போட்டிச் சிதம்பரத்தை உருவாக்குவதுதானா? என்னும் கேள்வி இயல்பாகவே நம்முன் எழுகிறது. இதற்கு ஆம் என்றே பதிலிறுக்க வேண்டியுள்ளது. திருவருட்பா ஆறாம் திருமுறை – பிள்ளைச் சிறுவிண்ணப்பம் பாடல் வைப்பு முறையைக் கண்டால் இந்த உண்மை புலப்படும்.

“திருவளர் திருச்சிற்றம்பலம் ஓங்கும் சிதம்பரம் எனும் பெருங்கோயில், உருவளர் மறையும் ஆகமக்கலையும் உரைத்த வாறு இயல்பெறப் புதுக்கி” எனும் பாடலை அடுத்துத் “தங்கமே கூடிய ஞான சமரச சுத்த சன்மார்க்கச், சங்கமே கண்டு களிக்கவும் சங்கம்சார் திருக்கோயில் கண்டிடவும் இச்சைகாண் எந்தாய்” எனும் பாடல் இடம்பெற்றுள்ளது. எனவே தொடக்கத்திலிருந்தே அவரது கனவு போட்டிச் சிதம்பரத்தை உருவாக்குவது தான் என்பது விளங்குகிறது. இதனைப் பின்வரும் கூற்றும் உறுதிப்படுத்துகிறது.

> தில்லைத் தலத்தினும் பார்க்க உயர்ந்த தலங்கள் வேறின்மையால் கோயில் என்ப. அங்கே பிள்ளை தரிசிக்க போயகாலை, இரகசிய லிங்கத்தைக் காட்டுமாறு தீக்ஷிதர்களைக் கேட்க, அவர் உட்பிரவேசித்தல் கூடாது; இங்கு நின்று தரிசிக்குதிர் என்றனர். பிள்ளை பெருஞ்சினங் கொண்டு இதற்கு எதிராக ஒரு சிதம்பர தலமுண்டாக்கி நடராசரையும் அங்கே வரவழைத்து நடனஞ் செய்விக்கின்றோம்; சிற்றம்பலமும் செய்கின்றோமென்று வடலூரில் உத்தரஞான சிதம்பரமென்று ஒரு கட்டிடங் கட்டிச் சிதம்பரவெளியைப் பார்க்கினும் வடலூர்வெளி பெரிதென்றும், சிதம்பரசபை இடுக்கென்றும், நடஞ்செய்தற்கு ஒடுக்கமானதென்றும் தில்லையிலே ஒரு அம்பலம் இருக்கின்றதென்றும், வடலூராகிய பார்வதிபுரத்திலே சிற்றம்பலம், பேரம்பலம், பொன்னம்பலம் முதலிய எட்டு அம்பலங்கள் இருக்கின்றனவென்றும் சொல்லி வருவாரழைத்துவாடியென்று அடதாளத்திற் பாடியுள்ளார்.

அந்த அநியாய கீர்த்தனை 'வருவாரழைத்துவாடி வடலூர் வடதிசைக்கே' என்பதாம். வடலூரே சிற்சபை என்பது 'சிற்சபை விளக்கம்' எனப் பெயரிட்டுப் பாடியதனால் அறிக. அவ்வடலூர் அம்பலப்பாட்டே யருட்பாட்டென் றும் அல்லாத பாட்டெல்லாம் மருட்பாட்டென்று முரைத்தது காண்க. உத்தரஞான சிதம்பரம் எனவே, தில்லைத் தலமாய் விளங்கும் சிதம்பரம் விசேடமில்லாத பூர்வ சிதம்பரம் என்றும் அதனாற் பயனில்லையென்றும் நிந்தித்தார். அது 'சமரச சுத்த சன்மார்க்க சங்க சத்தியச் சிறுவிண்ணப்பம்' என்று இராமலிங்க பிள்ளையெழுதிய தில், அழியாத பேரின்ப சித்தியை யடைவித்தற் பொருட்டாகவே, பூர்வஞான சிதம்பரத்தின் வடபால் பார்வதிபுரமென்று குறிக்கப்படுகிற உத்தரஞான சித்திபுரத்தில் யாம் அளவு கடந்த நெடுங்காலம் சித்தி யெலாம் விளங்கத் திருவருணடஞ் செய்வோமென்றும், அது தருணம் அடுத்த சமீபித்த தருணமென்றும், அப் பதியினிடத்தே யாம் அருணடம் புரிதற்கு அடையாளமாக ஓர் ஞானசபை காணுதல் வேண்டுமெனவும் திருவருட் குறிப்பால் அறிவித்தது மன்றி என்று எழுதியதனால் தெரிந்து கொள்க.[11]

மாற்றுச் சிதம்பரத்தைக் கட்டமைப்பதே வள்ளலாரது நோக்கம் என்பதை, இப்படியாக அகச்சான்றுகளும் புறச் சான்றுகளும் தெரிவிக்கின்றன. ஞானசபைக்கு முன்னோட்ட மாகவே அவர் 'சத்திய தருமச்சாலையை நிறுவினார் எனலாம். தில்லை பிராமணர்களுக்கு எதிராகவே, அவர் பலரையும் ஒருங்கே திரட்டியிருக்கிறார். அவரது வார்த்தைக்குக் கட்டுப் பட்டு எண்பது காணி நிலத்தை மக்கள் வழங்கியிருக்கிறார்கள். ஒரு 'பிராமண எதிர்ப்பு இயக்கத்தை' வள்ளலார் அன்றே கட்டமைத்திருக்கிறார்.

எண்பது காணி நிலம் வழங்கியோரில் ஒரு பிராமணரும் பங்குபெற்றிருக்கிறார். 'பாலும் நீரும் போலப் பார்ப்பன சினேகம்' என்பது வள்ளலார் கூற்று. ஆகவே பிராமணர்களுக்கு எதிராக வள்ளலாரைச் சித்திரிக்கக் கூடாது என்று இச்செய்தியை எளிதில் மழுங்கடித்துவிடக் கூடாது. பிராமணர்களுக்குள்ளேயே தொழிற்பட்ட ஏற்றத் தாழ்வு முறைகளைக் கருத்தில் கொண்டால் இதன் தாற்பரியம் விளங்கும். பிராமண சமூகத்திலே பிறந்திருந்த போதிலும் 'பிராமணியம்' துறந்த சிலரும் (உதாரணம் : ஆடூர் சபாபதி குருக்கள்) பிராமணியப் படிநிலையில் ஆகக்கடைசியாக இருந்தவர்களுமே வள்ளலாரிடம் இணக்கமாக இருந்தவர்கள். பின்னாளில் பெரியாருக்கும் இப்படி யொரு வட்டம் இருந்ததை இத்துடன் இணைத்துப் பார்க்கலாம்.

எனவே இந்தக் கருத்துக்களின் அடிப்படையில் தில்லை, தில்லைக் கோயில் ஆகியவற்றிற்கு மாற்றாகவே பார்வதிபுரம் (வடலூர்), சத்திய ஞானசபை ஆகியவற்றை வள்ளலார் தோற்றுவித்தார் என்று துணியலாம். ஆனால் சங்கம்சார் கோயில் என்பது ஞானசபை அன்று, என அது குறித்துச் சுவாரசியமான தகவலைத் தருகிறார் கி. சுப்பிரமணியன். இதற்கு ஆதாரமாக வள்ளலாருடன் நெருங்கிப் பழகிய பூவை கலியாண சுந்தரனாரின் மாணவரான மணி. திருநாவுக்கரசு முதலியாரது திருவருட்பாப் பதிப்பில் இடம் பெறும் ஒரு செய்தியைச் சுட்டிக்காட்டுகிறார். அது:

> வள்ளலார் வடலூரில் நிறுவ எண்ணிய நிலையங்கள் பற்றிய ஒரு குறிப்பு அருட்பாவின் பழைய பதிப்பொன்றில் உள்ளது. அவை, சத்திய தருமச் சாலை, சத்திய ஞான சபை, சமரச வேதபாடசாலை, சன்மார்க்க சங்கத் திருக்கோயில், நிருத்த சித்தி விநாயகர் ஆலயம் என்பன வாம் . . . இந்தக் குறிப்பில் ஞானசபை வேறு, சங்கம்சார் திருக்கோயில் வேறு என்பது தெளிவாகக் குறிப்பிடப் பட்டுள்ளன. ஆதலால் அவை ஒன்றல்ல, விநாயகர் ஆலயம் பற்றிய செய்தியும் இதில் உள்ளது. ஆதலால் சபை கோயிலன்று என்பது உறுதி.[12]

இவ்வாறு குறிப்பிடும் கி.சுப்பிரமணியன் சங்கம்சார் திருக் கோயில் எது என்பதையும் அதே நூலின் முகவுரையிலிருந்து எடுத்துக் காட்டுகிறார். அது வருமாறு:

> சத்திய ஞானசபையில் சர்வேஸ்வர பிரதிபாத ஏகேஸ்வர பரத்துவமாய் ஒன்றான தெய்வ வழிபாடும் நடராஜமணி சிவகாமியம்மையார் வீற்றிருக்கும் அற்புத ஆனந்தத் திருக்கோயிலின் முன்புறத்தில் சாஸ்திர விசாரணையும் . . .[13]

மேற்கண்ட செய்திகளைக் கருத்தில் கொள்ளும்போது, இருவேறு கேள்விகள் நம்முன் எழுகின்றன.

1. ஞானசபை அனைவருக்குமான கூட்டுவழிபாட்டிடம் எனில் அங்கே சிற்சபை, பொற்சபை முதலான எட்டு அம்பலங்களை வள்ளலார் நிறுவ வேண்டியதன் அவசியம் என்ன?

2. வடலூரில் நிறுவ எண்ணிய நிலையங்களில் நிருத்த சித்தி விநாயகர் ஆலயம் பற்றிய குறிப்பை முன் சுட்டியவர், பின் நடராசர் சிவகாமியம்மை கோயிலை நிறுவ விரும்பியது ஏன்?

மேற்சுட்டிய இருகேள்விகளுக்கும் அக, புறச் சான்றுகள் ஏதும் இல்லை. வள்ளலார் பற்றிய புனைவுகளை அவரவர் தமது விருப்பத்திற்கேற்ப எழுதிவருகின்றனர். அவர்தம் அரிய போதனை களடங்கிய 'அருட்பா' பலரால் பதிப்பிக்கப்பட்டுள்ளது. "முதற் பதிப்புகளில் காணப்படாத அற்புதங்கள் பிற பதிப்புகளில் காணப்படுகின்றன. பதிப்புகள் பெருகப் பெருக அற்புதங்களும் பெருகி வருகின்றன"[14] என்னும் திரு.வி.க. வின் கூற்று இங்கு நோக்கத்தக்கது. தேங்காய், பழம், நெய்வேத்தியம் முதலான சைவ 'விநோதங்கள்' சன்மார்க்கத்திற்குத் தேவையில்லை என்று ஒதுக்கிய வள்ளலார் மீண்டும் அதே நிலைக்கு ஆட்பட வாய்ப்பில்லை. கூட்டு வழிபாட்டிற்கென ஒரு கோயில், சிறப்பு வழிபாட்டிற்கென ஒரு கோயில் (சைவக் கோயில்?) என்று இரு கோயில்களைச் சமயம் கடந்த ஓர் அருளாளர் நிறுவ விரும்புவாரா என்பதை நாம் சற்று ஆராய வேண்டும். வள்ளலாரைச் சைவத்திற்குள்ளேயே மீண்டும் ஒடுக்க நினைக்கும் மனோபாவம் இது, என்பதைத் தவிர இதற்கு வேறு காரணம் இல்லை.

1928இல் வெளிவந்த மணி. திருநாவுக்கரசு முதலியாரின் திருவருட்பாப் பதிப்புரையில் காணப்படும் இக்குறிப்புக்கு அடிப்படை ஆடூர் சபாபதி சிவாசாரியாரின் 'கைவண்ணமே' எனத் தோன்றுகிறது.

ஆடூர் அழகு குருக்கள் என்னும் சபாபதி குருக்கள் தமது மகள் வடிவுடைநாயகியின் திருமணம் தடைபட்டதால் மீண்டும் பிராமணியத்தைக் கடைப்பிடிக்க – வள்ளலார் மறைவுக்குப் பின் – இராமேஸ்வரம் சென்று தீர்த்தமாடிப் பிராயசித்தம் வேண்டி, பூணூல் முதலியவற்றை அணிந்து கொண்டார். சன்மார்க்க விதிகளாக வள்ளலார் வகுத்து வைத்ததற்கு மாறாகவே எல்லாவற்றிலும் செயல்பட்டார். ஞானசபையைச் சுற்றி வள்ளலார் போட்டிருந்த சங்கிலியை முன்பக்கம் அறுத்துவிட்டு வேதகோஷம் செய்யவும் தேவதாசிப் பெண்கள் நர்த்தனம் ஆடவும் மண்டபம் கட்டினார் (தற்போதைய அகவல் மண்டபம்).[15] இதன்றி, தைப்பூசக் காலத்தில் ஆலயங்களில் திருவிழாக் காட்சி நடத்துவதுபோல் மூன்று தினத்திற்கு முந்தியே துஜாவர்ணக் கொடியை நாட்டி, பிராமணக் கும்பல்களைச் சேர்த்துக் கொண்டு ஒரு கலசத்தை நாட்டி அதை மந்திர ஆவாகனத்தால் உயிர்ப்பித்து, மேற்படி பிராமணக் கும்பல்களால் வேதகோஷஞ் செய்வித்து அந்தக் கோஷத்துடன் அந்தக் கலசத்தைச் சபைக்குள் வைத்து இவருடைய திருவிழா பரியந்தம் அந்தப் பிராமணக் கும்பலைக் கொண்டு சபையில் ஓமத்தை வளர்த்து வேதபாராயணம் செய்தார். ஞான சபையில் சிவலிங்கம் ஒன்றினைப் பெட்டியில் வைத்து, அப்

பெட்டியை பாவணாபீடத்தில் வைத்து சிவலிங்க பூஜையையும் ஆரம்பித்தார். இன்று தொடங்கிச் சபைக்குச் சமரச சுத்த சன்மார்க்க சத்தியஞானசபை என்று பெயர் வழங்க வேண்டும் என 18 –7 –1872இல் வள்ளலார் *'ஞானசபை விளக்க விபவ பத்திரிகை'*யில் தெரிவித்தார். ஆனால் சபாபதி குருக்கள் 'ஞானானந்த வல்லி ஆனந்த நடராஜர் வீற்றிருக்கும் சபை' என்று பெயரை அடியோடு புரட்டினார். (இந்து அறநிலையத் துறையும் 'ஆனந்த நடராசர் ஆலயம்' என்னும் பெயரில்தான் ஞானசபையைப் பதிவு செய்துள்ளது.)

இதன்றித் தமது வீட்டின்முன் ஒரு பிள்ளையார் கோயிலைக் கட்டி, காசியிலிருந்து கேட்ட வரத்தைத் தரும் படியான ஒரு பிள்ளையாரை வரவழைத்ததாகச் சொல்லி அதை மேற்படி கோயிலில் வைத்துக் கும்பாபிஷேகம் முதலான தும் செய்தார். இதற்குக் காரணம் கேட்டபோது, வள்ளலார் சாலையிலிருந்தகாலை பிள்ளையார் கோயில், சுப்பிரமணியர் கோயில் இது முதலானதும் கட்ட அஸ்திவாரம் போட்டிருப் பதாயும் அதற்குப் பிளான் (plan) முதலானதும் ஏற்பட்டி ருப்பதாயும் அதைத் தான் கட்டிப் பூர்த்திசெய்ய ஆண்டவர் வந்து இவருடைய பரிசுத்தமான தேகத்தில் நுழைந்து சொப்பனத்தில் சொல்லுவதாகவும் சொன்னார்.[16] மேலும் சாலை நிலங்களுக்கு அருகே ஒரு பெருமாள் கோயிலையும் குருக்கள் கட்டினார் என்பர்.

இதுவரை விவாதித்த தகவல்களின் அடிப்படையிலிருந்து நாம் பின்வரும் முடிவுக்கு வரலாம்.

- தொடக்க காலத்திலிருந்தே தில்லை சிதம்பரத்தைப் புதுப்பிக்க விரும்பிய வள்ளலார் தீட்சிதர்களின் ஆதிக்கத்தால் அதனை நிறைவேற்றிக் கொள்ள முடிய வில்லை. எனவே அதற்கு மாற்றாகவே வடலூரில் சத்திய ஞான சபையைக் கட்டினார்.

- ஞானசபை சிதம்பரம் கோயிலுக்குப் போட்டியாகக் கட்டப்பட்டதன்று என ம.பொ.சி. கூறுவது பொருத்த மற்றது.

- 'சங்கம் சார்கோயில்' என்று வள்ளலார் கூறியிருப்பது ஞானசபையன்று. அவர் புதிதாகக் கட்டவிருந்த சைவம் சார்ந்த கோயில் என்று கூறுவாரது கூற்றை மறுத்துரைக்கிறது இக்கட்டுரை. இவ்வாறு கூறுவதற்கு அடிப்படை ஆடூர் சபாபதி சிவாசாரியாரின் கைவண்ணமே என்பதும் தெளிவு படுத்தப்பட்டுள்ளது.

## சான்றுக் குறிப்புகள்

1. ஆறுமுகநாவலர், சிதம்பரமான்மியம், 1953, பக்.1 – 3
2. ஆ. பாலகிருஷ்ண பிள்ளை (ப.ஆ.), திருவருட்பா திருமுகப்பகுதி, 1959, ப.40
3. த. கைலாசபிள்ளை, ஆறுமுகநாவலர் சரித்திரம், விக்கிரம வருடம் (1880), பக்.77 – 78
4. ப. சரவணன், அருட்பா × மருட்பா, 2001, ப.38
5. ம.பொ. சிவஞானம், வள்ளலார் கண்ட ஒருமைப்பாடு, 2001, ப.206
6. ஆறுமுக நாவலர், போலியருட்பா, 1868, ப.20
7. மேற்படி, ப.20
8. ஆ. பத்மாவதி, சைவத்தின் தோற்றம், 2002, பக்.42 –43
9. காண்க: பெரியபுராணம் – திருநீலகண்டர் புராணம்.
10. ச. தண்டபாணி தேசிகர், சிதம்பரம், 1949, ப.79
11. பு. பாலசுந்தர நாயக்கர், இராமலிங்க பிள்ளை பாடல் ஆபாச தர்ப்பணம் அல்லது மருட்பா மறுப்பு, 1904, பக்.116–117
12. கி. சுப்பிரமணியன், நீர்மேல் மலர்ந்த நெருப்பு, 2004, ப.101
13. 1928இல் மணி. திருநாவுக்கரசு முதலியார் பதிப்பித்த திருவருட்பா பதிப்பில் பக்கம் பதினேழில் இடம்பெற்ற செய்தியையே கி.சு. எடுத்துக்காட்டியுள்ளார்.
14. திரு. வி. கலியாணசுந்தரனார், உள்ளொளி, 1986, ப.45
15. மு. பாலசுப்ரமணியன், வள்ளலார் வாழ்கிறார், 2004, ப.186
16. இதுகுறித்த விரிவான தகவலுக்குக் காண்க: 18.01.1896இல் வெளியான 'வடலூர் டிரஸ்டிகள் மறுப்பு' என்னும் நூல்.

(தமிழியல் ஆராய்ச்சி (புலமை), Vol.10, 2006)

# வள்ளலார் கண்ட ஞானசபை

சிதம்பரம் கோயிலுக்குப் போட்டியாகக் கட்டப் பட்ட சமரச சுத்த சன்மார்க்க சத்திய ஞானசபை எல்லாவற்றிலும் தனக்கென ஒரு தனித்த அடையா ளத்தைத் தகவமைத்துக் கொண்டுள்ளது. சன்மார்க்க சங்கம் காணவேண்டும் என்று விரும்பியபோதே அதனைச் சார்ந்து ஒளித் திருக்கோயில் ஒன்றையும் காண அடிகள் விரும்பியது இதன் முதல் அடையாளம். புறவினத்தாரைத் தவிர மற்ற எவர் வேண்டுமானாலும் இங்கு வந்து வழிபடலாம் என்பது போன்றவை சபையின் பிற சிறப்பம்சங்கள். இதைப் பின்வரும் குறுந்தலைப்புகளில் ஆய்வோம்.

## சத்திய ஞானசபை – அமைப்பு

வடலூர் என்னும் உத்தரஞான சிதம்பரத்தில் 1872இல் ஞானசபை கட்டப்பட்டது. சங்கத்தையும் சாலையையும் போலவே சபையும் தொடக்கத்தில் வேறு பெயருடைய தாயிருந்து பின்பு பெயர் மாற்றம் செய்யப் பட்டிருக்கக்கூடும் என்பது அடிகள், சபை வழிபாட்டுச் செய்திகளைக் குறித்து எழுதியுள்ள பத்திரிகையால் அறியப் பெறுகிறது.[1] ஆனால் சபையின் தொடக்காலப் பெயர் இன்னது என்பதைத் தெளிவாக அறியமுடியவில்லை.

சத்திய ஞானசபையைத் தாம் நிறுவியதற்குக் காரணம் திருவருள் ஆணையே என்று வள்ளலார் தமது 'சத்திய சிறு விண்ணப்ப'த்திலும், 'சபை விளம்பர'த்திலும் தெளிவுபடுத்தியுள்ளார். இச்சபைக்கான நிருமாணப் படத்தை (plan) அடிகள் தாமே தம் கைப்பட வரைந்து கொடுத்தார்[2] என்பது குறிப்பிடத்தக்கது. சிதம்பரம் கோயில் வேதாகம முறைப்படி இல்லாததால் அதனைப் புதுக்க முயன்று தோற்றுப்போன வள்ளலார் வடலூரில் மாற்று

சபை ஒன்றைக் கட்டினார் என்பது இந்த நூலில் முன்பே சுட்டிக்காட்டப்பட்டது. ஆனால் ஞானசபையும் வேதாகமச் சார்பு கொண்டிருப்பதாகத் தெரியவில்லை. ஆகமங்கள் இருபத்து எட்டினுள் வாதுள ஆகமம் என ஒன்று உண்டு. அதிலே ஞானசபை என்று ஒரு சொல் வருகிறது. அது தவிர வேறு எதுவும் இல்லை.[3]

சத்திய ஞானசபையின் கால்கோள் விழா பிரஜோர்பத்தி வருடம் ஆனிமாதம் தொடங்கப்பட்டது. அப்போது வள்ளலார் ஞான சபையின் உள்ளே அமைப்பதற்குச் சென்னையிலிருந்து 5 அடி உயரமுள்ள சீமைக் கண்ணாடியை வரவழைத்தனர். அதைச் சித்திவளாகம் எனும் தமது சிறுகுடிசையில் வைத்து ஒரு மண்டலம் பூசித்தார் என்பர். அதன் பின் சபாபதி சிவாசாரியர் என்னும் அந்தணரைக் கொண்டு அதை ஞான சபையில் வைத்தனர். அதற்கு முன்புறத்தில் திரு அருள் விளக்கு வைத்துப் பூசை செய்ய வேண்டிய பொதுவும் சிறப்புமான விதிகளை விளக்கி அவருக்கு உணர்த்தினார்.

ஞான சபையைச் சுற்றிலும் இரும்புச் சங்கிலி அமைத்தார். இதைத் தாங்கி நிற்பதற்கு 52 கட்டைகள், ஒவ்வொரு கற்கட்டை யிலும் வேற்படை போன்ற இரும்புப் பட்டை உள்ளது. கட்டை களை அமைத்தமுறை 53 விரிகோணமாக ஞானசபையைச் சுற்றி வளைத்துள்ளது. மதிற்சுவர் வரை ஒரு பிரகாரம்; சபையைச் சுற்றிப் புறத்திலுள்ளது இரண்டாவது மூன்றாவது பிரகாரங்கள்; ஆகச் சங்கிலியிலிருந்து மூன்று பிரகாரங்கள்.

தெற்குப் பார்த்த சபையின் முகப்பில் மூன்று வாயில்கள் உள்ளன. அவற்றை அடுத்து இரு சாளரங்கள் உள்ளே அகன் றிருப்பது அகவல் மண்டபம்; இதன் இரு பக்கங்களிலும் (கிழக்கு மேற்கு) இரண்டு வாயில்கள்; அகவல் மண்டபத்தில் நான்கு சாளரங்கள் உள்ளன. அகவல் மண்டபத்தையடுத்த மண்டபத்திற்குத் திருமண்டபம் என்று பெயர். இதில் மேற்புறம் சிற்சபையும் கீழ்ப்புறம் பொற்சபையும் அமைந்துள்ளன. வடபுறத்திலுள்ளதுதான் ஞானசபை. மூன்றாம் பிரகாரத்தில் பக்க வழிகளில் இரண்டு வளைவுகளும் நீராழிப் பத்தியில் 22 வளைவுகளும் இருக்கின்றன. இதில் உள்ளடங்கிய ஏழு வாயில்களும் 14 சாளரங்களும் காணப்படும். ஞானசபையின் தென்புறத்தில் கண்ணாடிக் கதவுகளுடன் கூடிய 3 வாயில்கள் கறுப்பு நிறம் பூசப் பெற்றுள்ளன. மூன்று வாயில்களுக்கும் பொதுவான ஐந்து படிகள் உள்ளன. கிழக்கு, மேற்கு, வடக்கிலும் ஐந்தைந்து படிகள் உள்ளன. ஞானசபையின் உள்ளே இருபக்கங் களிலும் 12 தூண்கள் உள்ளன. ஞானசபையின் நடுவே அதிட்டான பீடம் இருக்கிறது. இதன் தென்புறத்தில் 5 படிகள்

உள்ளன. அப்பீடத்திற்கு மேல் நாற்கால் மண்டபம் உள்ளது. இது ஜோதி ஞான பீடம் எனப்படும். இதற்கு 4 தூண்களும் 4 படிகளும் இருக்கின்றன. ஜோதிஞான பீடத்திற்கு வடபால் ஓங்கார வளைவு; இதற்கிடையில் உள்ள வெளியை ஞான வெளி என்பர். ஓங்கார வளைவில் ஞானபீடத்தின் மீது ஞான தீபம்; தீபத்திற்கு வடபுறத்தில் கண்ணாடி; அதிட்டான பீடத்தில் ஆறு திரைகள்.[4] (இறுதியில் உள்ளதோடுச் சேர்த்து ஏழு)

## எழுதிரைத் தத்துவம்

அருட்பெருஞ்ஜோதி ஆண்டவரை மறைத்துக் கொண்டு இருப்பவை ஏழு திரைகள் என்பது குறித்து 'அருட்பெருஞ்ஜோதி அகவலில்' வள்ளலார் குறிப்பிட்டுள்ளார். அது:

கரைவின்மா மாயைக் கரும்பெருந் திரையால்
அரைசது மறைக்கும் அருட்பெருஞ்ஜோதி
பேருறு நீலப் பெருந்திரை யதனால்
ஆருயிர் மறைக்கும் அருட்பெருஞ்ஜோதி
பச்சைத் திரையால் பரவெளி யதனை
அச்சுற மறைக்கும் அருட்பெருஞ்ஜோதி
செம்மைத் திரையால் சித்தறு வெளியை
அம்மையின் மறைக்கும் அருட்பெருஞ்ஜோதி
பொன்மைத் திரையால் பொருளுறுவெளியை
அன்மையின் மறைக்கும் அருட்பெருஞ்ஜோதி
வெண்மைத் திரையால் மெய்ப்பதி வெளியை
அன்மையின் மறைக்கும் அருட்பெருஞ் ஜோதி
கலப்புத் திரையால் கருதனு பவங்களை
அலப்புற மறைக்கும் அருட்பெருஞ்ஜோதி
(அகவல்.813– 822)

அகத்தே காணுதற்குரிய அனுபவத்தைப் புறத்தே பாவனையாகக் காட்டும் இயற்கை விளக்கமே சத்திய ஞானசபை என்பர். திரைகளெல்லாம் தத்துவப் படலங்களே; மாயா திரைகளே. நம்மிடத்திலுள்ள அஞ்ஞானமாகிய திரைகள் நீங்கப் பெற்றால் ஆன்ம ஒளியாகிய அருட்பெருஞ் ஜோதியைத் தரிசிக்கலாம். அகத்தே தாம் பெற்ற அருட்பெருஞ்சோதி அனுபவத்தையே புறத்தில் சபையாகக் காட்டினார் அடிகள் என்னும் கருத்தும் உண்டு.[5]

சத்திய ஞான சபை யென்னுட் கண்டனன்
சன்மார்க்க சித்தியை நான்பெற்றுக் கொண்டனன்
(திரு. 4909)

திருந்தும் என் உள்ளத் திருக்கோயில் ஞான சித்தியும்
எனச் சத்தியம் கண்டேன் (திரு.3796)

என்னும் வள்ளலாரின் வாக்கு இங்கு ஒப்பிட்டு நோக்கற்குரியது.

## எழுதிரைத் தத்துவ விளக்கம்

ஆன்மப் பிரகாசத்தினை மறைக்கும் சக்திகளாக ஏழு திரைகள் காணப்படுகின்றன. அவை ஒவ்வொன்றும் ஒவ்வொரு நிறத்தைப் பெற்றவை. கறுப்புத்திரை மாயாசக்தி – அது மறதியான மயக்கநிலை உடையது; நீலத்திரை கிரியா சக்தி – அது செயல் நிலை உடையது; பச்சைத் திரை பராசக்தி – அது பற்றுநிலை உடையது; சிவப்புத்திரை இச்சா சக்தி – அது மனோசக்தி நிலை உடையது; பொன்மைத் திரை ஞான சக்தி – அது அறிவின் விழிப்பு நிலை உடையது; வெண்மைத் திரை ஆதிசக்தி – அது ஆன்மவிழிப்பு நிலை உடையது; கலப்புத் திரை சிற்சக்தி – அது எல்லாம் உணர்ந்த நிலை உடையது என்று வள்ளலார் தமது உபதேசப் பகுதியில் குறிப்பிட்டுள்ளார்.[6]

இந்த ஏழு திரைகளின் விளக்கத்தைப் பலர் பலவாறு விரிக்கின்றனர். ஏழு பிறப்புகளாகவும், ஏழு ஆதாரமாகவும், ஏழு ஞான பூமியாகவும், சப்த சுரமாகவும், சப்த தாதுக்களாகவும் அவரவர் நிலையில் நின்று விளக்கம் அளிக்கின்றனர். எனினும், உண்மை விளக்கத்தைப் பெற முயல்வோம்.

திரை என்றால் மறைப்பு, தடை என்பதாகும். தன் முனைப்பை இயற்கை குணமாகக் கொண்டது நம் ஆன்மா. தன்னில் விளங்கும் அருட்பெருஞ்சோதி ஆண்டவரை தரிசிக்க முடியாமல் நம் ஆன்மாவிற்குப் பல தடைகள் உள்ளன. பேராசை, சினம், கடும்பற்று, முறையற்ற பால்கவர்ச்சி, தன் முனைப்பு, வஞ்சம் போன்ற அறு குணங்களும், நமக்கு இயற்கையாக உள்ள முக்குணங்களான தாமச குணம், ராசச குணம், சத்துவகுணம் மற்றும் பல குறைபாடுகளும் இறையொளியைக் காணத் தடையாக உள்ளன. இந்தக் குறைபாடுகளை எல்லாம் நீக்கிய ஞானிகள் இறைவன் எங்குமிருப்பதை உணர்வார்கள். அவர்களுக்கு எந்தத் திரையுமில்லை. ஆனால் நமக்குப் பல குறைகள் உள்ளன. இக்குறைகள் விலக விலக, படிப்படியாக நாம் ஆன்மிக முன்னேற்றங் காண்கின்றோம். இந்தத் தடைகளைத்தான் திரைகளாக வள்ளலார் குறிப்பிடுகின்றார். ஆன்மா தன் பரிணாம வளர்ச்சியில் பல்வேறு குறைகளை நீக்கித் திரைவிலகி முடிவில் அருட்பெருஞ்சோதி ஆண்டவரை தரிசிக்கின்றது.'*

முதல்திரை கறுப்புத்திரையாகும். இது மாயாசக்தியாகச் செயல்படுகிறது.

இறைவன் எங்குமிருந்தும் நாம் உணராமல் இருப்பதற்கு நம் அறியாமையே காரணமாகும். அந்த அறியாமையின் குறியீடே

---

* இதற்கான விளக்கப்படத்தைப் பின்னிணைப்பில் காண்க.

இந்த முதல் திரை. இந்நிலை மறதியான மயக்க நிலை கொண்டது. கறுப்பு நிறங்கொண்ட தாமச குணத்தின் ஆதிக்கநிலை. இது சோம்பலுக்கும், நித்திரைக்கும் ஆதாரமாகும். இது உயிர்களுக்குத் துன்பம் விளைவிக்கும் தன்மை கொண்டது. இந்தக் கீழான இயல்புகளை மாற்றி அறுகுணக்கேடுகளைக் களைந்து ஆயிர மாயிரம் பெயர்களாலும் வடிவங்களாலும் இறைவன் ஒருவனே என்ற உறுதியும் பக்தி உணர்வும் ஏற்படும்பொழுது கறுப்புத் திரையான மாயாத்திரை விலகுகின்றது.

இரண்டாவது திரை நீலத்திரை. இது கிரியா சக்தியாகச் செயல்படுகிறது.

அனைத்து உயிர்களையும் இறைவன் இயக்குகிறான். அவையும் செயல்புரிகின்றன. ஆனால் மனிதனின் செயல் பாடுகளில் தான், உயர்வு, தாழ்வு, விருப்பு, போட்டி, பொறாமை போன்ற வேறுபாடுகள் தோன்றி ஆருயிரில் உறையும் அருட் பெருஞ்சோதியை மறைக்கின்றது. இவ்வேறுபாடுகள் நீங்கி இறைவன் கையில் நாம் ஒரு கருவியாகச் செயல்படவேண்டும். நம் செயலெல்லாம் ஜீவகாருண்யத்தின் அடிப்படையில் அமையும்போது கிரியா சக்தியின் உதவியால் நீலத்திரை விலகுகின்றது.

மூன்றாவது திரை பச்சைத்திரை யாகும். இங்குப் பராசக்தி செயல்படுகின்றது.

பாசமும் பற்றும் பச்சைத் திரையாக உள்ளது. பற்று நீங்கினால்தான் இறை நிலையை எய்தமுடியும். மிகுபற்றின் காரணமாகவே உயிர்கள் சொல்லொண்ணாத் துயரடைகின்றன. விருப்பு, வெறுப்பு, இன்ப துன்பங்களின் சுழற்சியில் சிக்கித் தவிக்கின்றன. இல்லத்துறவை விட உள்ளத்துறவு உயர்ந்தது என்றார் பட்டினத்தார். 'துறந்தார் பெருமை துணைக்கூறின் வையத்து இறந்தாரை எண்ணிக் கொண்டற்று' (குறள் – 22) என்று பற்று நீங்கியவர் பெருமையை வள்ளுவப் பெருந்தகை சிறப்பித்துக் கூறுகின்றார். ஆகவேதான் வள்ளலார் பச்சைத் திரையை அழுத்தமான திரை என்றும் இது விலகினால் மற்ற திரைகளெல்லாம் விரைவாக விலகுமென்றும் பேருபதேசத் தில் குறிப்பிடுகின்றார். மேலும் இத்திரையை ஈரம்சம் கொண்ட தாகவும் அவர் சுட்டுகிறார். அதாவது மிகுபற்றுக் கொண்ட பக்குவமற்றவர்களுக்குக் கருமையிற் பச்சை வண்ண அசுத்த மாயாவாகக் கீழ்ப்பகுதி மூடி உள்ளது. இது அச்சம் தருகின்ற வாழ்வையும் அழிவையும் தருகின்றது. பக்குவிகளுக்குப் பொன்மையிற் பச்சைத்திரையாய் மேலே விளங்குகிறது. பற்று நீங்கி அறிவு விளக்கம் பெற்ற ஜீவகாருண்ய ஒழுக்கம் பூண் டொழுகி, இறையருளை வேண்டிநிற்க இத்திரை விலகும்.

நான்காவது திரை செம்மைத் திரையாகும். இங்கு இச்சாசக்தி செயல்படுகின்றது.

இச்சையை உள்ளத்தில் உண்டாக்கி அதைப் பூர்த்தி செய்ய நாம் உழைப்பதற்காகவே நம் வாழ்க்கையை இச்சாசக்தி தன் கட்டுப்பாட்டில் வைத்துள்ளது. நமது இச்சைகளை முறைப் படுத்தி நல்லெண்ணங்களில் தோய்த்து எண்ணங்களை ஒருமுகப் படுத்தும்போது அது மனோ சக்தியாக மலர்ந்து எல்லையில்லா ஆற்றலைத் தரும். இன்று, இந்த உலகிலுள்ள அனைத்து அரும்பெருஞ் செயல்களுக்கும், கலைகளுக்கும் காரணம் இஃதே. இந்தச் சக்தியால் மனிதன் எல்லா உண்மைகளையும் அறிந்து வேதாகம ஞான நூல்களையும் படைக்கின்றான். ஜீவகாருண்ய ஒழுக்கத்தின் அடிப்படையில் இந்த இச்சா சக்தியை முறைப் படுத்தி, ஒருமுகப்படுத்தி இறைவன்பால் செலுத்தினால் இத்திரை விலகும்.

ஐந்தாவது திரை பொன்மைத்திரை. இது ஞானசக்தியின் கட்டுப்பாட்டில் உள்ளது.

இந்நிலையில் உள்ளவர்கள் அறிவுத் தெளிவுமிக்கவர்களாக இருப்பார்கள். அறிவிலே விழிப்பு நிலை பெற்றவர்களாக இருப்பார்கள். இருந்தும் இவர்கள் பொன், பொருள் மாயையி லிருந்து விலகிவர முடியாமல் இருக்கின்றார்கள்.

உலகம் பொருள்மயமானது. இவை இறைவனால் தோற்றுவிக்கப்பட்டதுதான், எனினும் இப்பொருட்கள் பரம் பொருளை உணர்ந்துகொள்ள உதவாது.

அறிவிலே விழிப்பு பெற்றவர்களையும் இப்பொருட்கள் மயங்கச் செய்வனவாகும். சில நேரங்களில் இந்நிலையில் உள்ள சித்து பெற்ற சிலர் 'பொன் செய்யும் காரியத்தில் (ரசவாதம்) இறங்கி' தான் பெற்ற ஆற்றலை இழந்துவிடுகின்றார்கள்.

கனவிலும் மண், பெண், பொன் ஆசை இல்லாமல் இருந்தால்தான் இத்திரை விலகும். வள்ளலார் பொன் செய்யும் ஆற்றல் பெற்றிருந்தும் பொன்னையும், மண்ணையும் ஒன்றாக எண்ணி பலமுறை நீரில் எறிந்ததாக அவர் பாடல் வாயிலாக அறிகின்றோம். மண்ணில் தோன்றும் பொன்னை மதிக்காமல் பொற்சபையில் ஆடுகின்ற பொன் அம்பலவாணனை ஏற்க வேண்டும். அன்பு செயல்பட்டால் அருள் கிடைக்கும். அருளால் தான் பொன்னுருவாகிய சுத்ததேகம் பெறலாம். பொன்மைத் திரையும் விலகும்.

ஆறாவது திரை வெண்மைத்திரை. இங்கு ஆதி சக்தி ஆட்சி செய்கிறது.

இந்நிலையில் உள்ளவர்கள் ஆன்ம விழிப்புப்பெற்றவர்கள். இவர்கள் தூய்மையான மனமுடையவர்கள். கருணையே வடிவானவர்கள். இவர்கள் ஆன்ம ஒளியினை அறிவர். ஆன்மா என்னும் சிற்றணுவினுள் அருட்பெருஞ்சோதி விளங்குவதையும் இவர்கள் உணர்வர். அகத்தே கறுத்துப் புறத்தே வெளுத்திருப்பது உலக மக்களின் இயல்பு. ஆனால் இவ்வெண்மைத்திரை மாந்தர் அகத்தும் வெளுத்து, புறத்தும் வெளுத்திருப்பர். இவர்களே சுத்த சன்மார்க்கிகள்.

அதனால் தான் வள்ளலாரை வெள்ளாடைத் துறவி என்று வையம் போற்றுகின்றது. இவர்கள் நினைவிலும், கனவிலும் இறைவனை மறவாதவர்கள். இவர்கள் நெஞ்சில் எழும் எண்ணங்கள் எல்லாம் செயல்வடிவம் பெற்றுவிடும்.

'எத்துணையும் பேதமுறா தெவ்வுயிரும் தம்முயிர்போல்' கருதும் இவர்கள் ஜீவகாருண்ய ஒழுக்கத்தில் நிலைத்து இருப்பர். பொழுதெல்லாம் இறைச் சிந்தனையிலேயே உள்ள இவர்களுக்கு ஆதி சக்தியே அருள் சக்தியாக மாறி வெண்மைத் திரையை விலக்கி பிரணவ தேக சித்தியைத் தரும்.

ஏழாவது திரை கலப்புத் திரையாகும். சிற்சக்தி இதை ஆட்சி செய்கிறது. ஆறு நிறங்கலந்த வண்ணத்திரை இதுவாகும்.

மேற்கண்ட ஆறு சிற்சக்திகளே இந்த ஆறு வண்ணத்திரைகளின் சக்திகளாக இருந்து நம்மை நடத்தியது தெரியவரும். ஒவ்வொரு சக்தியும் பல்வேறு அருள் அனுபவங்களை இங்குத் தரும். இந்நிலையிலே ஐந்தொழில் புரியும் ஆற்றல் கிடைக்கிறது. எல்லா சித்துக்களும் இவர் கட்டளைக்காகக் காத்துக் கிடக்கின்றன. தயவுப் பணியையே தலையாய பணியாகக் கொண்டு இறைவனையே நினைந்து, உணர்ந்து, நெகிழ்ந்து, ஊன் உருகி கலப்புத்திரை விலகி சிற்சக்தியைப் பெருக்கி அருட்பெருஞ் சோதியில் இணைந்து ஞான தேகத்தைப் பெற்று மரணமிலாப் பெருவாழ்வில் வாழ்வாங்கு வாழ்வர்.[7]

வள்ளலார் குறிப்பிடும் ஏழு திரைகளின் நிறங்கள் பற்றிய குறிப்பு இவருக்கு முன்பும் வழக்கத்தில் இருந்துள்ளது. ஆசீவகர்கள், மனிதப் பிறப்பை அவர்களின் பக்குவ நிலைக்கு ஏற்ப ஆறு பிரிவாகப் பகுத்து, ஒவ்வொரு நிறத்தையும் அளித்தனர் என்பதை மணிமேகலை குறிப்பிடுகிறது.[8] அருணந்தி சிவாசாரியாரும் இந்நிறப் பாகுபாட்டைக் குறிக்கிறார்.[9] திரை நிறங்கள் பற்றிய குறிப்பு வள்ளலாருக்கு முன்பே புழக்கத்தில் இருந்தது என்றாலும், ஆன்ம அறிவை மறைக்கும் திரைகளாக அவை பாகுபடுத்தப்பட்ட அவரின் கோட்பாடு முன்சுட்டியதிலிருந்து முற்றிலும் மாறுபட்டது என்பது குறிப்பிடத்தக்கது.

## சபை விதியும் விபவ பத்திரிகையும்

1871களில் கட்டத் தொடங்கப்பெற்ற ஞானசபை, 25-01-1872இல் முடிக்கப் பெற்று அதே நாளில் முதன் முதலில் சபையில் வழிபாடு தொடங்கப் பெற்றது. மற்ற வழிபாட்டு முறையிலிருந்து இது முற்றிலும் மாறுபட்டிருந்தது. அதாவது சித்திவளாகத்தில் ஒரு மண்டலம் வரை வழிபாட்டில் வைத்திருந்து பின்பு சபையில் நிறுவப்பட்ட ஏறத்தாழ 5 அடி உயரமுள்ள கண்ணாடியில், அருட்பெருஞ்சோதியாகிய அகண்டத்தின் ஒளி பேரொளியாய்ப் பிரதிபலித்தது. அந்தப் பேரொளிப் பிரதிபலிப்பே சபையில் காணும் அருட்பெருஞ் ஜோதி தரிசனமாகும். சபையின் முதல் வழிபாட்டில் "சபை விளம்பரம்"[10] ஒன்றும் வெளியிடப்பட்டது.

ஞானசபையின் வழிபாடு சிலகாலம்வரை வள்ளலார் விரும்பியபடி நடைபெற்று வந்திருக்கிறது. அதன் பின்பு அதன் போக்கு மாறத்தொடங்கியது போலும். வைதீகர்களின் ஆதிக்கத் தலையீடு ஞானசபையிலும் நுழைந்திருக்க வேண்டும். வைதீக நெறிமுறைகள் சபையில் ஊடுருவியதைக் கண்ணுற்ற வள்ளலார், ஞானசபை வழிபாட்டுக்கென, 18-07-1872இல் ஒரு விபவ விளக்கப் பத்திரிகையை அளித்தார். அது:

உ
திருச்சிற்றம்பலம்
ஞானசபைவிளக்க விபவ பத்திரிகை

அன்புடைய நம்மவர்களுக்கு வந்தனம்.

இன்றுதொடங்கிச் சபைக்குச் சமரச சுத்த சன்மார்க்க சத்திய ஞானசபை என்றும் சாலைக்குச் சமரச சுத்த சன்மார்க்க சத்திய தருமச்சாலையென்றும் சங்கத்திற்குச் சமரச சுத்த சன்மார்க்க சத்தியச் சங்க மென்றும் திருப்பெயர் வழங்குதல் வேண்டும்.

இன்றுதொடங்கி அருட்பெருஞ்ஜோதி ஆண்டவரது அருட்பெருஞ் சித்தி வெளிப்படும்வரைக்கும் ஞான சபைக் குள்ளே தகரக் கண்ணாடி விளக்கு வைத்தல் வேண்டும். பித்தளை முதலியவற்றால் செய்த குத்து விளக்கு வேண்டாம். மேலேற்றுகிற குளோப்பு முதலிய விளக்குகளும் வேண்டாம். தகரக் கண்ணாடி விளக்கு வைக்குங் காலத்தில், தகுதியுள்ள நம்மவர்கள் தேகசுத்தி கரணசுத்தி யுடையவர்களாய்த் திருவாயிற்படிப் புறத்திலிருந்து கொண்டு விளக்கேற்றி,

பன்னிரண்டு வயதிற்கு உட்பட்ட சிறுவர் கையிற் கொடுத்தாவது எழுபத்திரண்டு வயதிற்கு மேற்பட்ட பெரியர் கையிற் கொடுத் தாவது, உட்புற வாயில்களுக்குச் சமீபங்களில் வைத்துவரச் செய்விக்க வேண்டும். நாலு நாளைக்கு ஒரு விசை, காலையில் மேற்குறித்த சிறியரைக் கொண்டாயினும் பெரியரைக் கொண் டாயினும் உள்ளே தூசு துடைப்பிக்க வேண்டும். தூசு துடைக்கப் புகும்போது நீராடி சுத்த தேகத்தோடு கால்களில் வத்திரம் சுற்றிக் கொண்டு புகுந்து முட்டிக் காலிட்டுக் கொண்டு தூசு துடைக்கச் செய்விக்க வேண்டும். விளக்கு வைத்தற்கும் தூசு துடைத்தற்கும் தொடங்குகின்ற பன்னிரண்டு வயதிற்கும் உட்பட்ட சிறுவரும் எழுபத்திரண்டு வயதிற்கு மேற்பட்ட பெரியரும் பொருள் இடம் போகம் முதலியவற்றில் சிறிதும் இச்சையில்லாதவர்களாய்த் தெய்வ நினைப்புள்ளவர்களாய் அன்புடையவர்களாயிருத்தல் வேண்டும். விளக்கு வைக்கும் போதும் தூசு துடைக்கும்போதும் நம்மவர்களில் நேர்ந்தவர்கள் புறத்தில் நின்று பரிசுத்தராய் மெல்லெனத் துதிசெய்தல் வேண்டும். யாவரும் யாதொரு காரியம் குறித்தும் தற்காலம் உள்ளே போதல் கூடாது. ஞானசபைத் திறவுகோல் ஒருவர் கையிலும் வெளிப்பட விருக்கப்படாது. அத்திறவு கோலை வேறொரு பெட்டிக்குள் வைத்து அப்பெட்டியைப் பூட்டி அப்பெட்டியைப் பொற்சபைக்குள் வைத்து அப்பெட்டித் திறவு கோலை ஆஸ்தான காவல் உத்தரவாதியாயிருக்கின்றவர் கையில் ஒப்புவித்தல் வேண்டும். தொடர்ச்சி, காலம் நேர்ந்த தருணம் எழுதுகிறேன்.

ஆங்கிரச ஸூ — இங்ஙனம்
ஆடி மீ, 5 உ — சிதம்பரம் இராமலிங்கம்[11]

## ஞானசபையும் இரத்தின ஓதுவாரும்

சபைக்கான விதியை வகுத்துக் கொடுத்ததோடன்றி, அதை நடைமுறையிலும் செய்து காட்டியவர் வள்ளலார். ரத்தினம் என்பவரை முதன் முதலில் ஞானசபையில் வழிபாடு செய்ய வைத்தார். (வள்ளலாரிடம் மிகவும் அன்பு கொண்ட ஒருவர், தானும் தன் வம்சமும் வள்ளலாருக்கு அடிமை என்று பத்திரம் எழுதி அதைப் பதிவு செய்து வள்ளலாரிடம் கொடுத்தார். வள்ளலார் அந்த அன்பரின் மகனை அழைத்து உன் பெயர் என்ன என்று கேட்டார். அண்ணாமலை என்று அந்தச் சிறுவன் தன் பெயரைக் கூறினான். இனி உன் பெயர் அண்ணாமலை அல்ல, இரத்தினம் என்றார் வள்ளலார். அது தொடங்கி அச்சிறுவனின் பெயர் இரத்தினம் என்றே வழங்கப்

பட்டது.) இனி, இரத்தினம் தாம் பூஜை செய்த முறையைக் கூறுவது வருமாறு:

நான் சுவாமியோடு கூடவேயிருந்து அவருக்கு அடிமை செய்து வந்தேன். பிரசோற்பத்தி வருடம் தைமாதம் வடலூருக்கு அடுத்த உத்தரஞான சிதம்பரத்தில் ஞானசபை பிரதிஷ்டை செய்யப்பட்டது. அதில் அன்று தொடங்கி, தாது வருடம் வைகாசி மாதம் வரை பூஜை செய்து வந்தேன். சில சமயம் அவ்விடமிருந்த திருநெல்வேலி மழைசாமியும் செய்வதுண்டு. வேறு யாரும் செய்ததில்லை. எங்களை இப்படி நியமித்தது சுவாமிகளின் உத்தரவுப்படி தொழுவூர் வேலாயுத முதலியாரும் இராமசாமி முதலியாரும் ஏற்பாடு செய்தார்கள்.

பூஜை முறை என்னவெனில்: காலையில் ஸ்நானம் செய்து எட்டு மணிக்குச் சபைக்குப் போகும் போது எனக்கென்று பிரத்யேகமாய்க் கொடுத்திருக்கும் பீரோவில் வைத்திருக்கும் பட்டு அரைஞாண் கயிறு, பட்டு வாய்க்கட்டு, கால்களுக்குச் சுற்றிக் கொள்ளும் பட்டு (இவை எல்லாம் வெள்ளைப் பட்டு) இவைகளைத் தரித்துக் கொண்டு உள்ளேபோய், தென்னங் குருத்து ஈர்க்கினால் அமைத்த திருவலகினால் இரத்தினச் சமுக்காளம் விரித்திருக்கும் ஏழு பிரகாரங்களையும் சுத்தி செய்துவிட்டு, ஏழு திரைகளுக்கு வெளிவந்து கற்பூர ஆராத்தி செய்து எல்லோருக்கும் விபூதி கொடுப்பது வழக்கம். இதே வழக்கம்தான் தைப்பூசத்திய தினமும், ஆனால் அன்றைய தினம் பகல் இரண்டு மணிக்கு பூசை நடக்கும். மற்றைய தினம் சாயந்திரம் ஐந்து மணிக்கு. எக்காலத்தும் திரையைத் திறந்து உள்ளே இருக்கும் தீபதெரிசனம் செய்விப்பது கிடையாது. ஜனங்கள் சேவிப்பது திரைக்கு வெளியில் இருக்கும் கற்பூர தெரிசனம்தான். தீபாராதனை காலத்து எல்லோரும் அருட்பா பாராயணம் கும்பலாய்ச் செய்வார்கள். என்னையும் மழை சாமியையும் பூஜைக்கு நியமித்தது என்னவென்றால் எனக்கு அப்போது 10 அல்லது 11வயது இருக்கும். மழைசாமிக்கு 70 அல்லது 72 இருக்கும்.[12] இரத்தின ஓதுவாரிடமிருந்து இது, பின்பு ஆடூர் சபாபதி குருக்களின் கைக்கு மாறியது. பிராமணியத்தைத் துறந்திருந்த குருக்களின் கைக்குச் சபை பூசா முறை மாறினாலும், பிராமணியம் கால் கொள்வதற்கு இவரே முக்கிய காரணம்.

## சலிப்பைத் தந்த சபை

சபைக்கான விதிமுறைகளை வகுத்துத் தந்தும் சிலவற்றைத் தாமே நடைமுறைபடுத்தியும்கூட வள்ளலாரால் ஞானசபையைத் தாம் எதிர்பார்த்தபடி நடத்த முடியவில்லை. முடியவில்லை

யென்றால், நடத்த மற்றவர்கள் விடவில்லை. எனவே சில மாதத்திற்குள்ளாகவே சபையை மூடிவிட்டார். ஞானசபையைப் பூட்டித் திறவுகோலைத் தம்முடன் மேட்டுக்குப்பத்திற்கு எடுத்துச் சென்றுவிட்டார். சபையின் வழிபாடு அத்துடன் நின்றுபோயிற்று, அதன்பின்பு அடிகள் மறையும்வரை சபை திறக்கப்படவே யில்லை. இந்த நிகழ்ச்சி 1872ஆம் ஆண்டு ஜூலையில் நடந்திருக்கக் கூடும் என்பர்.[13]

எந்த நோக்கத்திற்காகச் சபை கட்டப்பட்டதோ அதை நிறைவேற்ற முடியாமல் வள்ளலாரை மூடும் நிலைக்குத் தள்ளப்பட்டது தமிழகத்தின் சாபக்கேடன்றி வேறில்லை.

## ஞானசபை – இன்றைய போக்கு

வள்ளலார் திருக்காப்பிட்டுக் கொண்ட பிறகும் ஞானசபை மூடியே இருந்தது. அதன்பின்பு 19 – 01 – 1981 இல் அடியில் குறிக்கப்பட்டுள்ள எழுவர் தங்களுக்குள் ஒரு தீர்மானம் செய்து கொண்டு ஞான சபையைத் திறந்து வழிபாட்டைத் தொடங்கினர். வள்ளலாரின் கொள்கைக்கு மாறாக வழிபாட்டை மாற்றினர். இது சென்னை – இந்து சமய அறநிலையத் துறையில் உள்ள நகலின்படி[14] பின்வருமாறு அமைந்துள்ளது:

1) சுக்ரவாரம் தோறும் திருவகண்டம் 1

சௌமி குத்துவிளக்கு 2

பாவனா பீடத்தில் குத்து விளக்கு 2

ஷேட் 2

இந்தத் தீப அலங்காரத்துடன் ஞானசபைக்கு முன் இருக்கிற சித்ர படத்தைக் கீழ்ப்புறம் விலக்கி உபசாரத்துடன் தூபகற்பூர ஆராதனை செய்ய வேண்டியது.

2) பிரதி மாதமும் வருகிற பூச நட்சத்திரத்தில் மேற்கண்ட நித்ய நைமித்யங்களுக்கு ஏற்பட்ட தீபங்களுடன் உற்சவக் காரர்கள் அனுப்பிச் சொல்லும் கட்டளைக்குத் தக்கபடி சிலவு செய்து மிகுதியை லஸ்டர் முதலிய தீபங்கள் வைக்கலாம்.

3) வருடந்தோறும் தை மாதம் வருகிற மகாபுஷ்யத்தில் விசேட தீப அலங்காரங்களுடன் அன்ன வினியோகங் களுடன் ஸ்தோத்திர உருவமாக ஷட்காலங்களிலும் ஆடம்பரம் இல்லாமல் பூர்வாசாரபடி பஞ்சதிரைகளை நீக்கிச் சிறப்பாராதனை செய்ய வேண்டியது.

4) பிரதி மாதம் புஷ்ய உற்சவக்காரர்களுக்குக் கடிதம் எழுதித் தெரிவிக்கக் குருக்கள் சுவாமியையும், சு. நயினா ரெட்டியார் அவர்களையும் கூட்டத்தார் நியமித்து இருக்கிறார்கள்.

5) தை புஷ்ய தினத்தில் திரை நீக்க வேண்டிப் புருஷோத்தம ரெட்டியார் நியமிக்கப்பட்டார். அவருக்கு அசந்தர்ப்பப் பட்டால் இந்தக் கூட்டாத்தாருள் ஒருவர் செய்ய வேண்டியது. வேறு ஒருவரும் செய்யப்படாது. உள்ளே சுத்தி செய்வது முதலானவைகளுக்கு வேண்டிய ஜலம் முதலிய சாமான் கொண்டு வருவது தவிர மற்றவை கூட்டத்தாரே செய்ய வேண்டியது. இவர்களும் கணபதி, ஷண்முகம் தவிர மற்றவர்கள் பிரவேசிப்பதைத் தடுக்கக் குருக்கள் சுவாமியாரும் சு. நயினா ரெட்டியாரும் அதிகாரம் பெற்றிருக்கிறார்கள்.

6) சத்திய ஞான சபையில் திருவாயிற்படி புறத்தில் அன்னந் தவிர மற்றவையும் நிவேதிக்கலாம்.

7) பாவனா ஸ்தானந் தவிர மற்ற இடங்களில் புஷ்ப அலங்காரம் கூடாது.

8) சத்திய ஞானசபையிலும் சத்திய தருமச் சாலையிலும் சித்திவளாகத்திலும் தேங்காய் உடைத்து நைவேத்தியம் செய்யலாகாது.

9) சத்திய ஞானசபையில் நித்ய நைமித்திய விசேஷ ஆராதனை காலங்கள் தவிர மற்ற காலங்களில் ஆராதனை செய்யலாகாது. வேடிக்கைப் பார்க்கவாவது இடம் கொடுக்கப்படாது.

10) தை பூசத்திலாவது, மற்ற எந்தப் பூசத்திலாவது சமயத்திற்குத் தக்க பீடம் முதலிய மங்கலக் குறிகள் வைக்கப்படாது. ஆராதனை வேளையில் கற்பூர கிளை தட்டு தவிர மற்றதில் கற்பூரம் ஏற்றப்படாது. ஆராதனை காலத்தில் எவ்வித விசேஷ கோஷமும் கூடாது. ஆனால் ஜனங்களுக்கு அறிவிப்பு நிமித்யம் பிரமதானம், எதிரொலி, பேரிகை உபயோகப்படுத்தலாம்.

11) கொடி சீலை உபயோகப்படுத்தலாம்.

12) உற்சவங்களில் நம்பிச் செய்யப்படும் சிலவுகளுக்கு உற்சவக்காரர்களே உத்தரவாதிகள்.

13) தை புஷ்யம், வைகாசி 11ந் தேதி வருஷப் பிறப்புக்குப் பலரால் கொடுக்கப்படும் சமாராதனைக்குரிய சாமான்கள் ஒவ்வொன்றும் தருமச் சாலையிலேயே காரியம் பார்க்கும்

புருஷோத்தம ரெட்டியாரிடம் ஒப்புவிக்க வேண்டியது. அந்தப்படி கூட்டத்தார் ஏற்படுத்திக் கொண்டது.

கையெழுத்து

1. சி. தேசிகன்
2. மு. அப்பாசாமி செட்டி
3. புருஷோத்தம ரெட்டி
4. ஆ. சபாபதி குருக்கள்
5. கனகசபாபதி பிள்ளை
6. ச. ஆறுமுக முதலி
7. சு. நயினா ரெட்டியார்.

இது மட்டுமின்றி, முன்பே குறிப்பிட்டதுபோல் ஞான சபையைக் குருக்கள் பரம்பரையினரே ஆதிக்கம் செலுத்தி வருகின்றனர். வள்ளலார் செய்கைக்கு விரோதமாக ஜோதி தரிசனம் மாதா மாதம் பூச நட்சத்திரத்தன்று ஐந்து திரை நீக்கியும் தைப்பூச தினத்தன்று ஆறு வேளைகளில் ஆறு திரைகளை நீக்கியும் காட்டப்பட்டு வருகிறது. பாவனா பீடத்தில் சிறியதாக ஒரு சிவலிங்கத்தை ஒரு பெட்டியில் மறைவாக வைத்து ரகசியமாகப் பூசை செய்யப்படுகிறது. பிரதோஷ நாளன்று அந்தச் சிவலிங்கம் வெளியே எடுக்கப்பட்டுப் பன்னீர் அபிஷேகம் முதலியவற்றோடு ஆராதனை செய்யப்பட்டு வருகின்றது. தைப்பூசம் கழிந்த மூன்றாம் நாள் ஒரு பல்லக்கில் வினோதமாக ஒரு உருவம் அமைத்து ஞானசபையிலிருந்து புறப்பட்டுத் தருமச்சாலை வழியாக மேட்டுக்குப்பத்திற்கு எடுத்துச் சென்று வள்ளலார் திருக்காப்பிட்டுக் கொண்ட அறைக்கு முன் வைத்துத் திரும்ப எடுத்து வருகின்றனர். இது என்ன என்று கேட்போருக்கு அருட்பெருஞ்ஜோதி ஆண்டவர் ஞானசபையிலிருந்து புறப்பட்டு மேட்டுக்குப்பம் போய் வள்ளலாருக்குக் காட்சி அளித்துவிட்டு வருகிறார் என்கிறார்கள். அன்று இரவு ஞானசபையில் ஜோதி தரிசனத்தைச் சூத்திரங்கள் பார்த்து விட்டதால் தீட்டு ஏற்பட்டுவிட்டது என்று தீட்டுக் கழிக்கிறார்கள். தைப் பூசத்திற்கு முதல் நாளும் ஒரு பொம்மையை (வைக்கோல் பொம்மை) எரித்து ஞானசபையில் இழுத்து வருகிறார்கள்.[15]

சமயச்சார்புடைய எந்த ஒன்றும் சன்மார்க்கத்திற்குப் புறம்பானது என்பதும் அதற்காகவே ஞானசபையை வள்ளலார் தோற்றுவித்தார் என்பதும் நாம் அறிந்ததே. என்றாலும் வைதிகத்திடம் சன்மார்க்கம் தோற்றுப்போயுள்ளது என்பதை ஞானசபை இன்னமும் நமக்கு உணர்த்திக் கொண்டுதான் இருக்கிறது.

சான்றுக் குறிப்புகள்


1. ஊரன் அடிகள், இராமலிங்க அடிகள் வரலாறு, 1971, ப.451

2. உ.மா. துரைசாமிப்பிள்ளை, திருவருட்பிரகாச வள்ளலார் என்னும் சிதம்பரம் ராமலிங்க சாமிகள் சரித்திரமும் அருட்பா ஆராய்ச்சியும், 1949, ப.15

3. துறவி கந்தசாமி, வள்ளலார் வாய்மொழி, 1997, ப.74

4. கு. சீனுவாசன், சுத்தசன்மார்க்க விளக்கம், 1966, பக்.233 – 235

5. ஊரன் அடிகள், முன்சுட்டியது, 1971, பக்.452 – 453

6. திருவருட்பா உரைநடைப்பகுதி, 1978, ப.329

7. காண்க: சோழலிங்கபுரம் – இறைபணி மன்றம் 12.02.2006 அன்று சன்மார்க்க மாநாட்டில் வெளியிட்ட ஜோதி தரிசனம் எனும் துண்டுப் பிரசுரம்.

8. கரும்ம் பிறப்பும் கருநீலப் பிறப்பும்
பசும்ம் பிறப்பும் செம்ம் பிறப்பும்
பொன்ன் பிறப்பும் வெண்ண் பிறப்பும்
என்றிவ்வாறு பிறப்பினு மேவிப்
பண்புறு வரிசையிற் பாற்பட்டுப் பிறந்தோம்
கழிவெண் பிறப்பிற் கலந்து வீடணைகுவர்
(மணிமேகலை, 27:150–55)

9. வெண்மைநன் பொன்மை செம்மை
நீல்கழி வெண்மை பச்சை
உண்மையிவ் வாறின் உள்ளும்
கழிவெண்மை ஓங்கு வீட்டின்
வண்மையதாகச் சேரும்.
(சிவஞான சித்தியார் – பரபக்கம், பா.எண்.172)

10. திருவருட்பா உரைநடைப்பகுதி, 1978, ப.432

11. மேற்படி, பக்.435 – 436

12. இந்து அறநிலைய பாதுகாப்புத்துறை (HR & CE)யில் உள்ள ஆவணத்தின்படி.

13. அ.லெ. நடராசன், வள்ளலார் வாழ்வும் வாக்கும், ப.206

14. இந்து அறநிலைய பாதுகாப்புத்துறை (HR & CE)யில் உள்ள ஆவணத்தின்படி.

15. மு. பாலசுப்ரமணியன், வள்ளலார் வாழ்கிறார், 2004, ப.191

## வள்ளலாரின் கடவுள் கோட்பாடு

இயற்கையுடன் ஒன்றிவாழ்ந்த ஆதிகால மனிதனை இயற்கையின் பேராற்றல்களும் அதனால் ஏற்பட்ட அழிவுகளும் 'அச்சம்' என்ற அபாய உணர்விற்கு அழைத்துச் சென்றன. இந்த அச்ச உணர்வே மனிதனின் வழிபாட்டு முறைக்கு அடித்தளமாக அமைந்தது. மிகப் பழைய காலத்தில் கடவுள்பற்றிய எண்ணம் மனிதனிடம் தோன்றக் காரணமாய் இருந்தது அச்சமே என்று கூறுவதில் தவறில்லை. அச்ச உணர்வின் காரணமாக மனிதன் தனது ஆற்றலுக்கு அப்பாற்பட்ட ஒரு சக்தியை இறைவனாகப் பாவித்து வழிபடத் துவங்கினான். காலப்போக்கில் ஏற்பட்ட மாற்றங்களால் தன்னைச் சுய ஒழுக்கமுள்ள கட்டுப்பாடு மிக்க மனிதனாக மாற்றிக் கொள்ள, இந்தச் சக்தியைக் கருவியாகப் பயன்படுத்திக் கொண்டான். அதன்வழிச் செயற்படத் தொடங்கிய மனிதன் பல குழுக்களாக அமைந்து நிறுவனங்களை ஏற்படுத்திக் கொண்டான். இதுவே பின்னர் வலிமை வாய்ந்த சமயமாகத் தழைத்தோங்கியது.

சமயத்தைப் பின்பற்ற சிற்சில வேளைகளில் மனிதன் தயங்கினாலும் முற்றிலும் விடுபட்டு வாழ்தல் இயலாத காரியமென்று மதிப்பிடலாம். ஏனெனில் அவனின் வாழ்விற்குச் சமயம் உயிர்நாடியாக விளங்குகிறது. சமயத்தின் வழியாக அவன் அடைய முயலும் உட்பொருளாவது (Reality) சத்தியத்தோடு தொடர்புடைய தாகும். சமயம் வாழ்விற்கு மட்டும் பேரின்பமன்று; மனத்திற்கும் ஆனந்தமளிப்பது. அமைதியின் நித்திய பூரணமென்று தைத்திரிய உபநிடதம் இதனைக் குறிப்பிடுகிறது. ஆனால் அன்பைப் போதித்து அமைதியைத் தரக்கூடிய சமயம் சிலபோது எதிர்நிலையில் அமைந்து

ப. சரவணன்

விடுகிறது. சமயப் போதகர்கள் பலரும் தங்கள் சமயமே உயர்ந்தது என்பதை நிரூபிக்கும் பொருட்டுத் தேவையற்ற சடங்காசாரங்களை மேற்கொண்டு மனித வாழ்க்கையைச் சீர்குலைத்துவிடுகின்றனர். மனிதர்களுக்காகச் சடங்குகள் என்னும் நிலைமாறி, சடங்குகளுக்காக மனிதர்கள் என்னும் நிலையைக் காலம் கட்டமைத்துவிம்போது அதனைச் சீர்திருத்தவே அருளாளர்கள் பலர் இந்த மண்ணில் அவதரித்தனர். கந்தக வீட்டில் கனவின் கொள்ளிகளாகத் திகழும் பூமத்தாப்பு களாக மாற்றினர். சமூகச் சீர்திருத்தத்தில் ஈடுபடுவோர் முதலில் சமயத்தையே தாக்குவர். ஏனெனில் மக்களிடம் ஊறிப் போயிருக்கும் பழைய நம்பிக்கைகள், சமய உணர்வின் வழியாகவே காப்பாற்றப்படுகின்றன. எனவே வள்ளலார் அது குறித்துச் சிந்தித்ததை முதலில் அறிவோம்.

## ஒன்றே குலம் ஒருவனே தேவன்

உலக இயக்கத்தை உற்று நோக்கும்போது அது ஒரு கட்டுக் குள் நின்று இயங்குவது இனிது விளங்கும். ஆத்திகர்/நாத்திகர் எவரும் ஒப்புக்கொண்ட முடிவு இது. திருவள்ளுவரும் "அகர முதல எழுத்தெல்லாம் ஆதிபகவன் முதற்றே உலகு"என எடுத்துரைத்தார். இத்திருக்குறள் காணுதற்கு அரிதான கடவுளின் உண்மையினைக் கருதலளவையால் நிறுவுவதாகும். "எழுத்துக் களெல்லாம் தம்மை உடனிருந்து செலுத்தும் அகர ஒலியினைத் தமக்கு முதலாக உடையன. அதுபோல உலகமும் தன்னை உடனிருந்து இயக்கி நிற்கும் ஆதிபகவனாகிய இறைவனை தனக்கு முதலாக உடையது" என்பது இக்குறளின் பொருள். இதன் கண் "உலகு" என்றது, உடம்பொடு காணப்பெறும் உயிர்த் தொகுதியினை, ஓர் வரையறையுடன் காணப்படும் இவ்வுலக இயக்கமாகிய காரியத்தினை அடிப்படையாகக் கொண்டு இதற்கு நிமித்த காரணமாகிய முழுமுதற் பொரு ளொன்று உண்டு எனத் துணிய வேண்டியிருத்தலால் "உலகு ஆதிபகவனை முதலாக உடையது" என உலகின்மேல் வைத்துக் கடவுள் உண்டு எனும் உண்மையினைப் புலப்படுத்தினார் திருவள்ளுவர்.[1] எனவே, இவ்வுலகத்தை நமக்கும் மீறிய ஒரு சக்தி இயக்கிக் கொண்டிருக்கிறது எனத் துணியலாம்.

## வள்ளலாரின் ஓரிறைக் கோட்பாடு

வள்ளலார் தொடக்க காலத்தில் வெவ்வேறு இறைகளைப் பாடிப் பரவசப்பட்டிருந்தாலும் கூட இறுதியில் அவர் வலியுறுத் தியது ஓரிறைக் கோட்பாடே. அவர் சுட்டிக்காட்டிய ஒரே இறைவன் அருட்பெருஞ்ஜோதி ஆண்டவர். அந்த இறைவன்

அருவமிலாது, உருவமிலாது, ஆதியிலாது, அந்தமிலாது, பாரொடு விண்ணாய்ப் பரந்து நிற்கும் உண்மைக்கடவுள் என்றும் அவர் ஊரிலாதவர், பேரிலாதவர், உற்றவர், பெற்றவர், தம்மோடு உடன்பிறந்தோர் யாருமிலாதவர், உறவு இல்லாதவர், பகையில்லா தவர், ஆக்க மில்லாதவர், தூக்கமில்லாதவர், தோன்றும் மலவீக்கம் இல்லாதவர், வறுமையில்லாதவர், சுகமில்லாதவர்; இயற்கை யிலேயே பாசமிலாது, குணங்கள் ஏதுமிலாது, தத்துவங்கள் ஏதுமிலாது, இறப்பு பிறப்புமில்லாது, யாதும் திரிபில்லாது, களங்கம் ஒன்றுமிலாது, தீமையொன்று மிலாது, வேண்டுதல் வேண்டாமையிலாது, மெய்யே மெய்யாகி எங்கும் இன்பமயமாய் விளங்குபவர்[2] என்றும் வர்ணணை செய்வார் வள்ளலார். மட்டுமின்றித் திருவருட்பாவை முழுவதும் ஆராய்ந்து பார்த்தால் இறைவனின் தன்மைகளாக நூற்றுக்கும் மேற்பட்ட சொல் லாட்சிகள் கிடைக்கின்றன.

### கரிகண்ட குருடர்

ஒரே பரம்பொருள், பல்வேறு சமயத் தத்துவங்களின் கருத்துக்கேற்ப வெவ்வேறு பெயர் வடிவ வேறுபாடுகள் கொண்டு விளங்குகின்றது. “அறுவகைச் சமயத்தோர்க்கும் அவ்வவர் பொருளாய்” என்ற அருணந்தி சிவாசாரியார் திருவாக்கும்[3] எச்சமயத்தும் அருள் புரியும் இறைவன் ஒருவனே என்பதைத் தெளிபடுத்துகிறது.

ஆனால் ‘ஒன்றென்றிரு; தெய்வம் உண்டென்றிரு’ என்பதை அறியாத மாந்தர் சிலர் “எங்கள் தெய்வம்; எங்கள் தெய்வம்” என்று பல தெய்வங்களைச் சொல்லுவர். இவர்கள் யானை கண்ட குருடர்கள் போன்றவர் என்கிறார் வள்ளலார்.

பெரிய யானை ஒன்றை முழுவதும் தடவிப்பார்க்க முடியாத குருடர் சிலரில், காலை மட்டும் தடவிப் பார்ததவன் யானை உரல் போலிருக்கிறது என்றான். துதிக்கையைத் தடவிப் பார்த்தவன் உலக்கை போல் இருக்கிறது என்றான். காதைத் தடவிப் பார்த்தவன் முறம்போல் இருக்கிறது என்றான். வாலைத் தடவிப் பார்த்தவன் துடைப்பம்போல் இருக்கிறது என்றான். இறுதியில் யானை எதைப் போன்றிருக்கிறது என்பதில் அவர் களுக்குள் சண்டையே வந்து விட்டது. எல்லோரும் யானையைத் தான் பார்த்தார்கள். ஆனால் ஒருவரும் முழுமையாகப் பார்க்க வில்லை. ஒவ்வொரு பகுதியைத் தான் பார்த்தார்கள். அவரவர் கைக்கு அகப்பட்ட உருவம்போல அவரவர்க்கு யானை காட்சி யளித்தது. கடவுளைக் காண்பதும் இப்படித்தான். பரம்பொருளின் முழுவடிவு காணாது ஒரு வடிவை ஒரு விக்கிரகத்தைக் கண்டு, ஒரு பெயரைக் கேட்டு எமது தெய்வம், எமது தெய்வம்

என்று வாதாடுவது கரிகண்ட குருடர் கதையைப் போலத்தான். இதனை,

எவ்வகை சார்மதங்களிலே பொய்வகைச் சாத்திரங்கள்
எடுத்துரைத்தே எமது தெய்வம் எமது தெய்வம் என்று
கைவகையே கதறுகின்றீர் தெய்வம் ஒன்று என்று அறியீர்
கரிபிடித்துக் கலகமிட்ட பெரியரினும் பெரியீர்

(திரு. 5570)

என்றும்,

எவ்வுலகில் எவ்வெவர்க்கும் அரும்பெருஞ் சோதியரே
இறைவர் என்பதறியாதே இம்மத வாதிகள்தாம்
கவ்வைபெறு குருடர்கரிகண்ட கதைபோலே கதைக்கின்றார்

(திரு. 5800)

என்றும் சாடுகிறார் வள்ளலார். மேலும் எந்தச் சமயத்தவர் எந்தப் பெயரில் இறைவனை வணங்கினாலும் பரம்பொருள் ஒன்றுதான் என்பதைத் தலைவியின் கூற்றாகப் பாடுகிறார் வள்ளலார். அது:

பெருகியபேர் அருளுடையார் அம்பலத்தே நடிக்கும்
பெருந்தகை என்கணவர் திருப்பேர்புகல் என்கின்றாய்
அருகர் புத்தர் ஆதி என்பேன் பிரமம் அயன்என்பேன் நாரா
யணன் என்பேன் அரன்என்பேன் ஆதிசிவம் என்பேன்
பருகுசதா சிவம் என்பேன் சத்திசிவம் என்பேன்
பரமம் என்பேன் பிரமம் என்பேன் பரப்பிரமம் என்பேன்
துருவுசுத்தப் பிரமம் என்பேன் துரியநிறை வென்பேன்
சுத்தசிவம் என்பேன் இவை சித்து விளையாட்டே.

(திரு. 5801)

மேற்குறிப்பிட்ட பாடலில் அருகர் என்பது சமணக் கடவுளின் பெயர், புத்தர் என்பது பௌத்தக் கடவுளின் பெயர். இவை இரண்டும் சைவத்திற்குப் புறச்சமயங்கள். புறச்சமயத்தின் பெயர்கள் சிவனார்க்குப் பொருந்துமா? எனத் தோழி கேட்கிறாள். அதற்கு,

சிற்சபையில் நடிக்கின்ற நாயகனார் தமக்குச்
சேர்ந்தபுறச் சமயப்பேர் பொருந்துவதோ என்றாய்
பிறசமயத்தார் பெயரும் அவர்பெயரே கண்டாய்
பித்தர் என்றே பெயர் படைத்தார்க்கு எப்பெயர்
ஒவ்வாதோ!
அச்சமயத்தேவர் மட்டோநின்பெயரும் என்பெயரும்
அவர் பெயரே எவ்வுயிரின் பெயரும் அவர்பெயரே
சிற்சபையில் எம்கணவர் செய்யும் ஒருஞானத்
திருக்கூத்துக் கண்டனவே தெளியும் இதுதோழி

(திரு. 5802)

எனத் தலைவி பதில் கூறுகிறாள்.

ஒவ்வொரு சமயத்தார் ஒவ்வொரு தெய்வத்தை வணங்குவது ஒருபுறமிருக்க ஒரே சமயத்தில் பல தெய்வங்களை வணங்கும் மரபும் இங்கு உண்டு. அவர்களைத் திருவருள் விளக்கமில்லாதவர் என்கிறார். அது:

தெய்வங்கள் பலபல சிந்தை செய்வாரும்
சேர்கதி பலபல செப்புகின் றாரும்
பொய்வந்த கலைபல புகன்றிடு வாரும்
பொய்ச்சம யாதியை மெச்சுகின் றாரும்
மெய்வந்த திருவருள் விளக்கம் ஒன்றில்லார்.

(திரு. 4176)

வள்ளலார் தொடக்ககாலத்தில் முருக உபாசனை வழிபாட்டிலிருந்து பாடியபோதும் அவர் ஒரே பரம்பொருளின் சாயையைத்தான் பார்த்தார் என்பதைப் பின்வரும் அகச்சான்று களைக் கொண்டு தெளியலாம்.

மாயையால் கலங்கி வருந்திய போதும்
வள்ளல் உன் தன்னையே மதித்து உள்
சாயையாய் பிறரைப் பார்த்ததே அல்லால்
தலைவ வேறெண்ணிய துண்டோ?

(திரு. 3635)

வண்ணம் வேறெனினும் வடிவு வேறெனினும்
மன்னிய உண்மை ஒன்று என்றே
எண்ணிய தல்லால் சச்சிதா னந்தத்து
இறையும் வேறுஎண்ணிய துண்டோ.

(திரு. 3636)

பல்வேறு தெய்வங்களைப் பாடிமகிழ்ந்த பாரதியும் பின் னாளில் தெய்வம் ஒன்றுதான் பல அல்ல என்பதைக் குறிக்க 'ஆயிரம் தெய்வங்கள் உண்டென்று கூறி அலையும் அறிவிலிகாள்' என்று பாடியதும் இங்கு நினைவுகூரத்தக்கது.

உடலுக்கு உயிர் எப்படி ஒன்றோ, அப்படியே உலகுக்குக் கடவுள். அவர் உருவமாகவும் அருவமாகவும் அருவுருவமாகவும் உள்ளார். அந்த ஒரு கடவுளை இருவர் என்றும் மூவர் என்றும் ஐவர் என்றும் உரைப்பது உடலுக்கு உயிர் இரண்டு, மூன்று, ஐந்து என்று உரைப்பதுபோலாம் என்கிறார் வள்ளலார்.[4] எனவே இறைவன் குறித்த வள்ளலாரது கருத்து, "ஒருவனே தேவன்,"அவர் அருட்பெருஞ்ஜோதி ஆண்டவர், சிறுதெய்வ வழிபாடோ மற்றவையோகூட வேண்டாம் என்பது வள்ளலார் கருத்து. (இது இந்நூலில் தனியே விளக்கப்பட்டுள்ளது.)

## தெய்வமா? தத்துவமா?

கடவுள் ஒன்றே என்றால் அரி, அரன், அயன், மகேசன், சதாசிவன், முருகன், கணபதி இவையெல்லாம் தெய்வமில்லையா என்று கேட்டால் அகத்தில் இவை எல்லாம் தத்துவங்கள் என்றும் புறத்தில் இவற்றுக்கு உருவம், இடம், வாகனம் அமைந்தன என்றும் விளக்கிக் காட்டிய வள்ளலார், அணுக்கள் பல செய்த தவவிரதத்தால் மதத்தலைமையும் ஆக்கல், அருளல், காத்தல், பக்குவம் வருவித்தல், மறைத்தல் என்னும் ஐந்தொழில் களை இறைவனால் அருளப்பெற்று, பதத் தலைவர்களாகவும் தொழில்புரிந்து வருகிறார்கள் என்றும் கூறுவார்.

அரசன் இட்ட கட்டளையை அமைச்சர் தவறாது செயல்படுத்துவது போன்று ஆண்டவனால் அளிக்கப்பெற்ற அருள் ஆணையைத் தொழில் கர்த்தர்கள் வழுவாது நடத்துவர். ஆணையை நடத்துகிறார்களேயன்றி இவர்களே அந்த ஆண்டவனைப் பார்த்ததில்லை. இரவிலும் பகலைப்போல ஒளிதரக்கூடிய நவமணிகள் பதித்த சிம்மாசனத்தை அமைத்து, எங்கள் தலைவனே! இதில் எழுந்தருளி எங்களுக்குக் காட்சி தரவேண்டும் என்று பற்பல நாள் முயன்று தவங்கிடந்தும் பார்க்க முடியாது வருந்துகிறார்கள் என்றும் கூறுகிறார் வள்ளலார். மனிதர்கள் வயது வரம்பில்லாது, கணநேரத்திலும் மடிந்து பிணமாவார்கள். ஆனால் ஐந்தொழில் கர்த்தர்களுக்கு வயது வரம்புண்டு. வயது முடிந்தவுடன் மனிதர்களைப் போலவே இவர்களும் இறந்து பிறப்பர் என்பதை ‘மாலுந் துஞ்சுவான் மலரவன் இறப்பான் மற்றை வானவர் முற்றிலும் அழிவர்’ என்று தெளிவுபடுத்துகிறார்[5] வள்ளலார்.

சிறு தெய்வங்களை மட்டுமன்றி நான்முகர், உருத்திரர், நாரணர், இந்திரர்கள், அருகர், புத்தர் முதலியவர்களையும் சிறுபிள்ளைக் கூட்டம் எனப் புகலும் வள்ளலார் சமயத் தெய்வங்களைச் சிறிய துரும்பென்றாலும் பொருந்தமாட்டார் என்று பொட்டில் அறைந்ததுபோல உரைக்கின்றார்.

சமயத் தெய்வம் பலவுஞ் சிறிய துரும்பதென்னவே/ சாற்றப் புகினும் சாலார் (திரு. *5015*) என்பது அவர் வாக்கு. மேலும் சன்மார்க்கச் சங்கத்தவர்களின் ஒரே தெய்வம் அருட்பெருஞ் ஜோதி ஆண்டவர் மட்டுமே, பிற தெய்வங்கள் எல்லாம் அந்தப் பரம்பொருளின் சித்திகளைப் பெற்ற இலேசங்கள் என்பது அவரது துணிபு. இது குறித்து அவர் பின்வருமாறு கூறுகிறார்:

சர்வ சித்தியையுடைய தனித் தலைமைப் பதியாகிய ஆண்டவரை வேண்டித் தவம் செய்து சிருட்டிக்கும் சித்தியைப்

பெற்றுக் கொண்டவர் பிரமன். சிருட்டி, திதி ஆகிய சித்தியைப் பெற்றுக் கொண்டவர் விஷ்ணு. சிருட்டி, திதி, சங்காரம் ஆகிய சித்தியைப் பெற்றுக் கொண்டவன் ருத்திரன். இவர்கள் ஏற்படுத்திய சமய மார்க்கங்களை அனுட்டிக்கின்றவர்கள் இவர்களை அந்தந்தச் சமயங்களுக்குத் தெய்வங்களாக வணங்கி வழிபாடு செய்துவந்தார்கள். இம்மூர்த்திகளுடைய சித்திகள் சர்வசித்தியையுடைய கடவுள் சித்தியின் இலேசங்கள். அதில் ஏகதேசம்கூட அல்ல. ஆகையால் இவர்கள் அந்தச் சர்வசித்தியை யுடைய கடவுளுக்கு ஒப்பாகார்கள். கோடி கோடிப் பங்கு தாழ்ந்த தரத்தில் இருக்கின்றார்கள். ஆகையால் சமயத் தெய்வங் களை வழிபாடு செய்து, அந்தச் சமயத் தெய்வங்கள் பெற்றுக் கொண்ட அற்ப சித்தியில் அவர்கள் மயங்கி மகிழ்ந்து அகங் கரித்து மேலேற வேண்டிய படிகளெல்லாம் ஏறிப் பூரண சித்தியை அடையாமல் தடைப்பட்டு நிற்றல்போல் நில்லாமல் சர்வ சித்தியையுடைய கடவுளொருவர் உண்டென்றும் அவரை உண்மை அன்பால் வழிபாடு செய்து பூரண சித்தியைப்பெற வேண்டுமென்றும் கொள்ள வேண்டுவது சன்மார்க்க சங்கத்தவர் களுடைய கொள்கை.[6]

## சிறுதெய்வ வழிபாட்டு எதிர்ப்பு

சிறுதெய்வம்/பெருந்தெய்வம் என்ற சொல்லாட்சி உருவம் சார்ந்தோ வலிமை சார்ந்தோ கூறப்படும் வழக்கம் அன்று; சமூகம் சார்ந்த மேல், கீழ் அடுக்கைச் சார்ந்தது. வைதிக நெறிக்கு உட்பட்டதைப் பெருந்தெய்வம் என்றும் உட்படாததைச் சிறுதெய்வம் என்றும் கூறும் வழமை பழங்காலந்தொட்டே பயின்றுவரக் காண்கிறோம். "முதலில் நாம் தமிழில் 'சிறுதெய்வம்' என்ற சொல்லின் தோற்றத்தை நோக்குவோம். இச்சொல் முதன்முதலாகச், 'சென்று நாம் சிறுதெய்வம் சேரோம் அல்லோம்' (தேவாரம், மறுமாற்றுத் திருத்தாண்டகம், 5) என்று அப்பர் தேவாரத்தில் பயின்று வருகிறது. இதற்கு நேர்மாறாகப் 'பெருந் தெய்வம்' என்ற சொல் வழக்கு புறநானூற்றிலேயே காணப் படுகிறது. இரண்டு வேந்தர்களையும் ஒன்றாகக் கண்ட புலவர் 'இரு பெருந்தெய்வமும் உடன் நின்றா அங்கு' (புறம்.58) என்று பலராமனையும் திருமாலையும் நினைத்துப் பாடுகிறார். எனவே, சமூகத்தின் அடித்தளத்து மக்கள் (Subalterns) வழிபடும் கடவுளரைச் சிறுதெய்வங்கள் எனவும் மேல்தளத்து மக்கள் வழிபடும் தெய்வங்களைப் பெருந்தெய்வம் எனவும் குறிப்பிடும் வழக்கம் அக்காலத்திலேயே இருந்திருப்பதாகத் தெரிகிறது".[7]

சிறுதெய்வங்கள் உருவமுடையன, உருவமற்றன என்று இருநிலையில் அமைகின்றன. உருவமுடைய சிறு தெய்வங்கள்

எல்லாம் – அவை ஆண், பெண் எதுவாயினும் – தமது கையில் ஆயுதங்களை ஏந்தியிருக்கும். இது அவற்றின் பொதுப்பண்பாகும். இத்தெய்வங்களுக்கு, தனித்த அடையாளத்தோடு கூடிய கோயில் ஏதும் கிடையாது. சிறுதெய்வக் கோயில்களின் அளவு மிகச் சிறியது. சில இடங்களில் அவை கட்டடமின்றியும் அமைவதுண்டு. சிலவிடங்களில் மரங்களும் புதருமே தெய்வ மாகக் கருதி வழிபடப்பெறும். பெண்தெய்வக் கோயில்கள் பெரும்பாலும் வடக்கு நோக்கியும் சிறுபான்மை கிழக்கு நோக்கியும் ஆண்தெய்வக் கோயில்கள் கிழக்கு நோக்கியே அமைவதும் மரபாகும். ஒரு சிறுதெய்வக் கோயிலில் பெரும்பாலும் ஒரு தெய்வம் அல்லது மூன்றிலிருந்து இருபத்தொரு தெய்வங்கள் வரை வடக்கு, கிழக்கு, தெற்கு நோக்கி அமைந்திருக்கும் என்பர்.

சிறுதெய்வ வழிபாட்டினைக் குறித்துக் கூறும்போது "ஆரவாரமுடைய வரன்முறையற்ற வழிபாடுகளைக் கொண்டதும் கண்மூடித்தனமான பழைய பழக்கங்களை மாற்ற முடியாத பாமர மக்களின் வழிபாடுகளைக் கொண்டதுமாகும்"[8] என்று வரையறுப்பர். சிறுதெய்வ வழிபாடு என்றாலே அங்கு இரத்தப்பலி இல்லாமல் இராது. எருமைக்கடா, ஆட்டுக்கடா, சேவல், பன்றி ஆகியவை படைக்கப்பெறும் முக்கிய விலங்குகளாகும். தெய்வத்தின் பெயரால் பலியிடப்பெறும் இச்செயல் சில இடங்களில் படுகோரமாக அமையும். பலியிடப்பெறும் உயிரின் தலையை மட்டும் வெட்டிப் பலிபீடத்தில் வைப்பது பொதுவான வழக்கம். இதற்கு மாறாக நெஞ்சைக்கீறி இதயத்தை மட்டும் எடுத்துப் பலிபீடத்தின் மேல் வைப்பதும் உண்டு.

சிறுதெய்வ உயிர்ப்பலி நெறியில் பெண் உயிர்களைப் பலியிடும் வழக்கம் இல்லையே தவிர, பெண் தெய்வங்களுக்கு உயிர்ப்பலி இடும் வழக்கம் உண்டு. "பெண் தெய்வங்களில் ஒரு சில தெய்வங்களுக்கு இரத்தப்பலி தரும்போது நிறை சினையாக உள்ள பெண் ஆட்டைத் தேர்ந்தெடுத்து ஊருக்கு வெளியே அதைக் கொண்டுபோய் அதன் வயிற்றைக் குத்திக் கிழித்து உள்ளேயிருக்கும் ஆட்டுக்குட்டியைத் தனியே வெளியே எடுத்துக் கோயிலில் அத்தெய்வத்தின் பலிபீடத்தில் வைப்பர். இதற்குச் சூலாடு குத்துதல் அல்லது துவளக்குட்டி என்று பெயர்."[9]

இனக்குழுக்களாக வாழ்ந்துவந்த வேட்டைச் சமூகம், அவ் வாழ்க்கைக்கு ஏற்ப ஊன், கள் முதலியவற்றைப் படைப்பதை வழக்கமாகக் கொண்டிருந்தது. ஆனால் திருந்திய வாழ்க்கைக்குப் பிறகும் இந்தச் சடங்குகள் மட்டும் தொடர்ந்து வந்துகொண்டே யிருக்கிறது. கிராம – நகரங்களில் வாழும் பாமர மக்கள் இச் சிறுதெய்வ வழிபாட்டில் ஈடுபட்டு உயிர்ப்பலி முதலியன

செய்துவந்தனர். இவ் வழிபாட்டைச் சில மதவாதிகள் ஏற்றுக் கொண்டு தங்கள் மதங்களின் கொள்கைகளாக இணைத்துக் கொண்டனர். "இவ்விணைப்பின் காரணமாகத் *தேவிபாகவதம், காளிமாத்மியம், துர்க்கைவழிபாடு* போன்ற நூல்களை எழுதி உறுதிப்படுத்தினர். இக்கொள்கைகளையும் பக்தி மார்க்கமாகக் கொண்டாடினர்."[10] இவ்வுண்மையைக் *கந்தபுராணத்திலும்* காணலாம்.

இத்தகு கொடுமையான உயிர்ப்பலிகளைக் கொண்டே சிறுதெய்வ நெறி உண்மையில் ஒழியவேண்டிய – ஒழிக்கப்பட வேண்டிய ஒன்று. எனவேதான் வள்ளலார் இத்தெய்வங்களைக் **கண்டகாலத்திலும் பயந்தேன்** என்றார். புலால் உணவோடு இரத்தப் பலியை ஏற்கும் இச் சிறுதெய்வங்களை '**நலிதரு சிறு தெய்வம்**' என்றார். அவற்றின் கோயில்களைக் '**கலியுறு சிறிய தெய்வ வெங்கோயில்**' என்று கூறினார்.[11]

சிறுதெய்வங்களுக்குரிய வழிபாட்டுமுறையான இரத்தப் பலியை மட்டுமன்றிச் சிறுதெய்வ வழிபாடே கூடாது என்பது வள்ளலார் கருத்து. ஏனெனில், சிறுதெய்வ வழிபாடு என்றாலே இரத்தப்பலி வழிபாடு என்பது வெளிப்படை. மட்டுமன்றி, 'அருட்பெருஞ்ஜோதி இறைவன் மட்டுமே கடவுள்' என்னும் ஒருதெய்வக் கோட்பாட்டை வலியுறுத்துவதாலும் 'ஜீவ காருண்யமே மோட்ச வீட்டின் திறவுகோல்' என்னும் அனுபவக் கொள்கையைக் கண்டதாலும் அவர் இவ்வழிபாட்டு நெறியைக் கண்டித்து ஒதுக்கியுள்ளார். மேலும் பெருந்தெய்வங்கள் என்று நாம் மதிக்கின்ற பிரம்மா, விஷ்ணு, ருத்திரர்கள் எல்லாம் கடவுளல்லர்; அவர்கள் பதத்தலைவர்கள்; இறைவனது பேரருளை நோக்க இப்பதத் தலைவர்கள் சிறுபிள்ளைக் கூட்டமேயாவர் என்பது வள்ளலார் கருத்து.[12] இதனை அவரது உபதேசப் பகுதியிலும் காணலாம்.

தெய்வத்திற்கு உயிர்ப்பலி கொடுப்பதில் தவறில்லை. வேதங்களும் இதை ஆதரிக்கின்றன. எனவே வள்ளலாரின் கருத்தை அப்படியே ஏற்கவேண்டியதில்லை என்பர். ஆனால் இது உண்மையன்று. "தெய்வங்களே உங்களுக்காக நாங்கள் எதையும் பலியிடோம்; பலியிடுவதற்காக எந்தப் பிராணியையுங் கொல்லோம்; தோத்திரங்களைப் பலமுறை சொல்லுவதன் மூலமே உங்களை வழிபடுவோம்"[13] என்பதும் வேதத்திலே ஒரு சுலோகம். மிருகபலி முதலிய பலவித பலிகளையும் வேதங்கள் ஒருமுகமாக ஆதரிக்கின்றன என்பது தவறு என்பதற்கு இந்தச் சுலோகம் ஒரு நல்ல உதாரணம்.

வள்ளலாரின் உயிரிரக்கக் கோட்பாட்டிற்குச் சமணநெறியும் ஒரு உந்துசக்தியாக இருந்திருக்கக் கூடும் எனத் தோன்றுகிறது.

கி.பி. 600 – 625இல் காஞ்சிபுரத்தைத் தலைநகராகக் கொண்டு ஆட்சிசெய்த மகேந்திரவர்ம பல்லவன் காலத்தில், பாடலி புத்திரம்* சமணத்தின் கோட்டையாகத் திகழ்ந்தது. தருமசேனர் என்னும் பெயருடன் சமணத்தைத் தழுவிச் சூலைநோயால் மீண்டும் சைவத்திற்கு மாறிய திருநாவுக்கரசரை (அப்பர்) பல்வேறு சித்திரவதைகளுக்கு உள்ளாக்கிய பல்லவன் இம் மகேந்திரவர்மனே. ஆனால் இறுதியில் இவனும் சைவத்தைச் சார்ந்தான். அப்போது பாடலிபுத்திரத்திலிருந்த சமணப்பள்ளி களையும் பாழிகளையும் இடித்துத் தள்ளி அவற்றிலிருந்த கற்களைக் கொண்டு சிவபெருமானுக்கு 'குணதரவீச்சரம்' என்னும் கோயிலைக் கட்டினான்.[14] எனவே சமணர்கள் பலரும் பாடலிபுத்திரத்தைச் சுற்றியிருந்த நெல்லிக்குப்பம் போன்ற ஊர்களுக்குக் குடி பெயர்ந்தனர்.

அவ்வப்போது இங்கெல்லாம் உறைந்த வள்ளலாருக்கு இயல்பாகவே சமணத்தின் நன்னெறிக் கொள்கைகள் பாதிப்பை ஏற்படுத்தியிருக்கக்கூடும் என்பதில் ஐயமில்லை. அதில் ஒன்று தான் சமணத்தின் முக்கியக் கொள்கையான உயிர்க்கொலை மறுத்தல். "சிறுதெய்வ வழிபாட்டையும் உயிர்ப்பலியையும் கண்டித்துள்ள ஜைன இலக்கியங்களைக் கொண்டே இராமலிங்க சுவாமிகள் தமது ஆறாம் திருமுறையில் இச் சிறுதெய்வ வழிபாட்டைத் துணிந்து கண்டிக்கலானார்"[15] என்னும் வரிகளும் இங்கு நோக்கத்தக்கது.

## சான்றுக் குறிப்புகள்

1. க.வெள்ளைவாரணன், திருவருட்பா சிந்தனைகள், 1988, பக். 29 – 30
2. துறவி கந்தசாமி, வள்ளலார் வாய்மொழி, 1997, ப. 94
3. சிவஞான சித்தியார், சுபக்கம் – 1
4. திருவருட்பா, பா.எண்:5384
5. துறவி கந்தசாமி, முன் சுட்டியது, ப.97
6. ஊரன் அடிகள் (ப.ஆ.), திருவருட்பா உரைநடைப்பகுதி, 1978, ப.306
7. தொ. பரமசிவன், தெய்வங்களும் சமூக மரபுகளும், 1995, பக்.109 – 110

---

* கடலூர், கடலூர் O.T., திருப்பாதிரிப்புலியூர் என்றெல்லாம் அருகருகே அமைந்துள்ள இப்பகுதிகளே அன்றைய பாடலிபுத்திரம். இவை, ஒட்டுமொத்தமாக இன்று கடலூர் என்னும் பொதுப்பெயராலேயே எல்லோராலும் அழைக்கப்படுகின்றன.

8. துளசி. இராமசாமி, நெல்லை மாவட்ட நாட்டுப்புறத் தெய்வங்கள், 1985, ப.1
9. தொ. பரமசிவன், முன்சுட்டியது, ப.119
10. டி.எஸ். ஸ்ரீபால், ஜைன நெறிகளும் வள்ளலார் புரட்சியும், 1977, ப.12
11. திருவருட்பா (ஆறாம் திருமுறை), பிள்ளை பெரு விண்ணப்பம், பா.எண்.63
12. திருவருட்பா, அருள்விளக்கமாலை, பா.எண்89 & திருவருட்பா உரைநடைப்பகுதி – சுத்தசன்மார்க்க கொள்கை என்னும் தலைப்பிலுள்ள "சர்வ சித்தியையுடைய தனித்தலைமைப் பதியாகிய ஆண்டவரை வேண்டி..." என்னும் உபதேசப் பகுதியைக் காண்க.
13. கி. லக்ஷ்மணன், இந்திய தத்துவஞானம், 1970, ப.31
14. இது குறித்த விரிவான தகவலுக்குக் காண்க: க. வெள்ளை வாரணன், பன்னிரு திருமுறை வரலாறு (திருநாவுக்கரசர் வரலாறு), 1994, ப.172
15. டி.எஸ். ஸ்ரீபால், முன்சுட்டியது, ப.14

# உருவ வழிபாட்டுக் கோட்பாடு

இறைவன் உருவம் (சகளம்), அருவம் (நிட்களம்), அருவுருவம் (நிட்கள சகளம்) என்னும் மூன்றாக இருப்பவன் என்கிறார் திருமூலர். இறைவனை நாம் உருவம் என்றோ, அருவம் என்றோ, அருவுருவம் என்றோ தனித் தனியாக வகைப்படுத்தினால் அது இறைவனை எல்லைக்குட் படுத்தியதாகும். எனவே அவன் உரு, அரு, அருவுரு என்று மூன்றாகவும் நிற்பதாகச் சொல்லப்படுகிறான்.[1] இம்மூன்றுமே இறைவனின் அருள் வடிவங்கள்.

இறைவனின் பொது இயல்புகளாக உரு, அரு என்றெல்லாம் சொல்லப்பட்டாலுங்கூடச் சிறப்பு நிலையில் அவன் உருவங்கள் அற்றவன் என்பதையே திருமந்திரம் கூறுகிறது.[2] எல்லாவற்றையும் கடந்து நிற்பவன் இறைவன் என்றாலும், அருளால் ஆன்மாக்களில் கலந்து நிற்பவன் இறைவன் என்றாலும், அருளால் ஆன்மாக்களில் கலந்து நிற்கக் கூடிய அவனைக் காண வேண்டுமாயின் உருவத்தில்தான் தொடங்கவேண்டியிருக்கிறது. வள்ளலார் அதைத்தான் மேற்கொண்டார்; மற்றவர்களுக்கும் போதித்தார்.

## உருவ வழிபாடு: விளக்கம்

உருவ வழிபாடு என்பதற்குக் கல்லாலோ, உலோகத் தாலோ ஆன ஓர் உருவத்தை வழிபடுதல் என்பது பொரு ளன்று. இறைவனை அந்தக் குறிப்பிட்ட உருவத்தில் வழிபடுதல் என்பதே பொருள். அவ்வாறு மெய்யாக வழிபடுவோர்க்கு அது உருவமன்று; கடவுள்.[3] இதையே விவேகானந்தரும், “கடவுளின் மீது நாம் எந்த உருவத்தையும் புகுத்திவிடலாகாது. ஆனால் நமக்குப் பிடித்த எதில் வேண்டுமானாலும் கடவுளைப் புகுத்தலாம். அதாவது

நீங்கள் வழிபடும் உருவத்தில் மட்டுந்தான் கடவுள் இருக்கிறார் என்று நினைக்காதீர்கள். மக்கள் வணங்கும் அனைத்து உருவங் களிலும் அவர் இருக்கிறார் என்று நினையுங்கள்”[4] என்று கூறுகிறார். எனவே, உருவ வழிபாடு என்பது பிரதீகம் சார்ந்த தன்று என்பது வெளிப்படை.

## வள்ளலாரும் உருவ வழிபாடும்

முருகனை வழிபடு கடவுளாகவும், ஞானசம்பந்தரை வழிபடு குருவாகவும், திருவாசகத்தை வழிபடு நூலாகவும் இளமையிலேயே அமைத்துக் கொண்ட வள்ளலார், பின்னர் நந்தி வழிபட்ட தலமான திருவொற்றியூரில் தியாகராசப் பெருமானையும், சென்னை வாழ்வை நீத்த பிறகு சிதம்பரம் – நடராஜரையும், இறுதியில் வடலூர் – சித்தி வளாகத்தில் அருட்பெருஞ்சோதி ஒளி வழிபாட்டையும் மேற் கொண்டார். எனவே, அடிகளின் வழிபாட்டுக் கொள்கை முதற்கண் உருவ வழிபாட்டிலும் (கந்தகோட்டம், ஒற்றியூர்), பின்னர் அருவுருவ வழிபாட்டிலும் (சிதம்பரம்) இறுதியாக அருவ வழிபாட்டிலும் (சித்திவளாகம்) ஊன்றியது எனக் கொள்ளலாம்.[5] எப்படி ஆராய்ந்து பார்ப்பினும் முதிர்ந்த ஞானநிலையைப் பெறுவதற்கு முதற்படியாக உருவ வழிபாடே அமைந்திருப்பதை அடிகள் வரலாறு மெய்ப்பிக்கிறது.

## உருவ வழிபாடு: வள்ளலார் – ஸ்ரீதரஸ்வாமி வாதம்

வள்ளலார் காட்டும் வாழ்க்கை நெறியின் பல்வேறு கூறுகளில் விக்கிரக வழிபாடும் ஒன்று. “கட்புலன் இல்லாக் கடவுளைக் காட்டும் சட்டகங்களே விக்கிரங்கள், என்பது அகத்தியக் கோட்பாடு. ஒலிவடிவை விளக்க வரிவடிவம் தோன்றியமைக்குக் காட்டும் எடுத்துக்காட்டே இது.”[6] தெய்வத் திருமேனிகள் நம் கருமேனி களிக்க இறைவன் மேற்கொண்ட கருணை வடிவங்கள் என்று சிவஞான சித்தியாரும் சாற்றும். எனவேதான் ஒளிவழிபாட்டை அருட்பெருஞ்ஜோதி வழிபாடாக வற்புறுத்தியபோதும்கூட உருவ வழிபாட்டை அவர் மறுக்க வில்லை. பிரம்ம சமாஜிகளோடு வாதம் புரிந்தார்.

இனி, பிரம்மசமாஜத்தைச் சார்ந்த ஸ்ரீதரஸ்வாமி நாயக்கர் – இவர் ஸ்ரீதரலு நாயுடு எனவும் அழைக்கப்பட்டார் – என்ப வருடன், வள்ளலார் நிகழ்த்திய உருவ வழிபாட்டு வாதம் பின்வருமாறு:

இராமலிங்க சுவாமிகளுடன் ஸ்ரீதரஸ்வாமி நடத்திய உருவ வழிபாட்டு வாதம் குறித்த ஆதாரம் நமக்கு இருவழிகளில் கிடைக்கிறது. ஒன்று: *தத்துவ போதினி* இதழில் (1867, பிப்ரவரி

15) ‘ஓர் ஹிந்து’ என்னும் பெயரில் வெளியாகியிருக்கும் கடிதம்.[7] மற்றொன்று: ‘நடந்த வண்ணம் உரைத்தல்’ என்னும் தலைப்பில் ஆலப்பாக்கம் நாயனாரெட்டியார் எழுதிவைத்த குறிப்பு.[8]

மேலே சொல்லப்பட்ட ஆதாரங்கள் இரண்டிலும் அடிப் படைச் செய்திகளில் மாற்றம் இல்லை. தத்துவ போதினியில் கடித வடிவத்தில் செய்திகள் சுருக்கமாகக் கூறப்பட்டுள்ளன. ஸ்ரீதரலு நாயுடுவிற்கு ஆதரவாகவும் அமைந்துள்ளன. நடந்த வண்ணம் உரைத்தலில் விவாதம் விரிவாகக் கூறப்பட்டுள்ளது. வள்ளலாரிடம் ஸ்ரீதரலு தோற்றுப் போனதாகக் கூறப்பட்டுள்ளது.

இனி, நடந்த வண்ணம் உரைத்தலில் கூறப்பட்டுள்ள வாதம் பற்றிய செய்தி மட்டும் கீழே தரப்படுகிறது. அதிலுள்ள செய்திக்கு மாறாகத் தத்துவ போதினி* குறிப்பிட்டிருப்பின் அதுவும் தொடர்புடைய செய்திகளும் உடுக்குறியிட்டு அங்கேயே அடைப்புக் குறியில் தரப்படுகின்றன.

## நடந்த வண்ணம் உரைத்தல்

கல்வி கேள்விகளால் சிறந்த அறிவுடையவர்களுக்கு வந்தனஞ் செய்து வெளிப்படுத்துகை:

அக்ஷய வருடம் தை மாதம் 5ந் தேதியில் கூடலூரைச் சார்ந்த திருப்பாதிரிப் புலியூர்க்கடுத்த பெண்ணை நதித் தென் கரையில் உண்ணாமுலைச் செட்டிச் சாவடிக்குச் சமீபத்தில் ஒரு நைமித்தியத் திருவிழாவைப் பற்றி யறிவுடையோ ரனேகர் கூடினர். அவ்விடத்தில் சிதம்பரம் இராமலிங்க சுவாமிகளு மிருந்தனர்.* அப்போது பிரம சமாஜம் / சம்பேடு ஸ்ரீதரஸ்வாமி நாயக்கர் சிலருடன் வந்திருந்தனர். (*... இப்படியிருக்க இப்போதந்த பிராந்தியத்தில் இராமலிங்க பரதேசி யென்றும் இராமலிங்க சுவாமி யென்றும் நாமத்து வயத்தினால் வழங்கப்பட்டு வருகிற கருங்குழி இராமலிங்க பிள்ளையவர்கள் இராமானுஜரடியார் வேண்டுதல் பற்றியோ அல்லது வேறு யாருடைய தூண்டுதல் பற்றியோ அல்லது வேறெந்த காரணத்தினாலோ ஏவப் பட்டவராய் இவ்விஷயமாக மேற்படி நாயக்கருடன் வாதித்து எவ்வகையிலாவது ஜயம் பெறவேண்டுமென்று தன்னுடைய எண்ணிறந்த சிஷிய கோடிகளுடன் மிகுந்த ஆடம்பரமாய் ஜனவரி மாதம் 16ந்தேதி சாயந்திரம் உண்ணாமுலைச் செட்டி சாவடி என்னுமிடத்திற்கு அதி ஸமீபமான தக்ஷினி பிநாகனீ திரத்தில் விஜயம் செய்தார். அது விக்கிரகாரதனை காரருக்குப்

---

* தத்துவபோதினியின் முழுச் செய்தியைப் பின்னிணைப்பில் காண்க.

பெண்ணையாற்று உச்சவமென்று சொல்லுகிற ஒரு விசேஷ தினமாதலால் அதைச் சேர்ந்த கூட்டமும் அவ்விடத்தி லிருந்தது.)

அதற்குமுன் திருப்பாதிரிப்புலியூரில் ஸ்ரீதரஸ்வாமி நாயக்கர் செய்த பிரசங்கத்தினாற் சந்தேகத்தில் அழுந்திய சிலர் நமது சந்தேகத்தை நீக்கிக் கொள்வதற்கிஃதோர் தருணமென்று கருதி அக்கூட்டத்தில் சிதம்பரம் இராமலிங்க சுவாமிகளை நோக்கி "ஐயா பிரம்மத்தை நினைப்பது தகுதியென்றும் விக்கிரக ஆராதனை செய்வது தகுதியல்ல வென்றும் இங்கே வந்திருக்கின்ற ஸ்ரீதரஸ்வாமி நாயக்கரவர்கள் எங்கள் முன்பாகப் பலமுறை பிரசங்கித்தார். அதனால் எங்களுக்குச் சந்தேகமுண்டாகி யிருக்கின்றது அந்தச் சந்தேகத்தை நிவர்த்தி செய்விக்க வேண்டும்" என்று கேட்டுக் கொண்டார்கள்.

அப்போது சிதம்பரம் இராமலிங்க சுவாமிகள், "பிரம்மத்தை யறியத் தொடங்கினோர் அறிதல் வேண்டும்; விக்கிரக ஆராதனைச் செய்யத் தொடங்கினோர் செய்தல் வேண்டும்; இவ்விருவகையும் அதற்குரிய பக்குவர்களுக்கு அடுத்த வகைகளென்றறிய வேண்டும்" என்று சொல்லினர்.

அப்போது அங்கிருந்தவரிற் சிலர், நாயக்கரைப் பார்த்து "இது விஷயத்தில் தங்கள் கோட்பாட்டை வெளிப்படுத்தி நிறுத்தல் வேண்டும்*" என்றார்கள். நாயக்கர் லிகிதமூலமாக வெளிப்படுத்துவே மென்றார். (*இப்படி இவர் வாதம் செய்ய யத்தனித்திருப்பதை மேற்படி நாயக்கருக்குத் தெரிவிக்காமலே அவருக்கு அறிமுகமான ஒருவர், தானவரை நெடுநாளாய்ப் பார்க்க நேரிடாமற் போனதை வியாஜமாகக் கொண்டு, அனேக ஜனங்கள் வருகிற அந்தத் தினத்தில் தன்னை அவ்விடத்தில் வந்து பார்த்தால் மிக நன்மையாக யிருக்குமென அதற்கு முந்தின தினத்திலேயே அவருக்குக் கபடமாய்க் கடித மெழுதி, அவரப்படியே செய்கிறதாய் ஒப்புக் கொண்டபடியே வந்து சேர்ந்தார். உடனே அங்கு வாதம் செய்கிறதற்காக எழுந்தருளி யிருந்த திருக்கூட்டமானது அவரிடத்தில் வாய்ச் சண்டை செய்ய ஆரம்பித்தது. இதை மேற்படி நாயக்கர் லக்ஷியம் செய்யாத வராய் அவ்விடத்திற்குத் தன்னை வரும்படி பிரார்த்தித்த வரை, வரவழைத்த காரிய மென்ன வென்று வினவ, அவர் இராமலிங்கம் பிள்ளையுடன் வாதிக்கிறதற்குத்தான் என்று சொன்னதின் பேரில் இதை ஏன் வியக்தமாக எழுதியனுப்ப வில்லையென்று கேட்க அவர் புன்சிரிப்புடனிருந்து விட்டார்.)

அது கேட்டு, "ஓர் சபையில் மாறுபட்ட இருவர் தங்கள் தங்கள் கோட்பாடுகளை அந்தச் சபையில் அறிஞரறிய எடுத்துரைத்து அதற்குத் தக்க காட்சி, அநுமானம், உவமானம்,

சந்தம் முதலிய பிரமாணங்களும் உடன்படல், மறுத்தல், ஒருசாருடன்பட்டு மற்றொரு சாருடன்படாமை, முற்று முடன்படல் போன்றுடன்படாமை முதலிய கோட்பாடுகளுக் கமைந்த பலவகை யுக்திகளும் அனுபவத்தோடு தர்க்க வுபதர்க்க, லக்ஷண வுபலக்ஷணங்களுக்குப் பொருத்த விரித்து விவகரித்து அந்த விவகாரத்திற் சந்தேக விபரீத மயக்கத்திற்கு இடங்கொடாமல் முடிந்த நிச்சயத்தை, பின்னர் லிகிதமூலமாய்ப் பிறரறிய வெளிப்படுத்தல் மரபேயல்லது, மாறுபட்டோர் இருவரும் வேறு வேறு இடங்களிலிருந்து அறிஞர் சபாதிபத்திய மின்றித் தங்கள் தங்கள் மனஞ்சென்றவழி அளவை யெல்லையைக் கடந்தெழுதிக் கொள்வதில் ஞாயந் தோன்றாது என்றும் ஓழியாத லிகிதச் சண்டையாய் முடியுமென்றும் அது தர்க்க மரபல்ல வென்றும்" சுவாமிகள் சொல்லினர்.

அங்கிருந்தவரிற் சிலர், நாயக்கரைப் பார்த்து "ஐயா தங்கள் கோட்பாட்டை வெளியிட்டுப் பிரமாணத்தால் நிலைபெறச் செய்து எங்களையும் அவ்வழியில் நடத்துவிப் பதற்கு அடுத்த தருண மிதுவாக விருக்க, இத்தருணத்திலிப்படிச் சொல்வது தங்கள் கோட்பாட்டிற்கு அழகல்ல" என்றார்கள்.

உடனே நாயக்கர், "நித்திய நிரஞ்சன நிர்ம்மல நிராமய நிராலம்ப சொரூபமும் அவாங் மனோகோரமுமான பிரம்மத்தை நினைப்பது தக்கதென்பதும் விக்கிரகாராதனை செய்வது தகாதென்பதும் எங்கள் பிரம்ம சமாஜ வேத சமாஜ கோட்பாடு*" என்று வெளியிட்டார். (*இந்தச் சூழலில் ஸ்ரீதரலு நாயுடு, இராமலிங்க சுவாமிகளிடம் வாய்மொழியாக அல்லாமல் எழுத்து மூலமாக வாதிப்பது விரும்பத்தக்கது என்று கூறினார். இராமலிங்க சுவாமிகள், ஸ்ரீதரலுவின் கருத்தை ஏற்கவில்லை. "இப்போதே வாதிக்க வேண்டுமென்று சொன்னார்." இதையடுத்து ஸ்ரீதரலு நாயுடு, பிரம்ம சமாஜக் கொள்கைகளைச் சுபக்கமாகப் பின்வருமாறு எடுத்துரைத்தார்: 1. நித்திய நிர்மல நிரஞ்சன நிராமய நிராலம்ப ஸ்வரூபியும், ஸர்வசுக்தனும், ஸர்வாந்தரியாமி யும், அவாங்கமானசகோசரனும், அகில கல்யாண குணநிதியு மான கடவுள் ஒருவரே. 2. அவரொரு வரையே, தியான மார்க்கத்தினாலும், தருமம், ஸத்தியம், தயை இத்யாதிகளுக் குரிய ஸத்கர்மானுஷ்டானங்களாலும் வழிபட்டு ஜீவர்கள் உய்ய வேண்டும். 3. இதற்குப் புறமாகிய விக்கிரஹாராதனை மானிட ஸ்துதி முதலியவை அனுஷ்டேயங்கள்.) "அவாங் மனோகோசரமான பிரம்மம், மனத்தினா லெப்படி நினைக்கப் படும். ஆகாயம் அடியாலும் படியாலும் அளக்கப்படும். காற்று கையாற் பிடிக்கப்படும் என்பவைபோல் வார்த்தை மாத்திரத்தா லன்றி அர்த்த லக்ஷயானுபவங்களுக்கு இடம்பெற வில்லையே" என்று சுவாமிகள் வினவினர்.

"மிதக்கியானமுள்ள நம்மிட மனத்திற்குப் பரிமித வஸ்துவைப் போலடங்காதென்று சொன்னதேயல்லது, ஏகதேசம் மனத்திற்கு விளங்காதென்று சொன்னதல்ல" என்று நாயக்கர் உத்தரித்தனர்.

"மனத்திற்கு அகோசர மென்பது, மனத்திற்கு விஷயப்படாத தென்று பொருள்படுமேயல்லது, சிறிது விஷயமாகிப் பெரிது விஷயமாகாதென்று பொருள்படாதென்றும், அவ்வாறு பொருள் கொள்வது லக்ஷண வுபலக்ஷண விதியல்லவென்றும், ஒரு காலத்தில் ஒருபொருள் சிறிது விஷயமானால் மற்றொரு காலத்தில் சிறிது விஷயமாகும் பிறிதொரு காலத்திற் சிறிது விஷயமாகும் இவ்வாறு முழுவதும் விஷயமாகுமென்றும், அவாங் மனோகோசர மென்றதில், மனத்திற்குச் சிறிது விஷயமானபடி வாக்குக்குஞ் சிறிது விஷயமாதல் வேண்டு மென்றும், இங்ஙனம் மன வாக்குகளுக்குச் சிறிது விஷயமாகு மென்று கொண்டபோது கண், காது, மூக்கு, மெய், வாய், கை முதலிய மற்ற இந்திரியங்களுக்கும் விஷயமாகுமென்பது தானே விளங்குதலால் பிரம்ம லக்ஷணத்தோடு விரோதப்படு மென்றும், மன முதலான அந்தக்கரணங்களுக்கும் கண் முதலான இந்திரியங்களுக்கும் நாம ரூபக்கிரியைகள் விஷயமாகு மல்லது தத்துவா தீதமாகிய பிரமம் விஷயமாகு மென்பது விபரீத வுணர்ச்சியென்றும், மனோலயங்க கிடைத்த பின்னர் பிரம்மாநுபவங் கிடைக்குமென்றும், மனஞ் சிறிது தோன்றினும் ஆத்ம ஞானம் விளங்காதென்றும், மனம் – அசத்து, சடம், அநித்தியம், துக்கம், அசுத்தம் உடையது; பிரம்மம் – சத்து, அறிவு, நித்தியம், இன்பம், சுத்தம் உடையது ஆகலின் மனத்திற்குப் பிரமம் எவ்வகையினும் விஷயமாகாதென்றும் இவ்வாறே வேத முதலிய கலைகளிலும் ஆப்தவாக்கியங்களிலும் ஆணையிட் டிருப்பதென்றும், பிரம்மம் மனத்திற்கு விஷயப் படாதென்பது அநுபவத்திற்கும் மற்ற ஹேதுக்களுக்கும் யூகங்களுக்கும் பொருந்து கின்ற பக்ஷய மென்றும்" சுவாமிகள் சொல்லினர்.

பின்னர் சிலபொழுது நாயக்கர் சும்மாவிருந்தனர். அங்கிருந்தவரிற் சிலர் நாயக்கரைப் பார்த்து, "சும்மாவிருக்கப் படாது உத்தரிக்கவேண்டும்" என்றார்கள். நாயக்கர் சற்று நேரஞ் சென்று மீளவும் "மனத்தினால் பிரம்மத்தை நினைக்கக் கூடும்" என்று முன் சொல்லியதையே சொல்லினர். "தங்க ளிஷ்டப்படி விதியைக் கடந்த விவகாரமுந் தடைப்படுகின்றது. பிரம்மம், மனத்திற்கு விஷயமாகுமானால் கண்ணுக்கும் விஷய மாகும்; இவைகளுக்கு விஷயமாகுமானால் மற்ற இந்திரியங் களுக்கும் விஷயமாகும் என்று நான் முன் சொல்லியதைத் தாங்கள் சிறிது உய்த்துணர வேண்டும்." என்று சுவாமிகள் சொல்லினர்.

நாயக்கர் சற்றுநேரஞ் சென்று "மனத்திற்கு விஷயமாவ தெல்லாங் கண்ணுக்கு விஷயமாகுமோ? என்றார். சுவாமிகள் ஆகுமென்றார். நாயக்கர் மற்ற இந்திரியங்களுக்கு விஷயமாகாமல் மனத்திற்கே விஷயமாகத் தக்கது ஒன்றுமில்லையோ! ஒன்றுமில்லையோ!" என்று பலமுறை வியந்து வினாவினர்.

"மனத்திற்கு விஷயமாகத் தக்கது யாது? அதனைத் தாங்களே வெளிப்படுத்தல் வேண்டும்" என்று சுவாமிகள் சொல்லினர்.

"ஆனந்தம் மனத்திற்கே விஷயமாவ" தென்று நாயக்கர் சொல்லினர்.

"ஒரு ரூபவிஷயத்தைக் கண்கள் கண்டு, அந்த ரூப விசேஷத்தால் ஆனந்த விருத்தியை யடைந்து, பின்னர் அதன் வழியாக மனத்திற்கும் அவ்வானந்தத்தை யடைவிக்குமென்றும், கண்கள் முன்னர் ஆனந்தத்தை யடைந்ததற்கு அடையாளம், அக்கண்களிலிருந்து சிந்துகின்ற பாஷ்பங்களே யென்றும் அதை யானந்த பாஷ்பமென்று வழங்குவதே போதுமான பிரமானமென்றும், இஃதன்றி நேத்திரானந்தம், சிரவணானந்தம் என்று அறிவுடையோர் பிரயோகிப்பதை யூகிக்கவேண்டுமென்றும், இங்ஙனம் கண் முதலிய இந்திரியங்களும் மனமுதலிய கரணங் களும் ஆன்மாவுக்கு உபகாரக் கருவிகளாதலால் அவைகள் ஆனந்த மடைந்தன வென்பது உபசரிப்பென்றும், ஆனந்தம் பிரத்தியேக ஆன்ம ஞான விஷயமென்பது உண்மை யென்றும்" சுவாமிகள் சொல்லினர்.

பின்னர் சற்றுநேரம் சென்று, "ஓரிந்திரியத்திற்கு விஷயமாவது வேறோரிந்திரியத்திற்கும் விஷயமாகு மென்றது எப்படி? காதுக்குப் புலப்படுவது மூக்குக்குப் புலப்படாது, கருத்துக்குப் புலப்படுவது கண்ணுக்குப் புலப்படாது" என்று நாயக்கர் சொல்லினர்.

"முன்னர் அவாங் மனோகோசரமென்றதற்குத் தாங்கள் கொண்ட கருத்தின்படி வாக்குக்கும் மனத்திற்கும் பிரமஞ் சிறிது விஷயமாகுமானால் கண்களுக்கும் கைகளுக்கும் சிறிது விஷயமாகுமென்று தாங்களே யூகித்தறியலாமென்றும், ஒருபொருள் மனத்தினால் நினைக்கப்படுமானால் காதினாலுங் கேட்கப்படும், காதினாற் கேட்கப்பட்டது கண்ணினாலுங் காணப்படும். கைகளாலும் பிடிக்கப்படு மென்பது உபதர்க்க உபலக்கண மென்றும்,ஸ்தூல சூக்கும காரண பூதங்களால் உருவாகித் தோன்றுகின்ற பொருளினிடத்து மனமுதலான கரணங்களுக்கும் கண் முதலான இந்திரியங்களுக்கும் விஷயங்களாகத் தக்க பண்புகள் உண்டாயிருக்கு மென்று அறிந்த பக்ஷத்தில் ஒரு பொருள் ஒரு பண்பினால் மற்றோ

ரிந்திரியத்திற்கும் விஷய மாகுமென்று சாதாரண ஜனங்களாலும் அறியப்படுமென்றும், அக்ஷயோக ஞாயத்தாலும் இந்திரியங் களின் சொரூப ரூப சுவாப வியாபக வியத்தி விசேஷ சாமாநிய முதலியவைகளையும் மன முதலான கரணங்களின் சொரூப ரூப சுவாப வியாபக வியத்தி விசேஷ சாமாநிய முதலானவைகளையும் வெளிப்படுத்துகின்ற தத்துவ சாத்திரங்களாலும் பிரகிருதி சாத்திரங்களாலும் உய்த்துணர்ந்து தெளியப்படுமென்றும், கண்களும் மனமும் அதிகரணோ பாதாள சம்பந்த முடையதென்றும், மத்திய பூத தூல சூக்கும காரியமென்றும், இதனால் மனத்திற்கு விஷயமாவது கண்களுக்கும் விஷயமாகுமென்றும், கண்களுக்கு விஷயமாவது மனத்திற்கும் விஷயமாகுமென்றும்*" சுவாமிகள் சொல்லினர். (*கருத்துக்குப் புலப்பட வேண்டிய விஷயம் கண்ணுக்குப் புலப்படாது என்பது ஸ்ரீதரலு நாயுடுவின் வாதம். அஃது புலப்படும் என்பது வள்ளலாரின் வாதம். முன்னையது விக்கிரகாரதனைக்கு எதிரானது. பின்னையது ஆதரவானது.)

அந்தச் சமயத்தி லிவைகளைக் கேட்டுச் சூழநின்ற திருவயிந்திரபுரம் வைஷ்ணவப் பிராமண பண்டிதர்களும் ஸ்மார்த்த பண்டிதர்களும் அந்தச் சபையிலுட்புகுந்திருந்து சுவாமியை நோக்கி, "மனத்திற்குப் புலப்படுவது கண்களுக்கு எப்படிப் புலப்படுவது*" என்று வினவினர். (*வைஷ்ணவப் பிராமண பண்டிதர்களும் ஸ்மார்த்த பண்டிதர்களும் குழுமியிருந்த அவையினரும் ஸ்ரீதரலு நாயுடு கூறியதை ஒப்புக் கொள்ளவில்லை. எனவே, ஸ்ரீதரலு நாயுடு தாம் மேற்கொண்டு வாதிட விரும்ப வில்லை யென்றும் தமது கருத்தை விளக்க புத்தகம் ஒன்றை அச்சிட்டு வழங்கப் போவதாகவும் கூறி வெளியேறினார். ஆனால் இந்தப் புத்தகம் வெளிவந்ததாகத் தெரியவில்லை.)

"ஒரு பொருளில் ஸ்தூலப் பிரகிருதி, சூக்குமப் பிரகிருதி, காரணப் பிரகிருதி, மகா காரணப் பிரகிருதி, மூலப்பிரகிருதி என ஐவகைப் பிரகிருதி அங்கங்களுண் டென்றும்; அவைகளில் காரணப் பிரகிருதி மகா காரணப் பிரகிருதி யங்கங்கள் மனத்திற்கு விஷயமாகுமென்றும் இவை சாதாரண லக்ஷணமென்றும், அசாதாரண லக்ஷணத்தில் கண்ணறிவு பலமுறை சாதன லக்ஷியத்தால் நுட்பவறிவாகி மனத்திற்கு விஷயமாகின்ற காரண மகாகாரணப் பிரகிருதியங்கங்களையும் அறியுமென்றும், இவ்வாறறிவது அசாத்தியமல்ல சாத்தியமே யென்றும், இதனை அக்கயோக சாதன முதலிய வழிகளாலும் தத்துவ சாத்திரங்களாலும் அநுமான முதலிய பிரமாணங் களாலும் அறிந்து கொள்ளலாமென்றும் அன்றி மனத்திற்குப் புலப்படுவது பிரபஞ்சம் அது கண்களுக்கும் புலப்படுமென்றும்" சுவாமிகள் சொல்லினர்.

"மனத்திற்குப் பிரமம் புலப்படாதோ" என்று பண்டிதர் வினவினார்கள்.

"பிரமம் மாயாதீதமாதலால், மாயாகாரியமாகிய மனத் திற்குப் புலப்படாதென்றும்" சுவாமிகள் சொல்லினர்.

ஆனால், "பிரமத்தை யெப்படி யறியலாம்" என்று பண்டிதர் வினவினார்கள்.

"ஆன்ம ஞானத்தால் அறியலாம்" என்று சுவாமிகள் சொல்லினர். பின்னர் சம்மதித்தவர்களாகப் பண்டிதர் சும்மா விருந்தார்கள்.

அதன்மேல் அங்கிருந்தவர்களிற் சிலர் நாயக்கரைப் பார்த்து, "சும்மா விருக்கப்படாது, 'தருண நேரிட்டபோதே உத்தரிக்க வேண்டும்" என்றார்கள். நாயக்கர், வழக்குப்படி "லிகிதமூலமாய் உத்தரிக்கின்றேன்" என்று சொல்லினர். அதுகேட்டு அந்தச் சபையிலுள்ளவர்களும் அதன் புறத்து நின்றவர்களும் சிறிது சிரித்தார்கள். அது பொறாமல் நாயக்கர் "இன்னும் எட்டுத் தினத்திற்குள் இவ்விடத்தில் என்னைச் சிரித்தவர்களை யெல்லாம் நான் சிரிப்பிக்கின்றேன்" என்று சபதங் கூறினர்.

அதுகேட்டு அந்தச் சபையில் உணர்வுந் தயவுமுடைய வொருவர், "இதென்ன கெர்வித வார்த்தை" என்றனர்.

அதுபொறாமல் நாயக்கர் அளவிறந்த கோபாவேசத்தோடு கண்கள் சிவப்பத் தேகம் பதைப்ப வாயாற் சில பழிபாடு வார்த்தைகளைச் சொல்லிக்கொண்டே திடீரென்றெழுந்து இடி முழக்கினாற்போல் ஆரவாரித்தனர். இவருக்குச் சகாயமாய்ப் பின்வந்தவர்களும் நெருப்பில் நெய்விட்டதுபோற் கோபமூண்டு கோடித்தனர்.

அத்தருணத்தில், சுவாமிகள் நாயக்கருக்கும் மற்றவர்களுக்குங் கோபந்தணியத்தக்க நல்ல வார்த்தைகளைச் சொல்லி எழுந் தவரை மீளவுமிருக்கவைத்து, "ஐயா, நாயக்கரவர்களே கெர்வித வார்த்தையென்ற சத்தத்தின் லக்ஷியத்தை நாம் உள்ளபடி யறிந்தால் இவ்வளவு தீவிரம் நேரிடுமென்று எனக்குத் தோன்ற வில்லை. ஆயினும் போனது போக இனியாவது இச் சபையாரறிய பிரமம் மனத்திற்கு விஷயமாகாதென்று நான் தெரிவித்தபடி தாங்களும் சம்மதிக்கின்ற பக்ஷத்தில் சம்மதமென்று சொல்லிச் சும்மாவிருக்கவேண்டும், சம்மதியாத பக்ஷத்தில் பிரமாணத் தாலும், யுக்தியாலும் அனுபவத்தாலுந் தங்கள் கோட்பாட்டை நிறுத்துவீர்கள்" என்று சொல்லினர்.

நாயக்கர் "இப்போது என்னை விட்டுவிட்டால், பின்பு லிகிதமூலமாக வாதிக்கின்றேன்" என்று சொல்லினர்.

“எதிர் நின்று வாதிப்பதற்குக் கூடாமையால் லிகிதமூலமாய் வாதிப்பீர்களென்பதில் நம்பிக்கையில்லை யென்றும், லிகிதமூலமாய் வாதிப்பது தர்க்கலக்ஷண மரபல்லவென்று முன்னரே குறித்திருக்கின்றேன்” என்றுஞ் சொல்லி முடித்து அந்தச் சபையிற் சிலரை நோக்கி “பிரம்மாநுபவம் விக்கிரக ஆராதனை செய்தாலல்லது வாராதென்றும், விக்கிரகம் என்பது விசேட இடம் என்று பொருள்படுமென்றும், ஆன்மா விருப்பதற்குக் கிரகம் மனிதர் முதலிய சீவதேகங்களென்றும், பிரம்மப் பிரகாசமிருந்து வெளிப்படுவதற்கு விக்கிரகம் தேவ தேகங்களென்றும், அந்தத் தேவ தேகங்களாகிய விக்கிரகங்களில் விதிப்படி பக்தியோடு உபாசிக்கில் பிரம்மப்பிரகாசம் எளிதில் வெளிப்பட்டு அனுக்கிரகிக்கு மென்றும், அவ்வாறு விசேட இடமென்று சொல்லப்படுகின்ற விக்கிரகங்களில் பிரம்மப் பிரகாசம் வெளிப்பட்டு அனுக்கிரகித்தற்கு அடையாளம் சிலகாலத்திற்குமுன் விக்கிரகாராதனஞ் செய்த பக்தர்கள் குஷ்டம் குன்மம் முதலான தீராத வியாதிகளைத் தீர்த்தும் இறந்தவர்களை எழுப்பியும் அசாத்தியமான அநேக மகத்துவங் களைச் செய்கின்ற பக்தர்கள் சில மகத்துவங்களைச் செய்து வருகின்றார்களென்றும், பிரம்ம சமாஜத்தார் வேத சமாஜத்தார் அந்த அடையாளங்களை யுடையவர்களாகத் தோன்றவில்லை யென்றும், நாமெல்லாம் நமது பக்குவத்திற்குத் தக்கபடி விக்கிரகாரதனைசெய்து அதனால் அருளைப்பெற்று அதனால் அறிவுவிளங்கி அதனால் பிரம்ம சுகத்தை யனுபவிக்கலா மென்றும்*” சுவாமிகள் சொல்லிக் கொண்டே யெழுந்தனர்.

(நடந்த வண்ணம் உரைத்தல் முற்றிற்று.)

உருவ வழிபாடே அருவ வழிபாட்டுக்கு அடிப்படை. கடவுள் அனுபவம் விக்கிரக வழிபாட்டின் மூலமாகத்தான் ஏற்படும். படிப்படியாகவே அதைக் கடக்க வேண்டும். எனவேதான் உருவின் இயல்பும் அருவின் இயல்பும் கொண்ட (சோதியாய்த் தோன்றும் உருவமே யருவமாம்) ஜோதி வழிபாட்டை வள்ளலார் எடுத்துரைத்தார் என்பது நினைவிற் கொள்ளத்தக்கது.

## உருவ வழிபாடு: சித்தர்கள் – வள்ளலார் வேறுபடும் புள்ளி

தமிழ் சித்தர்கள், மெய்ஞானம் பெற பக்தியை ஒரு வழி முறையாகக் கொள்வதில்லை. ஏனெனில் அவர்கள் உருவ வழிபாட்டை வெளிப்படையாக எதிர்ப்பவர்கள். உருவ வழிபாட் டாளன் மூன்று தவறுகள் செய்கிறான்: உருவமில்லாத ஒன்றை உருவங்களில் வடிப்பதின் மூலமும், சொல்லிகந்த ஒன்றைப் புகழ்ந்தேத்துவதன் மூலமும், அளவிறந்த ஒன்றைக் கோயில்

களில் அமைப்பதன் மூலமும் அதை அவன் மட்டுப்படுத்து கிறான் என்பது சித்தர்கள் கருத்து. அவர்களைப் பொறுத்த வரை கடவுளைக் கோயிலில் வழிபடுவதும், புகழ்பாடுவதும், சடங்காற்றுவதும் தேவையற்றன.[9]

வள்ளலார் தான் ஒரு சித்தராக இருந்தபோதும் கூட சடங்காசாரங்களுக்கு மட்டும் எதிர்நிலையில் இருந்தாரே தவிர கடவுளைக் கோயிலில் வைத்து வழிபடுவதிலும், அவரைப் புகழ்ந்தேத்துவதிலும் பின்வாங்கவில்லை. ஏனெனில், "சாதாரண உலகில் அறிவுக்குப் புலனாகாத வாய்மைகளை ஆன்மிக நெறி நின்று காணமுடியும் என நம்புவோரே சித்தர்"[10] என்னும் சொல்லுக்கு இலக்கணமானவர் அவர். வழிபாட்டுக்குரிய பொருளும் வழிபாட்டுத் தலமும் ஆழ்ந்த அகன்ற பொருட் குறிப்புடையன. வழிபாட்டுத் தலங்களுக்குச் செல்வதும் அங்கே நிறுவப்பட்டிருக்கும் உருவங்களை வழிபடுவதும் மக்களின் நம்பிக்கை சார்ந்த ஒன்று. அந்த நம்பிக்கையைச் சீர்குலைத்து விட்டுச் சமுதாயத்தை முன்னேற்ற முடியாது. அதோடு ஒட்டியே பயணிக்க வேண்டும்.

தான் கடந்துவிட்ட ஒன்றை எல்லோரும் உடனடியாகக் கடக்க வேண்டும் என்று நினைப்பவன் உண்மையான ஞானியாக மாட்டான். ஏனெனில் அது உடனடியாகக் கைகூடாது என்பதும் அவனுக்குத் தெரியும். கண்ணன் கீதையில் சொல்கிறான்:

"... ஞானியானவன் உலக ஸாமந்யத்துக்கு ஏற்பட்ட வழியைவிட்டு வேறுவழியாய் நடந்து அடைய வேண்டிய பதவியை அடைய முடியுமேயானாலும், உலகத்தார் தன்னைப் பார்த்து, அவர்கள் நன்மை அடைவதற்கு அவச்ய மனுஷ்டிக்க வேண்டிய கர்மானுஷ்டானத்தை விட்டு விடுவார் களே என்று பயந்து உலகத்துக் கேற்பட்ட நெறியைக் கடந்து நடக்கக் கூடாது."[11]

வள்ளலாரின் புறவழிபாட்டுக் கோட்பாடு நிலையும் இதுதான். சித்தர்கள் செய்யத் தவறியதை வள்ளலார் செய்து காட்டினார்.

## ஜோதி வழிபாடு

எல்லோருக்கும் பொதுவான கோயிலாம் சத்திய ஞானசபையை நிறுவிய வள்ளலார் அதனுள் சமயம் சார்ந்த எந்த ஒரு உருவத் திருமேனிகளையும் வழிபாட்டில் வைக்க வில்லை. மாறாக "ஜோதி" வழிபாட்டை மட்டுமே புகுத்தினார். "இன்று தொடங்கி அருட்பெருஞ் ஜோதி ஆண்டவரது அருட் பெருஞ்சோதி சித்தி வெளிப்படும் வரைக்கும் ஞானசபைக்

குள்ளே தகரக் கண்ணாடி விளக்கு வைத்தல் வேண்டும்"[12] என்னும் வள்ளலாரின் வாக்கு, ஞானசபையில் ஜோதி வழி பாடு மட்டுமே புகுத்தப்பட்டது என்பதைத் தெளிவுபடுத்தும்.

இராமலிங்க அடிகளார் ஜோதிப்பொருளைப் போற்றிப் பாடியதுபோல இவருக்கு முன்போ, பின்போ தோன்றிய அருளாளரோ ஞானியரோ பாடவில்லை என்பர். திருவருட் பாவில் சுமார் 133 பதிகங்களில் 704 இடங்களில் ஜோதியாக இறைவனைப் போற்றுவது குறிக்கத்தக்கது.[13] திருவருட்பா முழு வதையும் ஆராயின் இந்த எண்ணிக்கை மாறுபடக்கூடும்.

அகன்ற சோதி, பரஞ்சோதி, சீர்சோதி, செழுஞ் சோதி, ஒளிர்சோதி, ஞானசோதி, வாமசோதி, சோமசோதி, சின்மய சோதி, மெய்ச்சோதி, சிவசோதி ... முதலியன திருவருட்பாவில் பயின்று வரும் ஜோதி தொடர்பான சில சொல்லாட்சிகள். புறநிலையில் ஒளிவடிவினனாகத் தோற்றமளிக்கும் இறைவனை, ஒளியுடன் தொடர்புடைய பெயர்களால் வள்ளலார் சுட்டிக் காட்டுவது நோக்கத்தக்கது.

## ஜோதி தத்துவம்

ஒளியின் உதவியின்றி இவ்வுலகப் பொருள்கள் ஒன்றையும் நாம் உணர்ந்து கொள்ள முடியாது. "விழித்து விழித்து இமைத் தாலும் சுடர் உதயம் இல்லையேல், விழிகள் விழித்து இளைப்ப தல்லால் விளைவொன்றும் இல்லையே" – என்பது திருவருட்பா. எனவே, இறைவன் ஜோதிமயமாய் எங்கும் வியாபித்திருக் கிறான் என்பது பெறப்படும்.

இறைவனின் திருவுருவப்படம் இல்லத்தில் ஒன்றுமில்லை யேனும் விளக்கை மட்டுமாவது ஏற்றி வைத்து வழிபடும் மரபு வழக்கமான ஒன்றுதான். "தையலார் கொண்டாடும் விளக்கீடு" என்று மாணிக்க வாசகரும், "தீபமங்களா ஜோதி நமோ நம" என்று அருணகிரியாரும் இம்மரபைச் சுட்டுகின்றனர். ஆக ஜோதிவழிபாடு நமது மரபில் நெடுங்காலமாகப் பயின்று வரும் ஒன்றுதான். ஆனால், இவ்வழிபாட்டைத் தத்துவ நெறிக்குக் கொண்டு சென்றவர் வள்ளலார். புறத்திலே விளங்கும் இறையொளி (அக்கினி ஒளி, சூரிய ஒளி, சந்திர ஒளி, நட்சத்திர ஒளி) அகத்திலும் உண்டு. அவ்வாறு உள்ளொளியாக (ஆன்மஒளி, ஜீவஒளி, மனஒளி, கண்ணொளி) விளங்கும் இறைவனைக் கண்டு தொழவேண்டும் என்பதை விளக்கவே ஞானசபையில் ஜோதிவழிபாட்டு முறையை வைத்தார். மட்டுமன்றி எல்லோருக்கும் பொதுவான இறையும் அதுவே.

"ஞானசபை என்பது ஆன்மப் பிரகாசம், அந்தப் பிரகாசத்திற் குள்ளிருக்கும் பிரகாசம் கடவுள். அந்த உள்ளொளியின் அசைவே

நடனம். இவற்றைத்தான் சித்சபை அல்லது ஞானசபை என்றும் நடராசர் என்றும் சொல்லுகிறது"[14] என்னும் வள்ளலாரின் வாக்கு, உள்ளொளி இறைவனை நமக்கு உணர்த்துகிறது.

ஒளி வழிபாட்டுத் தன்மைக்குச் சமயம் சார்ந்த ஒரு விளக்கமும் தரப்படுகிறது. அது:

"எரியும் கைவிளக்கொன்றின் சுடரை உற்று நோக்கின், சிவந்த அல்லது பொன்னிறமான வெளிச் சுடரையும் நீலநிறம் வாய்ந்த உட்சுடரையும் காண முடியும். இஃது இறையின் இயல்பெனக் கருதுவர். தீயின் தன்மை சுடுதலாம்; தீயின் நிறம் சிவப்பாகும். அத்தீயின் கண் அடங்கிய நீரின் தன்மையோ குளிர்ந்தது. அந்நீரின் நிறமோ நீலமாகும். மேலும் வன்தன்மை யுடைய தீ ஆண் தன்மையை உடையது என்றும் மென்தன்மை யுடைய நீர் பெண்தன்மையுடையது என்றும் பகுத்துரைத்துக் கொளல் வேண்டும். அதனாற்றான் வன்தன்மையும் சிவந்த நிறமும் உடையவன் சிவபிரான் என்பதும் மென் தன்மையும் நீல நிறமும் உடையவள் உமைபிராட்டி என்றும் தமிழ் நூல்கள் உரைக்கின்றன."[15]

மேற்கூறப்பட்ட சமயவழி ஜோதிவழிபாட்டிற்கு முற்றிலும் மாறுபட்டது வள்ளலாரின் ஜோதி நெறித் தத்துவம். வேறு வகையில் சொல்வதானால் சீவன் சிவனாதலே பெறற்கரிய பேறு. இவ்வரிய பேறு பெறுதல் அஞ்ஞானமாகிய இருள் சூழ்ந்த ஆன்மாவிற்கு இயலாததாகும். அது ஆணவம், கன்மம், மாயை,திரோதானம், மகாமாயை என்னும் இருளால் சூழப்பட்டுள்ளது.

இவ்விருள் முற்றிலும் நீங்கினால் மட்டுமே இறைவனைக் காணமுடியும். "அஞ்ஞான இருளை இறைவன் அருளால் பெறலாகும் அருட்சோதியின் துணைகொண்டே நீக்குதல் இயலும். இவ்வருட்சோதியே மெய்ஞ்ஞானம் அல்லது இயற்கை விளக்கம் அல்லது உண்மையறிவு எனப்படும். இவ்வுண்மை அறிவைக் கொண்டு அஞ்ஞானத்தைப் போக்குவதால் அஞ்ஞானம் இருளாகவும் மெய்ஞ்ஞானம் ஜோதியாகவும் உருவகம் செய்யப்பட்டது."[16] கருமை, நீலம், பசுமை, சிவப்பு, பொன்மை, வெண்மை, கலப்பு என ஒன்றிற் கொன்று நிற அடர்த்தி குறைந்து வரும் ஏழுதிரைகள் விலக, தூய கண்ணாடிவழியே பேரொளிப் பிழம்பை ஞானசபையில் வள்ளலார் அமைத்தது, மாயா சத்தி என்னும் திரைகள் விலகி மனம் தூய்மை பெற்றதும் உள்ளொளியாய் இறைவன் விளக்கம் தருகிறான் என்பதைப் புறத்தில் காட்டவேயாம்.

"அருள் ஒளி விளங்கிட ஆணவம் எனும் ஓர்
இருளற என்உளத்து ஏற்றிய விளக்கே"

(அகவல், 1495–96)

என்று அருட்பெருஞ்சோதி அகவலில் வள்ளலார் கூறியிருப்பதும் இதைத்தான்.

சான்றுக் குறிப்புகள்


1. திருமந்திரம், பா.எண்.2790 & 2762
2. மேற்படி, 2943
3. Sri Chandrasekharendra Saraswathi, Aspects of Our Religion, 1978, P. 57
4. சுவாமி விவேகானந்தர், வாழ்வும் வாக்கும், 2004, ப.117
5. மு. வலவன், வாழ வழிகாட்டிய வள்ளல், 1991, ப.63
6. சொ. சிங்காரவேலன், வள்ளலார் வாழ்வியல், 1987, ப. 36
7. தத்துவபோதினியில் வெளியான இக்கடிதம் 17 – 01 – 1867 இல் எழுதப்பட்டு பிப்ரவரி 15வது இதழில் வெளியானது. ஆனால் பெ.சு.மணி தனது *தமிழகத்தில் பிரம்மசமாஜம்* நூலில் இது மார்ச் 15ல் வெளிவந்ததாகத் தவறாகக் குறிப்பிட்டுள்ளார்.
8. இக்குறிப்பு 1893ல் காரணப்பட்டு ச.மு.கந்தசாமி பிள்ளையால் பதிப்பிக்கப்பட்டது.
9. T.N. Ganapathy, The Philosophy of the Tamil Siddhas, 1993, pp.19 & 69.
10. The Concise Oxford Dictionary, P.798
11. ஞானதேவரின் ஞாநேச்வரி, ப. கோதண்டராமய்யர் (மொ.ஆ), 1987, ப.101
12. திருவருட்பா உரைநடைப்பகுதி, 1978, ப.435
13. இரா. மாணிக்கவாசகம், திருவருட்பா ஆராய்ச்சி, 1985, ப. 127
14. திருவருட்பா உரைநடைப்பகுதி (உபதேசக் குறிப்புகள்), 1978, ப.249
15. மறைமலையடிகள், தமிழர் மதம், 1965, ப.135
16. இரா. மாணிக்கவாசகம், முன்சுட்டியது, ப.131

# வள்ளலாரின் வைதிக எதிர்ப்பு

வள்ளலாரின் கோட்பாட்டு மையம் என்பது உயிரிரக்கக் கோட்பாடு ஆகும். அந்த அடிப்படையில் செயல்படும் வள்ளலாரின் ஆன்மிக முறையை உற்று நோக்குங்கால் அது சடங்கு, சம்பிரதாயங்களுக்கு அடிப் படையாக உள்ள வைதிக நெறிக்கு முற்றிலும் மாறுபட் டது என்பது வெளிப்படை. ஆன்ம ஈடேற்றத்திற்குச் சடங்கு சம்பிரதாயம் முக்கியமா? அல்லது அன்பு, அருள் போன்றவை முக்கியமா? என்பதை வள்ளலார் தனக்குள் கேள்வி எழுப்பிக்கொண்டார்; தனது முன் னோடிகளான சித்தர் மரபையும் உள்வாங்கிக்கொண் டார். ஆகவே நிறுவனமயமாக்கப்பட்ட வைதிக நெறி – அதன் தொடக்கக் காலத்தில் எவ்வாறு இருந்த போதும் – வள்ளலாரது காலகட்டத்தில் வேற்றுமையை வலியுறுத்தும் ஒன்றாக இருந்ததால் அவர் அதை எதிர்க்க வேண்டிய கட்டாயத்திற்கு ஆளாகியுள்ளார் போலும்.

## வேதமும் ஆகமும்

வேதம் என்னும் வடசொல்லுக்கு நிகரான தமிழ்ச் சொல் மறை. மறை என்றால் மறைந்திருக்கும் பொருளைக் குறிப்பதாகும். மேலும் வேதம் என்னும் சொல்லுக்கு அறிதல், அறிந்தது, தெரிய வேண்டியது எனப் பல நிலைகளிலும் பொருள் கொள்ளலாம் என்பர்.

வேதவியாசர் என்பவரால் தொகுக்கப்பட்ட வேதங்கள் நான்கு வகைப்படும். அவை: 1. ரிக் 2. யஜுர் 3. சாமம் 4. அதர்வணம்.

நான்கு வேதங்களில் முதலாவதாக வைத்துப் போற்றப் படுவது ரிக் வேதமாகும். இதில் 16552 மந்திரங்கள் உள்ளன. இவை மிகப் பழமையானவை. இது, கிருஷ்ண த்வைபாயனர்

என்ற வேத வியாசரால் பயில்பவருக்குச் சொல்லிக் கொடுக்கப் பட்டது. இதைத் துதிகளின் தொகுதி எனக் கூறலாம்.

இரண்டாவதாக வைத்து எண்ணப்படுவது யஜுர் வேதம். இதில் 2,086 மந்திரங்கள் உள்ளன. இவ்வேதம் வைசம்பாயன ருக்குச் சொல்லிக் கொடுக்கப்பட்டது. வேள்வி போன்ற சடங்குகளுக்குரிய விதிமுறைகளும் அவற்றின் பயன்களும் இதில் கூறப்பட்டுள்ளன.

மூன்றாவதாக வைத்து நோக்கத்தக்கது சாம வேத மாகும். இவ்வேதத்தில் 1,875 மந்திரங்கள் உள்ளன. சாமவேதம் ஜைமினிக்குக் கற்றுத்தரப்பட்டது. இது இசையுடன் கூடியது.

நான்காவதாக வைக்கப்பட்டிருப்பது அதர்வண வேத மாகும். இவ்வேதத்தில் 5,987 மந்திரங்கள் உள்ளன. இது சுமந்திரருக்குக் கற்றுத் தரப்பட்டது. இதில் குறிப்பிட்ட முறைகளில் வினைகள் புரிந்து, மந்திரங்களின் வாயிலாகக் கெட்ட தேவதைகளை வரவழைத்துப் பிறருக்குத் தீங்கு புரியலாம்.

வேதங்கள் கர்ம காண்டம், ஞான காண்டம் என்னும் இரு பக்கங்களைக் கொண்டுள்ளது. கர்ம காண்டத்தில் மதத்தைப் பற்றியும் கடவுளைப்பற்றியும் அறியலாம். இறைவன், உலகில் உள்ள அனைத்து உயிர்களிலும் மேலாக இருந்து எல்லாவற்றை யும் ஆக்கி, காத்து, அழித்துவரும் செயல்முறைகளைக் காணலாம். உலகில் படைப்புக் காலத்திற்கு முன் மிகுந்த இயற்கையின் உண்மை நிலையைப் படம் பிடித்துக் காட்டும் நிலையில் உள்ளன. ஞான காண்டத்தில் புற உலகைப் பற்றிய ஞானம் அறியப்படுகின்றது.

வேதத்தின் அடுத்த நிலையில் வைத்து எண்ணப்படுவது ‘ஸ்மிருதிகள்’. இவை வேதத்தோடு தொடர்புடையவை; காலந் தோறும் மாறும் இயல்புடையவை.

உபநிடதங்கள் வேதங்களின் கடைசி பகுதியாகும். இதனால் உபநிடதம் வேதாந்தம் எனக் குறிப்பிடப்பட்டுள்ளது. இவ்வுலக அடிப்படைத் தத்துவங்கள் இதில் சொல்லப்பட் டுள்ளன. உபநிடதங்கள் ஆயிரக் கணக்கில் இருந்தபோதிலும் பதினேழு மட்டும் முக்கியமாகக் கருதப்படுகின்றன.[1]

ஆகமங்கள் என்பன கடவுள் வழிபாட்டுக்குரிய வழிமுறை களைக் கூறுபவை. தந்திரங்கள் மந்திரங்களுக்கு ஒத்து உடல் உறுப்புகளின் அழகுகள், பொருள்களை வைக்க வேண்டிய இடங்கள் ஆகியவைகளைக் குறிக்கும். யோகக் கிரியைகளையும் கூறும். இவற்றைச் சரியாகக் கையாளாவிட்டால் தீமைகளை உண்டாக்கும்.

## வேதாகம எதிர்ப்பு

கடவுளை உணர்ந்தவனுக்கு வேதங்களின் வழிகாட்டுதல் தேவையில்லை. நூல் ஒன்றினை ஓதி அறிவுபெற்ற ஒருவன் பிறகு அதை விட்டுவிடுவதைப் போல ஞானிகள் வேதங்களின் சாரமான செய்தியை அனுபவத்தில் அறிந்த பிறகு வேதங்களை விட்டுவிடுகின்றனர். மரபுரீதியான பழமைவாத சிந்தனைகளி லிருந்தும் செக்கு மாடுபோல ஒரே தடத்தில் இயங்கிக் கொண் டிருக்கும் அறிவு நிலைகளிலிருந்தும் மக்களை உலுக்கி வெளி யேற்றுவதற்காகவே ஞானிகளும் சித்தர்களும் வேதங்களையும், புராணங்களையும் ஏனைய சாத்திரங்களையும் எதிர்க்கின்றனர்.

"சாத்திரங்களெல்லாம் அவரவர் பிழைப்பதற்காக ஏற் படுத்திக் கொண்டவை" என்று வால்மீகரும் *(வால்மீகர் –8)*, "வேதம் ஓதுவதால் மெய்யைக் கண்டுவிட்டதாக எண்ண வேண்டாம்" என்று அகப்பேய்ச் சித்தரும் *(அகப்பேய் –90)*, "தத்துவக் குப்பையைத் தள்ளுங்கள்; வேத சாத்திரப் பொத்தலை மூடுங்கள்" என்று வாலைச்சாமியும் *(வாலைச்சாமி – 146)*, "வேர்த்து இரைப்பு வந்தபோது வேதம் வந்து உதவுமா?" என்று சிவ வாக்கியரும் *(சிவவாக்கியர்–13)* பேசுகின்றனர்.

இந்த அடிப்படையில்தான் வள்ளலாரும் வேத– சாத்திரங் களை எதிர்க்கிறார்.

> வேதநெறி ஆகமத்தின் நெறிபவு ராணங்கள்
> விளம்புநெறி இதிகாசம் விதித்தநெறி முழுவதும்
> ஓதுகின்ற சூதனைத்தும் உளவனைத்தும் காட்டி
> உள்ளதனை உள்ளபடி உணர உணர்த்தினையே
> (திரு. 3767)

என்பது வள்ளலாரின் கூற்று. வேதம், ஆகமம், புராணங்கள், இதிகாசம் ஆகியவற்றில் சொல்லப்பட்டிருக்கும் விடயங்கள் "சூது" என்று அவர் கூறுவது ஆழ்ந்து நோக்கத்தக்கது. இதனை இன்னும் தெளிவாகவே தமது பேருபதேசத்தில் அவர் கூறுகிறார். அது:

> நாம் முன் பார்த்தும் கேட்டும் லக்ஷியம் வைத்துக் கொண் டிருந்த வேதம், ஆகமம், புராணம், இதிகாசம் முதலிய கலைகள் எதனினும் லக்ஷியம் வைக்க வேண்டா. ஏனென் றால், அவைகளில் ஒன்றிலாவது குழூஉக்குறி யன்றித் தெய்வத்தை இன்னது என்றும் தெய்வத்தினுடைய உண்மை இன்னதென்றும் கொஞ்சமேனும் புறங்கவியச் சொல்லாமல் மண்ணைப் போட்டு மறைத்து விட்டார்கள்.[2]

வேதாகமம் முதலிய கலைகளில் லக்ஷியம் வைக்க வேண்டா மென்று வள்ளலார் கூறியதற்கு முக்கியக் காரணம், அவற்றில்

குழூஉக்குறியாகிய மறைபொருள்கள் மிகுதியாகவும் தெய்வத்தின் உண்மைத் தன்மையைக் கூறாததுவுமேயாகும்.

> வேதாகமங்கள் என்று வீண்வாதம் ஆடுகின்றீர்
> வேதாகமத்தின் விளைவறியீர் – சூதாகச்
> சொன்னஅலால் உண்மைவெளி தோன்ற உரைத்திலை
> என்ன பயனோ இவை (திரு.5516)

> சாத்திரங்கள் எல்லாம் தடுமாற்றம் சொல்வதன்றி
> நேத்திரங்கள் போற்காட்ட நேராவே (திரு. 5515)

என்னும் அருட்பாக்களையும் இத்துடன் இணைத்துப் பார்ப்பது அவசியம்.

வள்ளலார் இவற்றையெல்லாம் ஏதோ போகிற போக்கில் கூறினாரில்லை. அவற்றை நன்கு ஆய்ந்த பிறகே இம்முடிவுக்கு வருகிறார். இதற்குப் பின்வரும் அவரது கூற்று சான்று பகருகிறது.

> வேதம் பதி லக்ஷணத்தை விளக்கும். ஆகமம் பசு லக்ஷணத்தை விளக்கும். புராணம் பாச லக்ஷணத்தை விளக்கும். இதிகாசம் பத்தியை விளக்கும். ஸ்மிருதி கர்மத்தை விளக்கும். மேலும் வேதம் பதி பசு பாசத்தைச் சொல்லும். அதுபோல் ஆகமமும் சொல்லும். வேதம் என்பது நான்கு மகாவாக்கியந்தான். மற்றவை அங்க உபாங்கசாங்க பிராத்தியாங்கங்கள். இவைகள் யாவும் மனமடங்கும் துவாரமாம்.[3]

மேற்கண்ட சான்றினால் வேதம், பதியாகிய இறைவன், பாசமாகிய மாயை, பசுவாகிய உயிர் ஆகியவற்றை விளக்குவது என்றும் அவை இறைதத்துவத்தின் விளக்கங்களே என்றும் கொள்ளலாம்.[4]

வள்ளலாரின் ஆய்வுக்கு மேலும் ஒரு சான்றைக் காண்போம். வேதாரண்யம் என்னும் ஊர்ப்பெயரிலும் தத்துவக் கருத்து அடங்கியுள்ளதாக வள்ளலார் குறிப்பிடுகிறார். அது பின்வருமாறு:

> வேதாரணியத்தில் கதவு திறக்கப்பட்டதும் மூடப்பட்டதும் யாதெனில், வேதப்பொருளை மறைத்ததும் திறந்ததும் எனக் கொள்க. உண்மையை விளக்கியது திறந்தது; மறைத்தது மூடியது.[5]

ஒரு நல்ல வழிகாட்டி எப்போதும் பயிற்சியையும் பட்டறிவையுமே வலியுறுத்துவான். முதிர்ச்சியற்ற வழிகாட்டி சாத்திரங்களில் சொல்லப்பட்டிருக்கும் சூத்திரங்களை ஒப்பித்துக் கொண்டிருப்பான். அந்த வகையில் வள்ளலார் மிகச்சிறந்த வழிகாட்டியாவார். எனவேதான், "கலைஉரைத்த கற்பனையை

நிலையெனக் கொண்டாடும் கண்மூடி வழக்கமெல்லாம் மண்மூடிப் போக" என்று சாபமிட்டார், அவர்.

## வேதாகம எதிர்ப்பு - மறுப்பு

வேதாகமங்களில், ஊன்றிய வேதாகமம், உலகறி வேதாகமம் என்று இரு வேதாகமங்கள் இருப்பதாகவும், அவற்றில் உலகறி வேதாகமம் பொய், அவற்றைத் தள்ளிவிடு; ஊன்றிய வேதாக மத்தை மட்டும் உணர்ந்துகொள் என்று இறைவன் வள்ளலாருக்கு அறிவித்தான் என்பார் ம.பொ.சி. வேதப்பற்று விடாத கூற்றாகவே இது தெரிகிறது. இதற்குப் பின்வரும் சான்றை அவர் காட்டுகிறார்.

அடிகளார் கூறிய 'சன்மார்க்க சங்கம்' என்ற பெயரின் பொருள் – 'அகிலமாம் சகோதரத்துவ மூலக் கருத்தை உலகில் நிலைநாட்டி வேதத்தின் சத்திய போதனைகளைப் பரப்பச் செய்யும் சங்கம்' என்று அடிகளாரின் தலைமை மாணக்கராகிய தொழுவூர் வேலாயுத முதலியார் உரைக் கிறார். அருட்பெருஞ் சோதி அகவலில் "ஆகம முடிமேல் ஆரண முடிமேல் ஆக நின்றோங்கிய அருட்பெருஞ்சோதி" என்றும் "வேதாகமங்களின் விளைவுகட்கெல்லாம் ஆதாரமாஞ் சபை அருட்பெருஞ் சோதி" என்றும் பாடி வேத தருமங்கள் தமக்குள்ள பற்றுதலை வெளிப்படுத்தி யுள்ளார்.[6]

வள்ளலாரின் இந்தப் பற்று ஒருகால் தொடக்கத்தில் இருந்திருக்கலாம். ஆனால் காலம் செல்லச் செல்ல அவர் வழி தனிவழியாகவே இருந்துள்ளது. வேதங்கள்மீது அவருக்குப் பற்று இருந்தது எனச் சப்பைக்கட்டு கட்டினால் "வேதாகமம், புராணம், இதிகாசம் இவை இந்திரசாலங்கள்" என்று அவர் எழுதியமைக்கு என்ன காரணம் கூற முடியும்?

வேத சாத்திரங்களின் விதிமுறைகளுக்கு அப்பாற்பட்ட ஞானம் கைவரப் பெற்றவர்கள் ஞானிகள். அங்கு அவர்கள் வேதங்களுக்கும் அப்பால் சென்று விடுகிறார்கள். பூசனைகளுக்கு அப்பால் கடந்துவிட்ட "அதனை" ஒருவன் உணர்ந்து விட்ட பிறகு ஆன்மிகக் கல்வியாலும் சாஸ்திரங்களாலும் என்ன பயன் என்று திருமூலர் கேட்கும்,

நுணங்கு கல்வியும் நூல்களும் என்செயும்
வணங்க வேண்டா வடிவை அறிந்தபின்
(திருமந்திரம், 3052)

என்னும் கேள்வி இத்துடன் ஒப்பிட்டறியத் தக்கது. அதாவது உலகறி வேதாகமத்தைப் பொய்யெனக் கண்டுணர்வதற்கு ஊன்றிய வேதாகமமான இறையருள் கைவரப்பெற்றவர் வள்ளலார் எனக் கொள்ளலாம்.

> ஞானம் ஆகி நின்றதோர் நாதனை அறிந்தபின்
> ஞானம் அல்லது இல்லை வேறுநாம் உரைத்தது
> உண்மையே
> (சிவவாக்கியர், 454)

என்று சிவவாக்கியர் கூறுவதும் இந்த அர்த்தத்தில்தான்.

வேதங்களிலும் சமயமொழிகளிலும் வெளிப்படும் உண்மை நீரில் மிதக்கும் நிலவொளியைப் போன்றது. வேதங்கள் குறிக்கோளைக் காட்டுவது உண்மைதான். ஆனால் அவற்றுக்குள் அது அடங்கி விடவில்லை. வேதங்கள் முக்தியாகிய நிலவைச் சுட்டிக்காட்டும் சுட்டுவிரலைப் போன்றது. ஆனால் அந்தச் சுட்டுவிரலே முக்தியாகிவிடும் என்று நினைப்பது மிகவும் பரிதாபம்.

## புராணங்களின் உண்மை

வேதங்களை மறுத்தொதுக்கியதுபோலவே, புராணங்களையும் வள்ளலார் புறந்தள்ளுகிறார். அவற்றின் உண்மை நிலையை அவர் தோலுரித்துக் காட்டுவது வருமாறு:[7]

பெரிய புராணத்தில் குறித்த 63 நாயன்மார்களும் தத்துவங்களே யொழிய வேறல்ல. அதை அதை விசாரித்து அநுஷ்டித்தால், அது அது ஒவ்வொரு சித்தியைக் கொடுக்கும். கணபதி சுப்பிரமணிய சுவாமிகளும் தத்துவங்களே தவிர வேறல்ல. புராணங்களின் இருதய மெல்லாம் தத்துவ சம்மாரமே. இதன் உண்மை சுத்த சன்மார்க்கத்தில் விவரமாய் வெளியாகும்.

1. வேதாரண்ய விவரம்: வேதாரணியத்தில் கதவு திறக்கப் பட்டதும், மூடப்பட்டதும் யாதெனில்; வேதப்பொருளை மறைத்ததும் திறந்ததும் எனக்கொள்க. உண்மையை விளக்கினது திறந்தது; மறைத்தது மூடியது.

2. சந்திர சாபம்: சந்திரனுக்கு இரண்டு தண்டனை யென்பது யாதெனில், கணபதியாகிய அவாவை உல்லங்கனம் பண்ணினதால் சண்டாளத்துவம் நேரிட்டது. சந்திரனுக்குக் கலை குறைந்ததும் சிவன் சிரசில் தரித்துக் கொண்டதும் யாதெனில்; தக்கன் என்னும் ஜீவ போதத்திற்கு, பெண்கள் என்னும் உபகரணங்கள் 27. இவற்றை மனமாகிய சந்திரனுக்குக் கல்யாணம் என்னும் செயற்கையைச் செய்து சமமாகப் பார்க்கும்படி தக்கன் சொன்னத்தைத் தடுத்து, கிருத்திகை உரோகினியாகிய ஆசை, மோகம் இரண்டையும் பாராட்டி மற்றப் பெண்களைச் சந்திரன் அலக்ஷியம் செய்தான். செய்யவே, தக்கனது சாபத்தால் பதினாறு

கலையின் கண்ணியம் கெட்டு, ஒவ்வொன்றாய்க் குறைய பயங்கொண்டு பிரமாவாகிய பாச அறிவினிடத்துச் சொன்னான். பிரமன் தக்கனது பலத்தை எண்ணித் தன்னால் முடியாது என்று பதியாகிய சுத்த அறிவினிடத்தில் சொல்லும்படி செய்தான், அங்ஙனம் சொல்லலும் சிவமானது சந்திரனாகிய மனத்தின் வியாபாரக் கலை களை ஒடுக்கி, ஒரு கலையான சுத்த மனத்தைத் தானாகிய அறிவின் சிரம் என்னும் பிரஞ்ஞையில் தரித்து, சாபம் வீண் போகாமல் ஏறியும் குறைந்தும் இருக்கும்படி செய்தது. இப்படிச் செய்யாவிட்டால் அனுபவம் வராது.

3. தேவாமுதபான உண்மை: திருப்பாற் கடல் கடைந்து அமுத பானம் தேவர்கள் செய்யும் பொருட்டு, விஷத்தை உருத்திரர் உட்கொண்டார் என்பதற்குப் பொருள்: திருப்பாற் கடல் என்பது தேங்காய், அமுதமென்பது அதன் ஜலம், தேங்காயின் பாலிலுள்ள எண்ணெயே விஷம்; மேற்படி எண்ணெயாகிய விஷத்தைப் போக்குவது முப்பூவாகிய உருத்திரன். ஆதலால் தேங்காய்ப் பாலிலுள்ள விஷமாகிய எண்ணெயை முப்பூவால் போக்குவது ருத்திரன் விஷம் சாப்பிட்டது. மற்றக் கடல்கள் யாவும் இட்சு மது முதலிய வஸ்துக்களே. இவ்வாறு அண்டத்தினும் பிண்டத்தினும், பௌதிகத்தினும் தாதுக்களினும், ஓஷதி யினும் கடல்கள் உள. கறுப்பஞ்சாற்றுக் கடலென்பது கரும்பு, மதுக் கடலென்பது தேன்.

4. திருவிளையாடல்களின் உண்மை: குண்டோதரனுக்கு அன்னமிட்டார் என்பதற்குப் பொருள்: குண்டதோரம் என்பது துத்தநாகக் குடாக்கு, ஓதனம் என்பது அன்னம், தரன் என்பது பசியில்லாதவன். மேற்படி நாகத்தைச் சுண்ணஞ் செய்து பசியில்லாதவனுக்களிக்க விசேஷ பசியுண்டாகும். எப்படி யெனில், நாகக் கொட்டையை மைபோலாட்டி, நாகத்திற்குப் பிடிப்பித்து, சிறுபுடமாய்ப் பத்திட்டு எடுத்து நாலிலொன்று சூதஞ் சேர்த்து, வட்டாக்கிக் கருந்துளசியால் கவசித்துச் சீலைமண் செய்து, புடமிடச் சுண்ணமாம். இதுபோல் மற்ற விளையாடல் முழுமையும்.

5. மார்க்கண்ட சரித்திர உண்மை: மார்க்கண்டர்க்காக ருத்ரமூர்த்தி இடது காலால் எமனை உதைத்தற்கு ஞாயம், மார்க்கண்டர் என்பது மயக்கமாகிய மறைப்பென்னும் மரணத்தைத் தவிர்த்தது. உருத்திரர் என்பது தனித்த ஆன்ம அறிவு. எமன் என்பது மயக்கத்தைத் தரத்தக்க வெகுளி சினம் முதலியன. இடது காலால் எமனை

உதைத்தது என்பது; இடது என்பது சந்திர கலை, கால் என்பது பிராணவாயு; ஜனன மரணத்தை – உண்டு பண்ணுவது, சந்திர சூரிய கதி. ஆதலால் அஞ்ஞான பாசத்தால் சினமாகிற கூற்றுவன் கட்ட விவேகி யென்னும் மார்க்கண்டன் உருத்திரன் என்னும் ஆன்ம அறிவோடு கூடவே மேற்படி உருத்திரன் பிண்ட நஷ்டஞ் செய்கின்ற இடகலையை மேலேற்றிக் குணங்களாகிய சூலத்தால் கூற்றை யொழித்து அருளாகிய சத்துவ மயமாய் நீடிக்கச் செய்வது – எம சம்மாரம்.

6. அடிமுடி தேடல்: பிர்மா அன்னமாகவும், விஷ்ணு வராகமாகவும் உருவங் கொண்டார் என்பதன் பொருள் பாச அறிவும், பசு அறிவும் ஆம். ஒரு பொருளினைக் காணுந் தன்மையுடையது பாச அறிவு. பசு அறிவாவது– பொறி புலன்களாலே அறியப் பட்டது ஜீவ அறிவு. மலத்தில் அழுந்துவது பாசம். பகுத்தறிவது பசு. மேலும் கீழும் செல்லுதலால் பாதாளத்திலும் ஆகாசத்திலும் தேடினார் எனச் சொன்னது. மேலும் ஒவ்வொரு வஸ்துவிலும் பதி பசு பாச லட்சணம் உண்டு.

7. பிரம தண்டனை: பிரமதேவனுக்கு ஐந்து முகமாவன: ஆணவம், காமியம், மாயை, திரோதை, மாமாயை. இவற்றில் ஆணவம் என்னும் ஒரு தலை மாத்திரம் பரமசிவத்தினால் அரியப்பட்டது. பிரமதேவனது ஒரு சிரசை வெட்டும் பொருட்டுத் தோன்றின உருத்திரனுக்கு ஐந்து தலையாவன: இச்சை, ஞானம், கிரியை, ஆதி, பரை என்னும் ஐந்துமாம் இதுபோல் இராவணனது பத்துத் தலையும் அகங்காரதிகள் என அறியவும்.

8. சூரிய கலை: ஆலமரத்தடியில் சூரியனை வணங்க வேண்டியது என்பது என்னெனில், சூரிய கலையில் தியானம் முதலிய செயல்கள் எல்லாம் செய்ய வேண்டியது பற்றிச் சொன்னது.

9. பைரவர் வீரபத்திரர்: வடக்கே பைரவர் இருப்பார் என்பது யாதெனில்: நமது பாதத்தின்கண் உஷ்ண சக்தி விளங்கு வதுதான். சிரசிலே வீரபத்திரராவது இச்சாசத்தி. இதைத் தென் திசையில் வீரபத்திரர் இருப்பதாகச் சொல்லுவது.

10. வாமனாவதாரம்: காசிபர் என்பது மனம். இவரது பிள்ளையாகிய மாபலிச் சக்கரவர்த்தியாவது மனதின் மந்தம். அதில் உண்டாகிய சீதம் சாக்கிரத்திலும், சுழுத்தி யிலும் நிறைந்து நின்றது. உலகளந்த பெருமாள் ஒரு

கால் மேலும், ஒரு கால் கீழும் அளந்து ஓர் அடிக்கு இடமில்லாதிருந்தது.

11. வடுகநாதர்: வடுகநாதர் விஷ்ணுவினுடைய தோலை உரித்துப் போர்த்துக் கொண்டது யாதெனில், மனத்தில் உண்டான மந்தத்தில் தோன்றின சீதமான விஷ்ணு அகம் புறம் எங்கும் இருப்பதை அப்படி எங்கும் பரவ வொட்டாது உஷ்ண சக்தி விளங்கிச் சீத பாகத்துக்குக் கவசம் போல் உட்பக்கம் இல்லாமல் மேற்புறமாகப் பரவியிருப்பது உருத்திரனான வடுகநாதர் என்பது.

12. தக்கன் யாகம்: தக்கன் என்பது யான் எனது என்று அகங்கரிக்கும் ஜீவபோதம். தக்கன் யாகத்தை அழித்தது என்பது ஜீவ போதத்தை அழித்தது.

13. சரஸ்வதியை மூக்கறுத்தது: பிரம தேவன் பத்தினியாகிய சரஸ்வதியை மூக்கறுத்தது யாதெனில், பிரமதேவனது சிரசில் ஒரு முகமாகிய அகங்கார தத்துவத்திற்கு உபகருவி யாவது அவரது பத்தினியாகிய சரசுவதி, மேற்படி கல்வியின் முகப்பை அல்லது முகத்தலையாகிய மூக்கை அறுத்தது என்பது அடக்கியது. இல்லாவிட்டால் அபர ஞானமே யொழியப் பரஞானம் வராது.

தொடக்கக் காலத்தில் வேதங்களின்மீதும் புராணங்களின் மீதும் அளவிடமுடியாத பற்றுக் கொண்டிருந்த வள்ளலார் பிற்காலத்தில் அவற்றின் உண்மைத் தன்மைகளைத் தெளி வாகவே விளக்கியிருக்கிறார். இதுபோல் அவர் கூறிய பல விடயங்களை அவரது அன்பர்கள் எழுதிவைத்து நமக்குக் கிடைத்திருப்பின் இன்னும் பல செய்திகள் துலக்கம் பெற் றிருக்கும் என்பது உண்மை.

## சான்றுக் குறிப்புகள்


1. வீ. உண்ணாமலை, வள்ளலார் சீர்திருத்தம், 1997, பக்.43–44
2. திருவருட்பா உரைநடைப்பகுதி, (பேருபதேசம்), 1978, ப.353
3. மேற்படி, உபதேசக்குறிப்புகள், ப.281
4. அர. ஜெயசந்திரன், வள்ளலாரின் பேருபதேசம், 2002, ப.73
5. திருவருட்பா உரைநடைப்பகுதி (உபதேசக்குறிப்புகள்), 1978, ப.281

6. ம.பொ. சிவஞானம், வள்ளலார் கண்ட ஒருமைப்பாடு, 2001, ப.267

7. புராணங்களின் உண்மை குறித்த வள்ளலாரின் கருத்துகளுக்குக் காண்க: திருவருட்பா உரைநடைப்பகுதி, உபதேசக் குறிப்புகள்.

# சமரச சுத்த சன்மார்க்கம் – ஒரு பார்வை

இறைவனைக் கண்டு தெளிவதற்கு வள்ளலாரால் கண்டறியப்பட்ட மார்க்கமே 'சன்மார்க்கம்' என்பதைத் திருவருட்பாவில் உள்ள அகச்சான்றினைக் கொண்டே தெளியலாம். வள்ளலாரின் வாக்குகளான உபதேசப் பகுதிகளிலும் இதற்கான சான்று உண்டு. சன்மார்க்கம் என்னும் 'உண்மை நெறியை'க் கொண்டு உலகோரைச் சீர்படுத்தவே இறைவன் தன்னை இவ்வுலகிற்கு அனுப்பிய தாக வள்ளலார் பின்வரும் பாடல்களில் கட்டியங் கூறுகிறார்.

அகத்தே கறுத்துப் புறத்துவெளுத்
　　திருந்த உலகர் அனைவரையும்
சகத்தே திருத்திச் சன்மார்க்க
　　சங்கத் தடைவித் திடஅவரும்
இகத்தே பரத்தைப் பெற்றுமகிழ்ந்
　　திடுதற் கென்றே எனையிந்த
உகத்தே இறைவன் வருவிக்க
　　உற்றேன் அருளைப் பெற்றேனே

(திரு.5485)

என்றும்,

பன்னெறிச் சமயங்கள் மதங்கள்என் றிடும்ஓர்
　　பவநெறி இதுவரை பரவிய திதனால்
செந்நெறி அறிந்திலர் இறந்திறந் துலகோர்
　　செறிஇருள் அடைந்தனர் ஆதலின் இனிநீ
புன்னெறி தவிர்த்தொரு பொதுநெறி எனும்வான்
　　புத்தமு தருள்கின்ற சுத்தசன் மார்க்கத்
தன்னெறி செலுத்துக என்றஎன் அரசே
　　தனிநட ராசஎன் சற்குரு மணியே

(திரு.3696)

என்றும் வள்ளலார் கூறுவது உண்மையான வாழ்க்கை நன்நெறியினை அறியாது இறந்துபோகும் மனிதர்களைத் திருத்தி நல்வழிப் படுத்திடவே, சமரச சுத்த சன்மார்க்க நெறியினை வள்ளலார் உருவாக்கினார் என்பர். "மக்களை எல்லாம் ஒரு பெரிய மனுக்குலக் குடும்பமாக உருவாக்கவும் இதனை சன்மார்க்கம் என்ற ஆற்றல்மிக்க நெறியின்கீழ் கொண்டு வரவும் விரும்பினார்"[1] அவர். சமரச சன்மார்க்கம் குறித்து முன்பே சில நூல்களில் சுட்டிக்காட்டப் பட்டிருப்பினும் அது குறித்துத் தனியொரு ஆய்வினை நிகழ்த்திய பெருமை முனைவர் பா. அருள்செல்வியையே சாரும். 'சுத்த சன்மார்க்க நெறியின் தோற்றமும் வளர்ச்சியும்' என்னும் தலைப்பில் அவர், இது குறித்துத் தனது முனைவர்பட்ட ஆய்வை நிகழ்த்தினார். இனி, சுத்த சன்மார்க்க நெறியை ஒரு பருந்துப்பார்வையில் ஆய்வோம்.

## வேத சன்மார்க்கமும் சுத்த சன்மார்க்கமும்

வள்ளலார் தொடக்க நாட்களில் சமரச வேத சன்மார்க்கம் என்றே தமது கொள்கையை அழைத்தார். இதனை, தொழுவூர் வேலாயுத முதலியாரின் திருவருட்பா வரலாற்றிலும் வள்ளலார் அருளிய 'ஷடாந்த சமரச சுத்த சன்மார்க்கம்' என்னும் உபதேசத்திலும் அறியலாம். அதன் பின்னர் '**வேத**' என்னும் சொல்லை நீக்கிவிட்டு '**சுத்த**' என்னும் சொல்லைச் சேர்த்து 'சமரச சுத்த சன்மார்க்கம்' என்று தனது அனைத்து செயல்பாடுகளிலும் குறித்துள்ளார்.[2] 'வேத' என்ற சொல்லை நீக்கி 'சுத்த' என்ற சொல்லை வள்ளலார் இட்டமைக்கான காரணம் குறித்துச் சான்றேதும் இல்லை.

வள்ளலாரின் படைப்புகளில் பாடலையும் பார்க்க, உரைநடைப் பகுதியில்தான் சுத்த சன்மார்க்கத் தொடர் விளக்கம் விரிவாக அமைந்துள்ளது. இப்பகுதியைக் குறித்த தெளிவான ஆய்வு வெளிவரவில்லை. ஆய்ந்த ஆய்வாளர்கள் சிலரும் முழுநிலையில் வெளிப்படுத்த வில்லை என்பர்.

'சமரச வேத சன்மார்க்கம்' என்று தொடக்கத்தில் குறிப்பிட்ட வள்ளலார் 'ஷடாந்த சமரச சுத்த சன்மார்க்கம்' என்று பின்னாளில் பெயர்களை மாற்றுகிறார். இந்த மாற்றம் அவர் நிறுவிய சங்கத்தில்தான் முதன் முதலில் நிகழ்ந்துள்ளது[3] என்பதற்கு ஷடாந்த சமரச சுத்த சன்மார்க்கம் குறித்து அவர் அளித்துள்ள விளக்கத்திலேயே சான்று உள்ளது. கருங்குழியில் தங்கியிருந்து அவ்வப்போது தில்லைக்குச் சென்று நடராசப் பெருமானை வழிபாடு செய்து பாடிப் பணிந்து வந்த காலத்தில் தான் சன்மார்க்கம் என்ற சொல்லிற்குச் சைவ சமயத்தில் கொண்ட பொருளுடன் மேலும் சில விளக்கங்களைக் கொடுத்து

வள்ளலார் புதிய நெறியாக **ஷடாந்த சமரச சுத்த சன்மார்க்கத்தை** அறிமுகப்படுத்தினார். இதனைப் பிற்காலத்தில் சமரச சுத்த சன்மார்க்கம் என்று வழங்கியுள்ளார். பொதுநெறி, அருள்நெறி, ஒளிநெறி எனவும் வழங்குகின்றார்.

**ஷடாந்தம்**: ஷடாந்தமாவது ஆறந்தமாகும். யோகாந்தம், கலாந்தம், நாதாந்தம், போதாந்தம், வேதாந்தம், சித்தாந்தம் என்னும் ஆறு அந்தங்களைத் திருமூலர் விளக்கியிருக்கிறார் (*திருமந். பா. எண். 2370 – 2404*) இனி இதற்கான விளக்கத்தை திரு.வி.க. வழி நின்று காண்போம்.

**யோகாந்தம்**: யோகம் என்றால் ஒன்றில் உள்ளம் ஒன்றுதல், ஒன்றும் பயிற்சி முதிர முதிர அதன்வடிவில் பலதிற அகநிகழ்வுகள் தோன்றி யோக முடிவில் முதலில் கலை விளங்கும்.

**கலாந்தம்**: கலை என்பது ஒரு தத்துவம். இது ஆன்மாவின் ஆணவ மறைப்பைச் சிறிது சிறிதாக நீக்கி அறிவு விளக்கத்தை உண்டாக்கும். கலைமுடிவில் நாதம் தோன்றும்.

**நாதாந்தம்**: நாதம் என்றால் ஒலி. எல்லா ஒலிகளுக்கும் மூலமாயிருக்கும் ஓங்காரத்துள் சிவம் நாதமாயிருப்பது விளங்கும். நாதமுடிவைத் தொடர்ந்து போதம் நிற்கும்.

**போதாந்தம்**: போதம் என்பது மெய்யறிவு. ஆன்மாவிற்கு ஆணவ நீக்கமும் அறிவு விளக்கமும் கலை என்னும் தத்துவம் ஏற்படுத்தினாலும் ஆணவவேர் நாதத்துக்கும் போதத்துக்கும் இடையிலேயே அறுபடும். அது அறுபட்டபின்னரே போத நிலையில் சிவம் சோதி வடிவாகப் பொலிவுற்று ஆன்மாவிற்கு இன்ப உணர்வு பெருகும். வேதம் விளங்கும்.

**வேதாந்தம்**: போதத்தில் ஓரிடத்தே திரண்டு பொலிவுற்ற சிவசோதி வேதாந்தத்தில் எங்கும் ஒளிமயமாய் விளங்கும்.

**சித்தாந்தம்**: சித்தாந்தத்தில் யாண்டும் நீக்கமற நிறைந்தொளிரும் அருட்பெருஞ்சோதியைத் 'தான்', 'அஃது' என்னும் இரண்டற உணரும் தத்துவித நிலை உண்டாகும் என ஆறந்த அனுபவங்களை விளக்குகிறார் திரு.வி.க.[4]

**சமரசம்**: எல்லா அந்தங்களினது அந்தமும் தனக்குப் பூர்வமாக்கித் தான் உத்தரத்தில் நின்று மருவியது.

**சுத்தம்**: என்பது ஒன்று மில்லாதது. இது சன்மார்க்கம் எனும் சொல்லுக்குப் பூர்வம் (முன்னர்) வந்த நூல் சமய மத அனுபவங்களைக் கடந்தது.[5]

**சன்மார்க்கம்**: தமிழ் இலக்கிய உலகில் 'சன்மார்க்கம்' என்னும் சொல்லைத் திருமூலரே முதன் முதலில் கையாண்

டுள்ளார். (திருமந்திரம், 1477 & 87) இவரைத் தொடர்ந்து அருணந்தி சிவாசாரியர் (சிவஞானசித்தி, பா.எ. 18 – 22), அருணகிரியார் (திருப்புகழ், பா. 316), தாயுமானவர் (பா. 12) போன்றவர்கள் இச் சொல்லைக் கையாண்டுள்ளனர். சைவத்தில் இறைவனை அடைவதற்குரிய மார்க்கங்கள் நான்கினுள் (தாச, சற்புத்திர, சக, சன் – மார்க்கம்) ஒன்றாகச் சன்மார்க்கத்தைச் சுட்டுவர். அப்பர், சம்பந்தர், சுந்தரர், மாணிக்கவாசகர் ஆகிய சைவக்குரவர்கள் நால்வரும் இவ்வழிகளை மேற்கொண்டனர். வள்ளலார் இந்த ஆறு அந்தங்களுக்கும் மேலான ஒரு முடிவைக் கொண்டது தமது சன்மார்க்கம் (திரு. 5806) எனக் கூறி,

அந்தங்களின் அனுபவம் காலம் இடம் முதலிய வேறுபாடு களால் ஏறிக்குறையும். ஆதலால் ஷடாந்தமும் வியாபகமில்லாமல் வேதாந்த சித்தாந்தத்தில் நான்கு அந்தமும் வியாப்பியமா யிருக்கின்றன. வேதாந்தத்தில் – போதாந்த யோகாந்தமும், சித்தாந்தத்தில் – நாதாந்த கலாந்தமும் அடங்கியிருக்கின்றன. இந்த ஐக்கியம் பற்றி வேதாந்த சித்தாந்தமே இப்போது அனுபவத்தில் சுத்த வேதாந்த சுத்த சித்தாந்தமாய் வழங்கு கின்றன[6] என்று விளக்கியுள்ளார்.

## வள்ளலாரும் சன்மார்க்கமும்

ஞானநெறியாகிய சன்மார்க்க நெறியை விளக்க வந்தவர் மாணிக்கவாசகர் என்றால் சமரச சுத்த சன்மார்க்க நெறியை விளக்க வந்தவர் வள்ளலார். திருவருட்பாவில் முதன் முதலாக இரண்டாம் திருமுறையில்தான் சன்மார்க்கம் என்னும் சொல்லை வள்ளலார் கையாள்கிறார். "...சன்மார்க்கம் மேவும், மாண்புடைய பெருந்தவத்தோர் மகிழவாழும் தகை அறியேன்"[7] என்பது அப்பாடல். சைவ அடியார்கள் பயன்படுத்திய பொருளிலேயே இங்குச் சன்மார்க்கம் என்னும் சொல்லை வள்ளலார் கையாண்டுள்ளார். இதனைப் பின்வரும் உரைநடைப் பகுதியும் உறுதி செய்கிறது.

> சன்மார்க்கம் முதலிய மாக்கம் நான்கனுள் தலைமையில் தலைமையாகிய உத்தம சன்மார்க்கத்தினர் என்பது குறித்த தென்ப.[8]

மேற்குறித்த பொருளடிப்படையிலிருந்து முற்றிலும் விலகி, சன்மார்க்கம் என்பதன் வரையறையை வேறு வகையில் வள்ளலார் சுட்டிச் செல்வது குறிப்பிடத்தக்கது.

## சன்மார்க்கம்: வரையறை

சிவனடியில் சேர்க்கும் மார்க்கமாகிய ஞானமார்க்கம் ஒன்றே நேரில் சிவனடியில் சேர்க்கும் உரிமைபற்றிச் சன்மார்க்க

மெனப் பெற்றது. "சத்," "மார்க்கம்" என இரு சொற்கள் சேர்ந்து சன்மார்க்கமென நிற்கும். சத்மார்க்கம் என்ற வடமொழித் தொடர் சன்மார்க்கம் எனத் தமிழுருவாகி நின்றது.[9] இச்சொல் சத்துக்கு மார்க்கம் என விரிந்து சத்துப் பொருளை அடையும் மார்க்கம்[10] எனவும் பொருள் தரும்.

வள்ளலார், சன்மார்க்கம் என்னும் சொல்லின் பொருளை மூன்று இடங்களில் சுட்டுகிறார்.[11] சத்+மார்க்கம் எனப் பிரித்து சன்மார்க்கத்தை விளக்குகிறார். இதில் 'சத்' என்பதற்குத் தெளிவான விளக்கத்தை வள்ளலார் கூறவில்லை. 'மார்க்கம்' என்பது வழி அல்லது துவாரம் என்னும் பொருளில் அமைந்து 'சத்' என்னும் பொருளின் உண்மையைத் தெரிவிக்கும் மார்க்கம் என்னும் கருத்தினைத் தருகிறது. இதனை வள்ளலாரின் வார்த்தை பின்வருமாறு விளக்குகிறது.

சத்' என்பது பரிபாஷை. (அது) அனந்த தாத்பரியத்தைக் கொண்டு ஓர் மொழியானது. மார்க்கம் என்பது (யாதெனில், துவாரம்;) வழி. வழியென்பது சத்தென்னும் பொருளின் உண்மையைத் தெரிவிக்கிற மார்க்கம்.[12]

சன்மார்க்கம் என்னும் சொல்லை, நெல்லை விளைவித்தல் என்பதோடும் ஒப்பிட்டு வள்ளலார் விளக்கம் தருகிறார். அது:

நெல்லை விளைவித்தான் என்பதன் பொருள் உழுதல் தொடங்கி கிருகத்தில் சேர்த்து அனுபவிக்கிற பரியந்தம் அடங்கி யிருப்பது போல், சன்மார்க்கம் என்பது சாதாரணம் முதல் அசாதாரணம் ஈறாக அடங்கிய பொருளெனக் கொள்க.[13]

சன்மார்க்கம் என்பதை 'ஞானவழி' என்னும் அர்த்தத்திலும் வள்ளலார் கையாண்டிருப்பது குறிப்பிடத்தக்கது. "ஞானவழி என்பதும் சன்மார்க்க வழி என்பதும்"[14] எனும் ஜீவகாருண்ய ஒழுக்கப் பகுதியை நோக்குக.

ஆறந்தங்களைக் கொண்ட ஷடாந்தத்திற்கும் மேலான ஒரு முடிவைக் கொண்டது சன்மார்க்கம். வேதாந்தம், சித்தாந்தம், போதாந்தம், நாதாந்தம், யோகாந்தம், கலாந்தம் என்னும் ஆறந்தங்கள் வேதாந்தம் சித்தாந்தம் என்று இரண்டாகப் பொதுப்பட வாகுகின்றன என்பார் வள்ளலார். அதாவது வேதாந்தத்தில், போதாந்தமும் யோகாந்தமும் அடங்கும். சித்தாந்தத்தில், நாதாந்தமும் கலாந்தமும் அடங்கும். எனவே தான், இவ்விரு பிரிவுகளையும் கடந்த மேலான ஒரு முடிவு களைக் கொண்டதாய், வள்ளலார் சன்மார்க்கம் எனப் பெயரிட்டார்போலும். அத்துடன் சன்மார்க்கமே என்றும் நிலைபெற்ற நெறியெனவும் கொள்கின்றார்.

## சன்மார்க்கத்தின் பிரிவுகள்

சன்மார்க்க நெறியினை வள்ளலார் மூன்று பிரிவுகளாகப் பிரிக்கிறார். அவை: சமய சன்மார்க்கம், மத சன்மார்க்கம், சுத்த சன்மார்க்கம். இவற்றுள் சமய, மத சன்மார்க்கங்களுள் மேலானது சுத்த சன்மார்க்கம் என்பது அவரது நிலைப்பாடு.

## சமய சன்மார்க்கம்

இது சத்துவ குண சம்பந்தமுடையது. சத்துவ சம்பந்தமுடைய மார்க்கம் யாதெனில், சத்போதம், சத்கர்மம், சத்சங்கம், சத்காலம், சத்விசாரம், சற்சனம், சற்செய்கை முதலியனவாகும். இதன் இயல்பு கொல்லாமை, பொறுமை, சாந்தம், அடக்கம், இந்திரிய நிக்கிரகம் ஆன்ம இயற்கை குணமாகிய ஜீவகாருண்யம் என்று தெளிவான விளக்கத்தினை சமய சன்மார்க்கத்திற்குத் தருகிறார்.[15]

## மத சன்மார்க்கம்

மத சன்மார்க்கம் குறித்து வள்ளலாரின் அறிவுரைகளில் பின்வருமாறு காணமுடிகிறது: "இதன் முதல் விளைவு தன்னடிமையாகப் பலரையும் எண்ணல், இரண்டாவதாகத் தன் மகனாக எண்ணல், மூன்றாவது தன் நண்பனைப்போல எண்ணல், நான்காவது தன்னைப்போல எண்ணல். இதுவே ஜீவநியாயம். இவ்வாறேதான் கடவுளுக்கு அடிமையாதல், புத்திரனாதல், நண்பனாதல், கடவுளே தானாதல்" இதுவே மத சன்மார்க்கத்தின் முடிவாகக் கூறப்பட்டுள்ளது.[16]

## சுத்த சன்மார்க்கம்

முன் சுட்டியவாறு சுத்தம், சன்மார்க்கம் இவற்றின் பொருள்களை இணைத்தே 'சுத்த சன்மார்க்கத்'தின் உண்மைப் பொருளை அறிய இயலும். இதற்குச் சமய மதங்களைக் கடந்த நன்னெறி என்னும் பொருளைக் கூறலாம்.[17] வள்ளலார் கண்ட சமரச சுத்த சன்மார்க்கம் ஒரு நெறியே. அது ஒரு சமயமோ மதமோ அன்று என்பதனை "சமரச சுத்த சன்மார்க்கத்தை ஏனைய மதங்களோடு இன்னொரு மதம் என்று எண்ணுவதற்கில்லை. மதங்களற்ற மானிட சமுதாயத்தைப் படைப்பதற்கான இயக்கமென்றே கொள்ளவேண்டும். அதனாற்றான், சன்மார்க்கம் என்னும் புனித வாசகமே போதுமானதாக விருக்க, 'சமரச சுத்த' என்னும் அடை மொழியையும் சேர்த்தார் திருவருட்பிரகாச வள்ளலார்"[18] என்று ம.பொ.சி. குறிப்பிடுவது கருதத்தக்கது.

## சுத்த சன்மார்க்கத்தார் பின்பற்றவேண்டிய நெறிமுறைகள்

சுத்த சன்மார்க்கத்தைக் கடைப்பிடித்து அதன் பயனை அடைய விழைவோர்க்கெனச் சில வழிமுறைகளை வகுத்தளித்தார்

வள்ளலார். இதனைத் தனிமனிதன் தன்னளவில் கடைப்பிடிக்க வேண்டியவை, சமுதாய அளவில் கடைப்பிடிக்க வேண்டியவை என்னும் இரு நிலைகளில் ஆராயலாம் என்பர். மேற்சுட்டிய நெறிகளைக் கைக்கொள்வோரைச் சாதகர், சாத்தியர் என்னும் இரு பிரிவுகளில் அடக்குவார் வள்ளலார். சாதகர் என்போர் சுத்த சன்மார்க்க நெறிமுறைகளைப் பயிற்சி செய்பவராகவும் – சாத்தியர் என்போர் சன்மார்க்க நெறிகளைக் கடைப்பிடித்து, அதன் பயனை அடைந்தோராகவும் கொள்ளலாம். திருவருட்பா வில் இது குறித்துக் குறிப்புகள் ஏதும் இல்லை. ஆனால் உரைநடைப் பகுதியில்[19] ஒரு சில இடங்களில் உண்டு.

**தனிமனிதன் தன்னளவில் கடைப்பிடிக்க வேண்டியவை:**

சுத்த சன்மார்க்க நெறியைக் கடைப்பிடிக்கும் ஒருவன் தன்னளவிற் கடைப்பிடிக்க வேண்டியவை எவை என்று வள்ளலார் பின்வருமாறு பட்டியலிடுகிறார்.

1. சமய மதங்களில் நம்பிக்கை கொண்டு அவற்றைக் கண்மூடித் தனமாகப் பின்பற்றாமை.
2. இறைவன் ஒருவன் என்பதை ஏற்று அவனை ஒளிவடிவில் வழிபடல்.
3. இந்திரிய ஒழுக்கம், கரண ஒழுக்கம், ஜீவஒழுக்கம், ஆன்ம ஒழுக்கம் முதலிய ஒழுக்கங்களைக் கடைப்பிடித்தல்.
4. மனைவியை இழந்தோர் மறுமணம் புரியாமை.
5. கணவனை இழந்த பெண்கள் தாலியைக் கழற்றாமல் அணிந்து கொள்ளல்.
6. அணிகலன்களை அணியாமை.

**தனிமனிதன் சமுதாய அளவில் கடைப்பிடிக்க வேண்டியவை:**

1. உயிர் இரக்கம்.
2. ஆன்மநேய ஒருமைப்பாட்டு உணர்வை வளர்த்தல்.
3. இறந்தவர்களை எரிக்காது புதைத்தல்.
4. பெண்களை ஆண்களுக்குச் சமமாகப் பாவித்தல்.

**சுத்த சன்மார்க்கம்: நோக்கமும் பயனும்**

சுத்த சன்மார்க்கத்தின் முக்கிய நோக்கம் "மரணமிலாப் பெருவாழ்வு" ஆகும். சன்மார்க்கத்தின் முடிந்த முடிவாகவும் இறுதிப்பேறாகவும் வள்ளலார் கொள்வதும் அதைத்தான். இதனை, "சன்மார்க்கத்தின் முடிவு சாகாக்கல்வியைத்

தெரிவிப்பதே அன்றி வேறில்லை. சாகின்றவன் சன்மார்க்க நிலையைப் பெற்றவன் அல்லன். சாகாதவனே சன்மார்க்கி"[20] என்னும் வள்ளலாரின் வாக்கு உணர்த்திச் செல்கிறது. மேலும், ஆண்டவர் சோதிக்கின்றார் என்பது பிணி, மூப்பு, பசி முதலியவற்றால் வருந்தச் செய்விப்பதல்ல, மரணமடையச் செய்விப்பதே[21] என மரணம் தவிர்த்து வாழ்தலே சிறப்பு என்பதை நிலைநாட்டுகிறார். மேலும், என்மார்க்கம் இறப் பொழிக்கும் சன்மார்க்கம்[22] என்று கூறும்போது சன்மார்க்கத்தின் பயன் இறப்பை ஒழிப்பதே என்பதைப் புலப்படுத்துகிறார்.

வள்ளலாருக்கு முன், சங்ககாலந்தொட்டுத் தாயுமானவர் காலம்வரை மரணம் தவிர்த்தல் குறித்து ஆங்காங்கே சிறு குறிப்புகள் காணப்படுகின்றன.[23] எனினும் 'மரணமிலாப் பெருவாழ்வு' என்னும் சொல்லை முதன்முதலில் கையாண்டவர் வள்ளலாரே. அதனை மக்களிடம் உணர்த்தியவரும் அவரே. சித்தர்கள் மரபில் இக்கோட்பாடு காணப்பட்டாலும் அவர்களை விட இதனை அழுத்தமாக வலியுறுத்தியவர்[24] வள்ளலாரே.

## சான்றுக் குறிப்புகள்

1. T.V. Govindarajulu Chetty, Sri Chidambaram Ramalingaswami - His Life Mission and Studies, 1935, P.62

2. திருவருட்பா உரைநடைப்பகுதி (ஞானசபை விளக்க விபவ பத்திரிகை), 1978, ப.435

3. மேற்படி, 1978, ப.301

4. திரு.வி.க., இராமலிங்க சுவாமிகள் திருவுள்ளம், 1994, பக்.18-40

5. சமரசம், சுத்தம் ஆகியவற்றின் விளக்கங்களுக்கு வள்ளலா ரின் உபதேசக்குறிப்புகள் – 'ஷடாந்த சமரச சன்மார்க்கம்' பகுதியைக் காண்க.

6. திருவருட்பா உரைநடைப்பகுதி, 1978, ப.298

7. ஊரன் அடிகள் (ப.ஆ), திருவருட்பா, 1972, பா.எண்.85:7

8. திருவருட்பா உரைநடைப்பகுதி, 1978, ப.96

9. சாமி. சிதம்பரனார், வடலூரார் வாய்மொழி, 1959, ப.25

10. வி.ப. காந்திமதிநாத பிள்ளை, சன்மார்க்கம், சைவக்கலை, ப.88

11. ஜீவகாருண்ய ஒழுக்கம் & ஷடாந்த சமரச சுத்த சன்மார்க்கம் ஆகிய இருபகுதிகளில் இச்சொல்லுக்கான பொருள் காணப்படுகிறது. காண்க: திருவருட்பா உரைநடைப்பகுதி, 1978, பக்.52 & 300.

12. திருவருட்பா உரைநடைப்பகுதி, 1978, ப.301

13. மேற்படி, ப.300

14. மேற்படி (ஜீவகாருண்ய ஒழுக்கம்), ப.52

15. திருவருட்பா உரைநடைப்பகுதி, 1978, ப.302

16. மேற்படி, பக்.302 – 303

17. ந.கந்தசாமி மற்றும் பலர் (தொ.ஆ.), மேடையில் வீசிய மெல்லிய பூங்காற்று, 2001, ப.37

18. ம.பொ. சிவஞானம், வள்ளலார் கண்ட ஒருமைப்பாடு, 2001, ப.161

19. திருவருட்பா உரைநடைப்பகுதியில் *தாயுமானசுவாமி, ஞானசித்தியும் ஒளிநிலையும்* ஆகிய உபதேசக் குறிப்புகளைக் காண்க.

20. திருவருட்பா உரைநடைப்பகுதி, 1978, ப.307

21. மேற்படி, ப.297

22. ஊரன் அடிகள் (ப.ஆ.), திருவருட்பா, 1972, பதிகம் –34, பா.எண்.26

23. இது குறித்த விளக்கத்திற்குக் காண்க: ஊரன் அடிகளின் வள்ளலார் மறைந்தது எப்படி (1976), உமாகாந்தன் எழுதிய சாகாக்கலை முதலிய நூல்கள்

24. M. Shanmugam, Saiva siddhanta and the Social Philosophy of Saint Ramalingam, 1978, P.229

# பசிப்பிணி போக்கிய மருத்துவன்

பிரித்தானிய – கிழக்கிந்திய கம்பெனி இந்தியாவில் காலூன்றி ஆட்சி அதிகாரத்தைக் கைப்பற்றிய பத்தொன்பதாம் நூற்றாண்டை இந்தியாவின் பஞ்ச நூற்றாண்டு என்று வரலாற்று ஆசிரியர்கள் கூறுவர். ஏனெனில் இந்த நூற்றாண்டின் முன் பின் காலங்களில் ஏறத்தாழ முப்பது பஞ்சங்கள் ஏற்பட்டு, உயிர்கள் முடிவில்லாத துன்பங்களை எய்தின. பஞ்சத்திற்குக் காரணம் விண்ணின்று பொய்த்த மழை மட்டுமன்று; ஆங்கிலேய ஆட்சியும்தான். இந்த ஆட்சியால் இந்தியச் சமூகத்திற்கு நேர்ந்த கொடிய விளைவுகளுள் ஒன்று அடிக்கடி நிகழ்ந்த பஞ்சங்கள் என்பதை 10 – 06 – 1855இல் மார்க்ஸ் எழுதிய 'இந்தியாவில் பிரிட்டி ஆட்சி'[1] என்னும் கட்டுரையில் காணலாம்.

பஞ்சத்தின் அடிப்படைக் கூறுகளுள் பிரதானமானது பசி. "பசி என்பது ஆகாரம் பெறாமையால் வயிற்றினுட் பற்றி நின்று தேகத்தின் அகத்தும் புறத்தும் உள்ள கருவி கரணங்களின் தன்மைகளைச் சுடுதல் செய்து அறிவை மெலிவித்து ஆன்மாவை வெளிப்படுத்துவித்தற்கு முதற் காரணமாகிய விகற்ப மாயாகாரியப் பிண்டப் பகுதி நெருப்பு"[2] என்பர். பசியே மற்ற செயல்களுக்கு அடிப்படை. தொற்றுநோய், குடிபெயர்வு, மதமாற்றம், குற்றச்செயல் அதிகரிப்பு முதலியவற்றிற்கு அதுவே ஏதுவாக அமைகிறது.

பசியை, உள்நின்று உடற்றும் பசி (குறள்.13), நல்குரவாகிய வறுமை நெருப்பைவிடக் கொடுமையானது. (குறள்.1049) என்று திருக்குறளும் – அரும்பசி, பெரும்பசி, இரும்பசி, வெம்பசி, கடும்பசி, உறுபசி, தீப்பசி, கடிபசி, யானைத்தீ நோய் என்று மணிமேகலையும் சுட்டுவது கவனிக்கத்தக்கது. ஆகவேதான் இந்தப் பசியைப் போக்கிய

செயல் வீரர்கள் பலரும் பலவிதமாகப் போற்றப்பட்டனர். போர்க்களத்தில் இரு பெரு படைகளுக்கும் சோறு போட்டுப் பசிபோக்கிய உதியஞ் சேரலாதனைப் ‘பெருஞ் சோற்று மிகுபதம் வரையாது கொடுத்தோய்’ (*புறம்.* 2) என்று முரஞ்சியூர் முடிநாகராயர் குறிப்பிடுகிறார். உடற்பிணியைப் போக்கிய மருத்துவனைக் காட்டிலும் பசிப்பிணி போக்கிய மருத்துவன் உயர்ந்தவன் என்பதால்தான் சிறுகுடிக் கிழான் பண்ணனைப் ‘பசிப்பிணி மருத்துவன்’ (*புறம்.* 173) என்று சோழன் கிள்ளிவளவன் பாடுகிறான். இனி, இப்பசியை வள்ளலாரின் வழி நின்று ஆய்வோம்.

## ஒழுக்கத்தை அழிக்கும் பசி

பசி நீக்கலை ஒரு பேரறமாகப் பாவிக்கக் காரணம், சமூக ஒழுங்கிலிருந்து ஒருவன் வழுவுவதற்கு அது தலையாய காரணமாக இருப்பதுதான். எனவேதான் திருவள்ளுவர் அதனை ‘அற்றார் அழிபசி’ (குறள் .226) என்கிறார். அழிபசி எனில் அது எவற்றை எல்லாம் அழிக்கும்? என்பதை,

குடிப்பிறப் பழிக்கும் விழுப்பங் கொல்லும்
பிடித்த கல்விப் பெரும்புணை விடூஉம்
நாணணி களையும் மாணெழில் சிதைக்கும்
பூண்முலை மாதரொடு புறங்கடை நிறுத்தும்
பசிப்பிணி என்னும் பாவி (மணிமேகலை, 11:76–80)

என்று மணிமேகலை பட்டியலிட்டுக் காட்டுகிறது. மேலும் பசித்துன்பம் தாங்காது நாயின் புலாலைத் தின்ன முயன்ற அந்தணன் ஒருவனைப் பற்றியும் அது சுட்டுகிறது. ‘பசிவந்திட பத்தும் பறந்து போம்’ (நல்வழி.26) என்று ஔவையார் கூறியதையும் இத்துடன் இணைத்துப் பார்க்கலாம்.

‘அழிபசி’ என்னும் சொல் எவற்றையெல்லாம் அழிக்கும் என்பதை மணிமேகலையும், நல்வழியும் எடுத்துக் கூறியபோதிலும் ஜீவகாருணிய ஒழுக்கத்தில் வள்ளலார் கூறியுள்ள வியாக்கியானம் இன்னும் நுணுக்கமானது. அவர் கூறுவது வருமாறு[3]:

1. பசியினால் துன்பம் நேரிட்டபோது மனவெழுச்சியால் அத்துன்பத்தைச் சகித்துக்கொள்ளக் கூடாது. சகிக்கத் தொடங்கில் உயிரிழந்து விடுவார்கள் – இது உயிர் அழிவு.
2. பசி நேரிட்டபோது, பெற்றவர்கள் பிள்ளைகளை விற்றும் பிள்ளைகள் பெற்றவர்களை விற்றும் மனைவியைப் புருடன் விற்றும் புருடனை மனைவி விற்றும் அந்தப் பசியினால் வருந்துன்பத்தை மாற்றிக்

கொள்ளத் துணிவார்கள் என்றால் அந்நியமாகிய வீடுபாடு, நிலம், உடைமை முதலியவைகளை விற்றுப் பசியை நீக்கிக் கொள்வார்கள் என்பது சொல்ல வேண்டுவதில்லை – இவை உரிமை அழிவும் உடைமை அழிவும்.

3. உலகம் முழுவதும் ஆளுகின்ற சக்கரவர்த்தியாகிய அரசனும் பசிநேரிட்டபோது, தனது அதிகார உயர்ச்சி முழுதும் விட்டுத் தாழ்ந்த வார்த்தைகளால், பசி நேரிட்டது; என்ன செய்வது என்று அருகிலிருக்கின்ற அமைச்சர்களிடத்துக் குறை சொல்லுகின்றான் – இது பதவிப் பெருமித அழிவு.

4. பகைவரால் எறியப்பட்டு மார்பிலுருவிய பாணத்தை யும் கையாற் பிடித்துக் கொண்டு எதிரிட்ட பகைவரை யெல்லாம் அஞ்சாது ஒரு நிமிஷத்தில் வெல்லத்தக்க சுத்த வீரரும், பசி நேரிட்டபோது சௌகரியத்தை இழந்து, பசிக்கு அஞ்சிப் பக்கத்தில் நிற்கின்றவரைப் பார்த்து இளைப்பு வருமே! சண்டை எப்படிச் செய்வது என்று முறையிடுகின்றார்கள் – இது பேராண்மை அழிவு.

5. இவ்வுலக போகங்களோடு இந்திரலோக முதலிய போகங்களையும் துரும்பாக வெறுத்து முற்றுந் துறந்து அறிவை அறிந்து அனுபவம் விளங்கிய ஞானிகளும் இந்திரியங்களை அடக்கி மனோலயஞ் செய்து உண்மை நிட்டையிலிருக்கின்ற யோகிகளும் இறந் தோரையும் எழுப்பத்தக்க அளவிறந்த மகத்துவங்கள் விளங்கிய சித்தர்களும் முனிவர்களும் தவசிகளும் பசி நேரிட்டபோது தங்கள் தங்கள் அனுபவ லட்சியங் களை விட்டு அடுத்த ஊரை நோக்கிப் பலிக்கு வருகிறார்கள்; நிலை கலங்குகிறார்கள் – இவை ஞான யோக தவ சித்து அழிவுகள்.

6. சொற்பனத்தில் ஓர் இழிவுவரினும் அது குறித்து உயிர்விடத்தக்க மானிகளும் பசி நேரிட்டபோது சொல்லத் தகாதவரிடத்துஞ் சொல்லி மானங் குலைக் கின்றார்கள் – இது மான அழிவு.

7. சாதி சமய ஆசாரங்களில் அழுத்தமுடைய ஆசாரியர் களும் பசி வந்தபோது ஆசாரத்தை மறந்து ஆகாரத் திற்கு எதிர்பார்க்கின்றார்கள் – இது ஒழுக்க அழிவு.

8. கல்வி கேள்விகளில் நிரம்பி அதற்குரிய நுட்பங்களை யறிந்து, செய்வதற்கரிய செய்கைகளைச் செய்து முடிக்க

வல்லவர்களும் பசிநேரிட்டபோது, அறிவுங் கருத்தும் அழிந்து தடுமாறுகின்றார்கள் – இது கல்வி அழிவு.

9. இராப்பகல் தோன்றாது புணர்ச்சி இன்பத்திற் பொங்கு கின்ற காமிகளும் பசி நேரிட்டபோது, புணர்ச்சியை மறந்து காமத்தைக் கசந்து கலங்குகின்றார்கள் – இது போக அழிவு.

10. நாமே பெரியவர்; நமக்குமேற் பெரியவரில்லை என்று இறுமாப்படைகின்ற அகங்காரிகளும் பசிநேரிட்ட போது அகங்காரங் குலைந்து ஆகாரங் கொடுப்பாரைப் பெரியவராகப் புகழ்கின்றார்கள் – இது செருக்கு அழிவு.

11. ஒருவகை காரியங்களில் அநேக வகைகளாக உபசரிக்கச் செய்கின்ற டம்பர்களும் பசி நேரிட்டபோது டம்பத்தை இழந்து மயங்குகிறார்கள் – இது ஊதாரித்தன அழிவு.

## பசிப்பிணியும் உடலியல் ஆய்வும்

உயிர்ப் பண்புகளான அன்பு, குணம், மனம் முதலியனவும் உடலுறுப்புகளும் பசிக்கொடுமையால் அடையும் மாற்றங்களை யும் வகைப்படுத்துகிறார் வள்ளலார். அது:

ஜீவர்களுக்குப் பசி அதிகரித்த காலத்தில் ஜீவ அறிவு விளக்கமில்லாமல் மயங்குகின்றது. அது மயங்கவே அறிவுக்கு அறிவாகிய கடவுள் விளக்கம் மறைபடுகின்றது. அது மறையவே புருட தத்துவம் சோர்ந்து விடுகின்றது. அது சோரவே பிரகிருதி தத்துவம் மழுங்குகின்றது. அது மழுங்கவே குணங்களெல்லாம் பேதப்படுகின்றன. மனம் தடுமாறிச் சிதறுகின்றது. புத்தி கெடுகின்றது சித்தம் கலங்குகின்றது.[4]

உயிர்ப் பண்புகளின் மாற்றங்கள் பசியால் ஏற்படுவதைக் கூறும் வள்ளலார், பசியால் உடலுறுப்பில் ஏற்படும் மாற்றங் களைக் கூறுவது இனி வருமாறு:

வாத பித்த சிலேட்டுமங்கள் நிலைமாறுகின்றன. கண் பஞ்சடைந்து குழிந்து போகின்றது. காது கும்மென்று செவிடு படுகிறது. நா உலர்ந்து வரளுகின்றது. நாசி குழைந்து அழல் கின்றது. தோல் மெலிந்து ஸ்மரணை கெடுகின்றது. கைகால் சோர்ந்து துவளுகின்றன. வாக்குத் தொனிமாறிக் குளறுகின்றது. பற்கள் தளருகின்றன. மல சல வழி வெதும்புகின்றது. மேனி கருகுகின்றது. ரோமம் வெறிக்கின்றது. நரம்புகள் குழைந்து நைகின்றன. நாடிகள் கட்டுவிட்டுக் குழைகின்றன. எலும்புகள் கருகிப் பூட்டுகள் நெக்குவிடுகின்றன. இருதயம் வேகின்றது.

ஈரல் கரைக்கின்றது. இரத்தமும் சலமும் சுவறுகின்றன. மாமிசம் குழைந்து தன்மை கெடுகின்றது. வயிறு பகீரென்று எறிகிறது. தாப சோபங்கள் மேன்மேலும் உண்டாகின்றன. உயிரிழந்து விடுவதற்கு மிகவுஞ் சமீபித்த அடையாளங்களும் அனுபவங் களும் மேன்மேலும் தோன்றுகின்றன.[5]

பசியால் உயிர்ப் பண்புகள், உடலுறுப்புகள் ஆகியவற்றில் ஏற்படும் மாற்றங்களை வள்ளலார் வரிசைப் படுத்துவது ஒரு தேர்ந்த மருத்துவர் உடல் குறிகள், உடலியல் குறிகளைக் கூறுவதுபோல உள்ளது. மற்றோரெல்லாம் பசி இன்னதென்றும் அதைத் தீர்ப்பது பேரறம் என்றும் கூற, வள்ளலார் அதனால் ஏற்படும் உடல், மனத்துன்பங்களை விளக்கியிருக்கிறார்.[6] ஆதலால் பசியற்ற உலகம் அவருடைய கனவாயிற்று. பசி களைதல் ஒரு பேரறமாயிற்று.

வள்ளலார் பசியை ஒரு வேதனை என்றே கூறுகிறார். "நரக வேதனை, சனன வேதனை, மரண வேதனை என்கின்ற மூன்று வேதனைகளும் கூடி முடிந்த வேதனையே பசிவேதனை"[7] என்பது அவர் கூற்று. இந்த வேதனையைப் போக்க வேண்டும் என்று பல இடங்களில் அவர் வற்புறுத்துகிறார். பசியால் ஒருவன் வாடும்போது உடனே அவன் உயிர் போய்விடுவதில்லை. ஆனால் அவன் ஒழுக்கம் போய்விடும் சூழல் ஏற்படுகின்றது. எனவே ஜீவ ஒழுக்கம்பற்றிப் பேசும் வள்ளலாருக்குப் பசி நீக்கல் முதன்மையான அறமாயிற்று. ஒழுக்கமின்றி மனிதன் வாழ்வதில் பொருளில்லை.

புண்படா உடம்பும் புரைபடா மனமும்
பொய்படா ஒழுக்கமும் பொருந்தி

(திருஅருட்பா.3556)

வாழ வேண்டும் என்பது அவர் உயிர்க் குறிக்கோள். எனவே பசியை நீக்க முற்பட வேண்டும் என்று அவர் கூறியது ஆழ்ந்த உட்பொருளுடையது.

## உள் நின்று உடற்றும் பசி

அடுத்து, பசியானது உடம்பினுள் நின்று எப்படி யெல்லாம் உடற்றும் என்பதையும் வள்ளலார் பட்டியலிட்டுள்ளார்.[8] அவை:

1. பசியென்கின்ற நெருப்பானது ஏழைகள் தேகத்தினுள் பற்றி எரியும்.
2. பசியென்னும் விஷக்காற்றானது ஏழைகள் அறிவாகிய விளக்கை அவிக்கும்.

3. கடவுளியற்கை விளக்கத்திற்கு இடமாகிய ஜீவதேகங்க ளென்கின்ற ஆலயங்கள் பசியினால் பாழாகும்.

4. கடவுள் இன்பத்தைப் பெறுகின்ற நிமித்தம் தேகங்களி லிருந்து குடித்தனஞ் செய்கின்ற ஜீவரது குடும்பம் முழுவதும் பசியினால் நிலைதடுமாறி அழியும்.

5. பசி என்கின்ற புலியானது ஏழை உயிர்களைப் பாய்ந்து கொல்லத் தொடங்கும்.

6. பசியென்கிற விஷம் தலைக்கேறி ஜீவன் மயங்கும்.

7. பசியென்கிற கொடுமையாகிய தேள் வயிற்றில் புகுந்து கொட்டுகின்ற போது ஏழைகள் கடுப்பேறிக் கலங்குவர்.

8. நேற்று இராப்பகல் முழுதும் நம்மை அரைப் பங்கு கொன்று தின்ற பசியென்கிற பாபி இன்றும் வருமே! இதற்கென்ன செய்வோம்! என்று ஏழைகள் ஏக்கங் கொள்வர்.

9. வெயிலேறிப் போகின்றதே, இனிப் பசியென்கின்ற வேதனை வந்து சம்பவிக்குமே! இந்த விதிவசத்திற்கு என்ன செய்வது? என்று தேனில் விழுந்த ஈயைப்போல ஏழைகள் திகைப்பர்.

10. இருட்டிப் போகின்றதே, இனி ஆகாரங் குறித்து எங்கே போவோம்? யாரைக் கேட்போம்! என்ன செய்வோம்! என்று விசாரத்தால் அழுந்துவர்.

11. நடந்து நடந்து காலுஞ் சோர்ந்தது. கேட்டுக் கேட்டு வாயுஞ் சோர்ந்தது. நினைந்து நினைந்து மனமும் சோர்ந்தது. இனி இப் பாவி வயிற்றுக் கென்ன செய்வோம்! என்று கண்ணீர் வடிப்பர்.

12. பகற்போதும் போய்விட்டது. பசியும் வருத்துகின்றது. வேறிடங்களிற் போக வெட்கந் தடுக்கிறது. வாய் திறந்து கேட்க மனம் வலிக்கின்றது. வயிறு எரிகின்றது. உயிரை விடுவதற்கும் உபாயந் தெரியவில்லை. இவ் வுடம்பை ஏன் எடுத்தோம்! என்று மனமும் முகமும் சோர்ந்து சொல்வதற்கும் நாவெழாமல் உற்பாத சொப்பனங் கண்ட ஊமையைப் போல் மனம் மருகுகின்ற மானிகளாய் ஜீவர்கள் இருப்பர்.

13. நாம் முன் பிறப்பில் பசித்தவர்கள் பசிக்குறிப்பறிந்து பசியை நீக்கியிருந்தால் இப்பிறப்பில் நமது பசிக் குறிப்பறிந்து பசியை நீக்குவதற்குப் பிறிதொருவர் நேர்வர். அப்போது அப்படி நாம் செய்வதில்லை.

இப்போது நமக்கிப்படிச் செய்வாருமில்லை என்று விவகரித்துக் கொண்டு தூக்கம் பிடியாமல் ஏழை ஜீவர்கள் துக்கப்படுவர்.

14. தேகம் முழுவதும் நரம்புகள் தோன்றப் பசியினால் இளைத்து உயிரொடுங்கி மூர்ச்சை மூடிய காலத்தும் அயலாரைக் கேட்பது துணியாமல் கடவுளை நினைத்து நினைத்து, நெருப்பிற் படுத்து நித்திரை செய்யத் தொடங்குவார்போல், அடி வயிற்றில் கொடிய பசிநெருப்பை வைத்துப் படுக்கத் தொடங்குவர்.

15. நேற்று பட்டினி கிடந்ததுபோல் இன்றும் பட்டினி கிடப்பது எப்படி? நாம் பாலிய வசத்தால் இன்றும் பட்டினி கிடக்கத் துணிவோமாயினும் பட்டினி சகியாத நமது ஏழை மனைவி வயிற்றுக்கு யாது செய்வோம்? இவள் பசியைக் குறிப்பதும் பெரிதல்ல; வார்த்திப திசையால் மிகவுஞ் சோர்ந்த நமது தாய் தந்தையர் இன்றும் பட்டினி கிடந்தால் இறந்து விடுவார்களே! இதற்கென்ன செய்வோம்? பசியினால் அழுதழுது களைத்த நமது புத்திரர்களது சோர்ந்த முகத்தை எப்படிப் பார்ப்போம்? என்று எண்ணி எண்ணிக் கொல்லன் உலையிலூத மூண்ட நெருப்பைப் போல் பசிநெருப்பும் பயநெருப்பும் விசார நெருப்பும் உள்ளே மூண்டபடியிருக்கக் கன்னப் புடையில் கைகளை வைத்துக் கொண்டு கண்களில் நீர் கலங்க வருந்துவர்.

16. கண், கை, கால் முதலிய உறுப்புகளில் குறைவில்லாதவர் களாகி ஆகாரஞ் சம்பாதிக்கத் தக்க சக்தியுள்ளவர் களும் பசியால் வருந்தி இதோ படுத்திருக்கின்றார்கள். குருடும் செவிடும் ஊமையும் முடமுமாக இருக்கின்ற நமக்கு ஆகாரம் எந்த வழியால் கிடைக்கும்? பசி எப்படி நீங்கும் என்று தனித்தனியாய் நினைத்து நினைத்துத் துக்கப்படுவர்.

## அழிபசி தீர்த்தலே ஆன்ற பேரறம்

மானிட உடம்பைக் கோயில் எனச் சொன்னவர் திருமூலர் (ஊனுடம்பு ஆலயம்). அவ்வழியில் வள்ளலார் "கடவுளியற்கை விளக்கத்திற்கு இடமாகிய ஜீவதேகங்கள் என்கிற ஆலயங்கள் பசியினால் பாழாகுந் தருணத்தில் ஆகாரங் கொடுத்து அவ் வாலயங்களை விளக்கஞ் செய்வது ஜீவகாருண்யம்" எனப்

பேசுகிறார். அறிவை விளக்கு என்றவர் உடம்பை ஆலயம் என்கிறார். பசி விளக்கையும் அணைக்கும், ஆலயத்தையும் அழிக்கும் என்று வள்ளலார் எழுதுவது அவருடைய நெஞ்சின் உருக்கத்தைக் காட்டுகிறது.

பசி யாருக்கும் விலக்கு கிடையாது. அரசன், வீரன், ஞானி, யோகி, சித்தர், முனிவர் என்ற வேறுபாடில்லை. பேராற்றல் உடையாரையும் அது வருத்தும். பசியினால் உள்ளுறுப்புகள் கேடடையும். எல்லைகடந்து போகும்போது நலத்தை மீளவும் பெறாத அளவு கேடு ஏற்படும். 'பசியினால் மாற்றிக் கொள்ளக் கூடாத கெடுதி' என்று வள்ளலார் இதனைக் கூறுவார். இது மருத்துவ வகையில் நுட்பமான செய்தி. உள்ளுறுப்புகள் உணவின்றிப் பசியால் பழுதுபட்ட பின்னர் அவற்றைப் புதுப்பித்து, இயக்கத்தை மீட்க முடியாது என்பது இன்றைய மருத்துவ உலகம் ஏற்றுக்கொண்ட செய்தி.[9]

## பசி ஆற்றலால் கிட்டும் பரஇன்பம்

பசியால் வரும் கொடுமைகளைப் பல வகைகளில் விளக்கிய வள்ளலார் பசி நீக்கலாகிய பேரறத்தையும் விளக்குகிறார். பசித்து வருவோர் யாராயினும் அவர்க்கு உணவு தரல் வேண்டும். சாதி, தொழில், சமயமாகிய தடைகள் கூடாது. பசி நீக்கப்பெற்றவன் முகத்தில் ஏற்படும் இன்பம் வீட்டின் பத்துக்குச் சமம். அதைப் பார்க்கப் பசி தீர்த்தவன் உள்ளத்திலும் இன்பம் ஏற்படும். இதை வள்ளலாரின் பின்வரும் வரிகள் புலப்படுத்துகின்றன.

"உண்பதற்கு ஆகாரமில்லாமல் சோர்வடைந்த சீவர்களுக்குச் சீவகாருணியத்தால் ஆகாரம் கொடுக்க, உண்டு பசி நீங்கிய தருணத்தில் அந்தச் சீவர்களுக்கு அகத்தினிடத்தும் முகத்தினிடத்தும் தழைத்துப் பொங்கித் ததும்புகின்ற இன்பமும் அது கண்டபோது கொடுத்தவர்களுக்கு அகத்திலும் முகத்திலும் அவ்வாறு உண்டாகின்ற இன்பமும் ஆன்ம சகிதமாகிய கடவுள் கரணத்தில் பூரணமாகத் தோன்றுகின்றவை யாகலால் பர இன்பம் என்றறிய வேண்டும்."[10]

ஏழைகளுக்குப் பசியாற்றுவித்தலால் வரும் பர இன்பத்திற்காகவே அவர் தருமச்சாலையைத் தோற்றுவித்து அடுப்பு மூட்டினார். ஏறக்குறைய 140 ஆண்டுகளுக்கு முன்பு அவர் ஏற்றிவைத்த அடுப்பு இன்றும் அணையாது எரிந்து ஏழைகளின் பசித் தீயை அவித்துவருகிறது. ஆனால் அந்த அடுப்பு அணைவதில்தான் பெருமை உண்டு என்பர்.[11] ஏழை x பணக்காரன், உயர்ந்தவன் x தாழ்ந்தவன் என்னும் பாகுபாடு

இன்றிச் சோறுபோடுவதால் வரும் முக்தியின்பத்திற்கு – சோறு என்பதற்கே முக்தி என்று பொருள் – இந்த அடுப்பு அணைவதில் என்ன பெருமையிருக்கிறது?

பர இன்பத்தைப் பெறக்கூடியதற்குக் காரணமான பசி நீக்கலைச் செய்வோரின் புண்ணியத்துக்கு எதுவும் இணையில்லை என்றும் அவர்களைத் தெய்வத்துக்குச் சமமானவர்கள் என்றும் கூறலாம் என்பது வள்ளலார் கருத்து. அவர் இப்படி எழுதுகிறார்:

"இப்படிப்பட்ட இன்பத்தை உண்டுபண்ணுகின்ற புண்ணியத்துக்கு எந்தப் புண்ணியத்தை இணையென்று சொல்லலாம்? இந்தப் புண்ணியத்தைச் செய்கின்ற புண்ணியர்களை எந்தத் தெய்வத்துக்குச் சரியென்று சொல்லலாம்."[12]

ஒருவன் தெய்வ நிலையை அடைய யோகம், ஞானம், வழிபாடு போன்ற பக்தி நெறிகளைப் பின்பற்ற வேண்டும். வள்ளலார் இவற்றையெல்லாம் ஒன்றுசேர்த்த ஒரு எளிய வழியை எல்லோருக்கும் காட்டினார். பசி நீக்கல் இன்பத்தைத் தருகிறது. எனவே அது போகம். அப்படிச் செய்யும்போது பசித்தோனையும் அதை நீக்குவோனையும் ஒன்றுவிக்கிறது. எனவே அது யோகம். இரக்கமாகிய மக்கட் பண்பை அறிவுள்ளார்க்கு ஏற்படுத்துகிறது. எனவே அது ஞானம். சீவகாருண்யம் என்ற திறவுகோலைச் சம்பாதித்துக் கொண்டால் 'அறிவு விளங்கிய சீவர்களுக்கெல்லாம் சீவகாருண்யமே கடவுள் வழிபாடு' என்று பசி நீக்கலைப் போகம், யோகம், ஞானம், வழிபாடு என அழகாக வரிசைப் படுத்தியுள்ளார்.[13]

பசி தீர்த்தலை அறமாக, வழிபாடாகக் கருதி வலியுறுத்தியவர் சிந்தனைக்குரிய கருத்து ஒன்றையும் வலியுறுத்துகிறார். அது: "சமுசாரிகள் தமது தாய் தந்தை புணர்ந்தோர் மக்கள் துணைவர் முதலிய குடும்பத்தாரைப் பசியினால் பரிதபிக்கவிட்டு அயலார்க்குப் பசியாற்றத் தொடங்குதல் . . . கடவுளுக்குச் சம்மதமல்ல."[14]

அறம் செய்தல் சிறந்தது என்றாலும் தமது வீட்டார் பசியால் துன்புற்றிருக்க அதை ஆற்றாது, பிறர் பசியை ஆற்றுவித்தல் அறமன்று. கடவுளும் அதனை ஏற்கமாட்டார் என்பதை வள்ளலார் தெளிவுபடுத்தியுள்ளார். அதே வேளையில் குடும்பத்தாரைப் பேணியது போக அயலார் பசி தீர்க்காமல் இருப்பதும் கடவுளுக்குச் சம்மதமன்று என்பதும் அவர் வாக்கு. எல்லா உயிரையும் பொதுவாய்ப் பார்ப்பது என்பது ஒருவன் தன்னுணவைத் தந்துவிட்டுப் பட்டினி கிடப்பதன்று. உணவு கேட்பவன் தன்னைக் காட்டிலும் பசியைத் தாங்கும் ஆற்றல்

பெற்றிருப்பின் அவனுக்குத் தன்னுணவைத் தரவேண்டியதில்லை. பசிதீர்க்கும் வழியை மட்டும் காட்டுவது சாலும். பசியாற்றுவித்தல் பேரறமாயினும், அதைச் செய்யக் காரணகாரியங்களை அவர் ஆராய்வது எண்ணுதற்குரியது. பிறர் துன்பம் நீக்கத் தன்னுயிரைத் துன்புறுத்தல் அவருக்கு ஏற்புடையதாய் இல்லை. தமக்கென வாழாப் பிறர்க்குரியாளராக அவர் வாழ்ந்தபோதும் இந்தத் தெளிவைப் பெற்றிருந்தார். இரப்போர் துன்பமும் கரப்போர் கொடுமையும் குறளில் இரண்டு அதிகாரங்களில் கூறப்பட்டுள்ளன. தம்மை அவமதிக்காமல் இழிவு சொல்லாமல் ஈபவரைக் கண்டால் இரப்போர் மகிழ்வர் என்கிறார் வள்ளுவர் (குறள். 105). இரந்துண்டு வாழுமாறு தன்னைப் படைத்த இறைவன் 'பரந்து கெடுக' என்று இரப்போன் சாபமிடுவதாகவும் அவர் உருகுகிறார் (குறள். 1062). வள்ளலார் திருக்குறளில் நன்கு தோய்ந்தவர். எனவேதான்,

சீரிடுவார் பொருட்செல்வர்க் கலாமல் இத்தீனர்கட்கு இங்கே
ஆரிடுவார் பிச்சை? ஆயினும் பிச்சன் அசடன் என்றே
பேரிடுவார் வம்புப் பேச்சிடுவார்

(திரு.2337)

என்று கூறுகிறார். இரப்பாரை எள்ளி நகையாடிய செல்வர்கள் அன்றும் இருந்தனர். அவர்களை வஞ்சகர், சிறுமதியாளர், புலையர், அற்பர், கொடியர், கடையர், ஈனர் என்றெல்லாம் வள்ளலார் சற்றுக் கடுமையாகவே சாடுகிறார். கலையுணர்வும் அறிவும் உடையார்கூட ஈயார்முன் சென்று, "எமக்கும் மனைக்கும் கட்டநீ கலைதா, ஒரு மேகலைதா, உண நெல்மலைதா" என்று முறையிட்டனர். ஒரு புறம் செல்வர் வயிறார உண்ண, மறுபுறம் ஏழையர் உணவில்லாமல் வாடும் நிலை அவரை உருக்கியது. அதை எண்ணி அவராலும் உண்ண முடியவில்லை.

உள்ளலேன் உடையார் உண்ணவும் வறியார்
 உறுபசி உழந்து வெதுயரால்
வள்ளலே நெஞ்சம் வருந்தவும் படுமோ
 மற்றிதை நினைத்திடுந் தோறும்
எள்ளலேன் உள்ளம் எரிகின்றது உடம்பும்
 எரிகின்றது என்செய்வேன் அந்தோ
கொள்ளலேன் உணவும் தரிக்கிலேன்

என்ற அருட்பா, கனிவில் குழைந்த பாட்டு. பசித்தாரைக் கண்டு அவருடைய வயிற்றினுள்ளும் பசிக்கனல் எரிந்தது. அந்த உட்கனலே பசிதீர்க்கும் அறத்தைச் செய்யும் நிலைக்களனாயிற்று. எனவே அவருடைய சமுதாயப் பணி பசியுணர்விலிருந்தே தோன்றியது எனில் சாலும்[15] என்கிறார் கி. சுப்பிரமணியன்.

உலகிலிருந்து வறுமையையும் பசியையும் அறவே நீக்குவது என்பது மனிதனால் முடியாத காரியம். 'இரப்போர் இல்லாத இந்த ஞாலம் மரப்பாவைபோலச் செயற்கைத் தன்மை கொண்டு இயங்கும்' (குறள்.1058) எனக் குறள் கூறுகிறது. இரப்பாராலும் ஒரு நன்மை உண்டு. ஈகை, கொடை, ஒப்புரவு என்ற நற்பண்பு கள் அழியாமல் பேணிக்காக்க அவர்களால்தான் முடியும். இந்தக் கருத்தை யொட்டியே வள்ளலார் 'பசியும் கடவுளால் கொடுக்கப்பட்ட ஓர் உபகாரக் கருவி' என்று கூறினார். அறச் சிந்தனைக்கு இது ஓர் தூண்டுகோல் என்பதில் ஐயமில்லை. எனினும், தம்மால் முடிந்தவரை நாள்தோறும் சிலருக்கேனும் உணவிட ஏற்பாடு செய்ய அவர் எண்ணினார். அந்த எண்ணமே சத்திய தருமச்சாலையாக உருவாயிற்று.

## சமரச வேத தருமச்சாலை: தொடக்கவிழா முன்னேற்பாடு

சமரச சுத்த சன்மார்க்க சத்திய தருமச்சாலை என்று பின்னாளில் (அதாவது 18 – 7 – 1872ல்) பெயர் மாற்றம் செய்யப்பெற்ற சமரச வேத தருமச்சாலையை வள்ளலார் 23 – 05 – 1867 இல் வடலூரில் நிறுவிய போதிலும் அதற்கான வித்து அவருள்ளத்தில் நெடுங்காலமாக ஊன்றப் பட்டிருந்தது. ஜீவகாருணிய ஒழுக்கத்திற்கு அடிப்படைக் காரணியான அற்றார் அழிபசி தீர்த்தல், கொலை புலை தவிர்த்தலோடு, அக்காலப் பஞ்சச் சூழலும் தருமச்சாலையைத் தொடங்குவதற்கு உடனடி ஏதுவாயின. பல்வேறு சாதிமதங்களைச் சார்ந்த 40 பேர் தமது நிலங்களைத் தருமச்சாலை கட்டுவதற்கு இனாமாகக் கொடுத்துள்ளனர்.[16] தருமச்சாலையைத் தொடங்குவதற்கு மூன்று மாதத்திற்கு முன்பே (2 – 2 – 1867) பார்வதிபுரவாசிகள் சிலர் இனாம் பத்திரம் எழுதிக் கொடுத்துள்ளனர். அப்பத்திரத்தில் சமரச வேத தருமச்சாலை எனக் குறிப்பிடப்பட்டுள்ளது. எனவே தருமச்சாலை என்ற பெயரும் அதைத் தொடங்குவதற்கான திட்டமும் வள்ளலார் மனத்தில் தொடக்ககால முதலே உருப்பெற்றதை அறியலாம்.

## சத்திய தருமச்சாலை: தொடக்கவிழா அழைப்பிதழ்

தருமச்சாலை தொடக்க விழாவிற்கு இருவேறு அழைப் பிதழ்கள் எழுதப்பெற்றன. ஒன்று, சங்கத்தார் பெயரால் பொதுவாக எல்லோருக்கும் அனுப்பப்பட்ட அச்சுப் பத்திரிகை. மற்றொன்று, பெருமானின் பெயரால் துறவிகளுக்கு அனுப்பப் பட்ட அழைப்பிதழ்.

தருமச்சாலை தொடக்கவிழாவிற்குச் சங்கத்தார் பெயரால் அனுப்பப்பட்ட பத்திரிகை வருமாறு:

உ

கடவுள் துணை

அன்புந் தயையுமுடைய ஐயா வந்தனம்.

சிதம்பர தலத்திற்குச் சுமார் இருகாதவழி நடை யெல்லை யில் கூடலூரைச் சார்ந்த வடலூரென்றும் பார்வதிபுர மென்றும் வழங்கப்படுகின்ற ஊருக்கு வடபுறத்தில் சென்னை நகரிலிருந்து கும்பகோணத் திற்குப் போகின்ற பெரியபாட்டை 125–வது மயிலில் மஞ்சக்குப்பத்திலிருந்து விருத்தாசலம் போகின்ற பாட்டை 23 – வது மயிலில் பிரபவ வருடம் வைகாசி மாசம் 11–ந் தேதி குருவாரம் உதயகாலம் ருஷப லக்கனத்தில் சமரச வேத தருமச் சாலையின் செங்கற் கட்டடங்களுக்கு அஸ்திவாரங்களும் கிணறு, குளம், கேணி முதலிய நீர்நிலையெடுப்புகளுந் தற்காலம் அவ்விடத்தில் நூதனமாகக் கட்டப்பட்ட விழன் மேய்ந்த மண்கட்டடச் சாலையில் ஒருசார் ஆகார தரும விருத்தியும் துவக்கஞ் செய்யும்படி நிச்சயித் திருக்கிறது.

ஆகலில் அந்தத் தினத்தில் தாங்கள் தங்கள் மனைவியர் புத்திரர் துணைவர் தந்தையர் தாயர் உறவினர் சிநேகர் முதலியவர்களோடும் வந்திருந்து அந்தத் தரும விசேஷ விருத்தியை விபவமாக நடத்து விப்பீர்க ளென்று நம்புகின்றோம்.

பிரபவ ௵
சித்திரை மீ 14 ௳

இங்ஙனம்
சமரச வேததருமச்சாலைத்
தலைவராகிய சிதம்பரம்
இராமலிங்கம் பிள்ளையவர்கள்
கட்டளைப்படி மேற்படி தருமச்
சாலையை நடத்துகின்ற சமரச வேத
சன்மார்க்க சங்கத்தாரில் ஒருவராகிய
மு. அப்பாசாமி செட்டி.[17]

சன்மார்க்கச் சங்கத்தாரால் தருமச்சாலைத் தொடக்க விழாவிற்கு அனுப்பப்பட்ட அழைப்பிதழில் தருமச்சாலை அமைய இருக்கிற இடம், கால்கோள் விழா முதலிய விவரங்கள் தெளிவாக இடம் பெற்றுள்ளன. 1,867களில் வள்ளலார் கருங் குழியை உறைவிடமாகக் கொண்டிருந்தபோதிலும் வடலூருக்கு அடுத்தாற்போல அதன் வடபுறமுள்ள பெருவெளியை அவர்

தெரிவு செய்தமைக்குக் காரணம் அது இருபெரு நெடுஞ்சாலைகள் கூடுமிடம் என்பதே. மேலும் தருமச்சாலை தொடக்கவிழாவும் தருமச்சாலைக்குரிய நிலையான கட்டட அஸ்திவாரமும் ஒரேநாளில் நடைபெற்றுள்ளது என்பதும் தெரிகிறது. தொடக்க விழாவின்போதே நிலையான கட்டடத்திற்குரிய வேலையும் நடந்துள்ளது. வள்ளலார் தாம் தொடங்கிய தருமச் சாலையை முழுமுதற் கவனத்துடன் தொடங்கியிருக்கிறார் என்பதை நிலையான கட்டட வேலையையும் உடன் தொடங்கியிருப்பதால் அறியலாம்.

சங்கத்தார் சார்பில் அனுப்பிய அழைப்பிதழில், "அந்தத் தினத்தில் தாங்கள் தங்கள் மனைவியர், புத்திரர், துணைவர், தந்தையர், தாயர், உறவினர், சிநேகர் முதலியவர்களோடும் வந்திருந்து" என்று குறிப்பிட்டிருப்பதிலிருந்து இத்தொடக்க விழா அப்பகுதிவாழ் மக்களுடைய சொந்த விழாப்போல நடந்துள்ளது எனலாம். சென்ற நூற்றாண்டில், சாதித் தகைமை மிகுதியாக இருந்த காலத்தில், எல்லா வகையான மக்களையும் வேறுபடுத்தாமல் ஒருங்கே அழைத்திருப்பது வள்ளலார் கொண் டிருந்த ஒருமைப்பாட்டைக் காட்டுகிறது. பசி என்பது எல்லோ ரிடமும் உள்ளது. அப்பசியைத் தவிர்க்க எல்லோரும் முயலுதல் வேண்டும் என்பதையும் இது காட்டுகிறது.[18]

சத்திய தருமச்சாலைத் தொடக்கவிழா பிரபவ வருடம் வைகாசி மாதம் பதினோராம் நாள் *(23-5-1867)* தொடங்கப் பட்டது. ஆனால் அதற்குரிய அழைப்பிதழ் பிரபவ வருடம் சித்திரைமாதம் பதினான்காம் நாள் *(25-4-1867)* அச்சிடப்பட்டு வழங்கப்பட்டுள்ளது. ஏறத்தாழ 26 நாட்களுக்கு முன்பே தருமச்சாலை விழா அழைப்பிதழ் விநியோகம் செய்யப்பட்டதி லிருந்து சாலை விழாவின் முன்னேற்பாட்டை நன்கு அறியலாம்.

இனி, தருமச்சாலைத் தொடக்கவிழாவிற்கு இராமலிங்கரின் பெயரால் துறவிகளுக்கு அனுப்பப்பட்ட அழைப்பிதழ் வருமாறு,

உ
கடவுள் துணை

சாந்த சித்தமுடைய சாமியவர்களுக்கு வந்தனம்.

சிதம்பர தலத்துக்குச் சுமார் இருகாதவழி நடை யெல்லையில் கூடலூரைச் சார்ந்த வடலூரென்றும் பார்வதி புரமென்றும் வழங்கப் படுகின்ற ஊருக்கு வடபுறத்தில் சென்ன நகரிலிருந்து கும்பகோணத்திற்குப் போகின்ற பெரியபாட்டை

125–வது மயிலில் மஞ்சக்குப்பத்திலிருந்து விருத்தாசலம் போகின்ற பாட்டை 23–வது மயிலில் பிரபவ வருடம் வைகாசி மாதம் 11–தேதி குருவாரம் உதயகாலம் சிங்க லக்கினத்தில் சமரச வேத தருமச்சாலையின் செங்கற் கட்டடங்களுக்கு அஸ்திவாரங்களும் கிணறு குளம் கேணி முதலிய நீர்நிலை யெடுப்புகளுந் தற்காலம் அவ்விடத்தில் நூதனமாகக் கட்டப் பட்ட விழன் மேய்ந்த மண் கட்டடச் சாலையில் ஒருசார் ஆகார தரும விருத்தியுந் துவக்கஞ் செய்யும்படி நிச்சயித்திருக் கின்றது. ஆதலால் அந்தத் தினத்தில் அவ்விடத்தில் அன்பர் களுடன் எழுந்தருளி அனுக்கிரகிக்க வேண்டு மென்று பிரார்த்திக் கின்றேன்.[19]

சாலைத் தொடக்கவிழா அழைப்பே மிக அழகாக அமைந்திருக்கிறது. பழக்கமுள்ள துறவிகளைப் பெருமானே நேரில் கடிதமெழுதி அழைத்திருக்கிறார். மற்றவர்களுக்கெல்லாம் சங்கத்தின் பெயரால் அச்சிடப்பட்ட அழைப்பு அனுப்பப் பெற்றிருக்கிறது. பெருமானின் கடிதத்திற்கும் அச்சிடப்பெற்ற அழைப்புக்கும் மிக்க வேறுபாடில்லை. பெருமான் துறவிகளுக்கு எழுதிய கடிதம் “சாந்த சித்தமுடைய சாமியவர்களுக்கு வந்தனம் எனத் தொடங்குகிறது. அன்பர்களுடன் எழுந்தருளி அனுக்கிர கிக்க வேண்டுமென்று பிரார்த்திக்கிறேன்” என முடிகிறது. இது துறவிகளுக்கு எழுத வேண்டிய முறைப்படி எழுதியதாகும். அச்சிட்ட அழைப்பு, “அன்புந் தயையுமுடைய ஐயா! வந்தனம் என்று தொடங்கி, தாங்கள் மனைவியர் புத்திரர் துணைவர் தந்தையர் தாயர் உறவினர் சிநேகர் முதலியவர்களோடும் வந்திருந்து – அந்தத் தரும விசேஷ விருத்தியை விபவமாக நடத்துவிப்பீர்களென்று நம்புகின்றோம்” என்று முடிகிறது. இது பொதுவாக எல்லோருக்கும் எழுதும் முறை. இருவகை அழைப்பிலும் விளியும் வேண்டுகோளும் தரத்திற்கேற்ப மாறு பட்டதே யொழிய மற்ற உட்பொருளில் மாறுபாடில்லை.[20]

சங்கத்தின் சார்பாகப் பொதுமக்களும் ராமலிங்கரின் சார்பாகத் துறவிகளும் அழைக்கப்பட்டிருப்பது அக்கால நடைமுறையைக் காட்டுகிறது. எனினும் துறவிகளுக்கு மட்டு மல்ல எல்லோர்க்கும் பசியாற்றுவிக்கும் இடமாக எதிர்காலத் தில் சாலை திகழப் போவதை இது காட்டுகிறது.

23–5–1867, பிரபவ வருடம் வைகாசி மாதம் 11ந் தேதி வியாழக்கிழமை தருமச்சாலை தொடக்கவிழா சிறப்பாக நடைபெற்றது. முன்னரே கட்டி முடிக்கப் பெற்றிருந்த தற்காலிக மண் கட்டடத்தில் அற்றார் அழிபசி தீர்க்கும் சீவகாருணிய ஒழுக்கப் பேரறம் தொடங்கப் பெற்றது. நிலையான செங்கற் கட்டடங்கள் கட்டுவதற்கு அடிப்படை நாட்டப் பெற்றது.

கிணறு முதலியன தோண்டும் பணிகளும் தொடங்கப் பெற்றன. நிலையான (நிரந்தரமான) செங்கற் கட்டடங்களுக்கு அடிப்படை (அஸ்திவாரம்) இடுதல் ஒருபுறம்; முன்னரே கட்டி முடிக்கப் பெற்றிருந்த தற்காலிகச் சிறு கூரைக் கட்டடத்தில் அன்னமளிக்கத் தொடங்குதல் பிறிதொருபுறம். இங்ஙனம் கால்கோள் விழாவும் திறப்பு விழாவும் ஒரே இடத்தில் ஒரே நேரத்தில் ஒருங்கே கொண்டாடப் பெற்றது. ஆயிரம் பத்திரிகை அச்சிட்டு வழங்கி, மூவாயிரம் பேருக்குமேல் எதிர்பார்த்து மூன்று வண்டி நெல்லுக்கும் ஒரு வண்டி காய்கனிகளுக்கும் ஏற்பாடு செய்து நடத்தப்பெறும் விழா எவ்வாறிருக்கும்? வடலூரைச் சுற்றிலும் பலமைல் தூரம் வரை தருமச்சாலை தொடங்குவதைப்பற்றிய பேச்சாகவே இருந்தது. தொடங்கப் போகிற சமரச வேத தருமச் சாலையில் தகுதியுள்ள ஓர் ஊழியனாகத் தன்னைத் சேர்த்துக் கொள்ளும்படி வேண்டி விருத்தாசலத்திலிருந்து ஓர் அன்பர் எட்டு நாட்களுக்கு (வைகாசி–2) முன்னரே பெருமானுக்கு நேரே கடிதம் ஒன்றெழுதினாரெனில் விழாவைப் பற்றிய செய்தி பரவியிருந்ததைக் கூறவும் வேண்டுமோ? சுற்றுப்புற ஊர்களிலிருந்தும் பலர் வந்து குழுமினர். ஆயிரக்கணக் கானோர்க்கு அன்று அன்னம் பாலிக்கப் பெற்றது. பெருமான் அருளிய *ஜீவகாருணிய ஒழுக்கம்* என்னும் நூலின் சில பகுதிகள் அன்றைய விழாக்கூட்டத்தில் படித்து விளக்கப் பெற்றன. தருமச்சாலையின் நோக்கம் முதலியவற்றைத் தெரிவிக்கும் விளம்பரம் ஒன்றும் வெளியிடப் பெற்றது.[21] ஜீவகாருணிய ஒழுக்க விளம்பரம் எனப் பெயரிய அது வருமாறு:

உ

திருச்சிற்றம்பலம்

ஜீவகாருண்ய ஒழுக்க விளம்பரம்

கல்வி கேள்விகளாற் பகுத்தறியத்தக்க அறிவை யுடைய உயர் பிறப்பாகிய மனிதப் பிறப்பைப் பெற்றுக் கொண்டவர்க ளனைவர்க்கும் வந்தனஞ் செய்தறி விக்கை.

உலகத்தில் மனிதப் பிறப்பைப் பெற்றுக் கொண்டவர்க ளிந்தப் பிறப்பினாலடையத் தக்க பிரயோசனத்தைக் கால முள்ளபோதே அறிந்து அடைய வேண்டும்.

அந்தப் பிரயோசனம் யாதோ வெனில்: எல்லா அண்டங் களையும், எல்லாப் புவனங்களையும், எல்லாப் பொருள்களையும், எல்லாச் சீவர்களையும், எல்லாச் செயல்களையும், எல்லாப்

பயன்களையும் தமது பரிபூரண இயற்கை விளக்கமாகிய அருட்சத்தியால் தோன்றி விளங்க விளக்கஞ் செய்விக்கின்ற இயற்கை உண்மை வடிவினராகிய கடவுளின் பூரண இயற்கை யின்பத்தைத் தடைபடாமல் வாழ்கின்ற ஒப்பற்ற பெரிய வாழ்வை அடைவதே இந்த மனிதப் பிறப்பினால் அடையத்தக்க பிரயோசனமென்றறிய வேண்டும்.

இயற்கையின்பத்தைப் பெற்றுத் தடைபடாமல் வாழ்கின்ற அந்தப் பெரிய வாழ்வை எதனால் அடைய வேண்டுமெனில், கடவுளின் இயற்கை விளக்கமாகிய அருளைக்கொண்டே அடைய வேண்டுமென்றறிய வேண்டும்.

கடவுளின் இயற்கை விளக்கமாகிய அருளை எதனால் பெறக்கூடுமெனில், ஜீவகாருணிய ஒழுக்கத்தினாற் கடவு ளருளைப் பெறக் கூடுமல்லது வேறெந்த வழியாலும் சிறிதும் பெறக்கூடாதென்று உறுதியாக அறிதல் வேண்டும்.

ஜீவகாருண்யத்தின் முக்கிய லட்சியமாவது எதுவெனில், எந்த வகையாலும் ஆதாரமில்லாத ஏழைகளுக் குண்டாகின்ற பசியென்கின்ற பெரிய ஆபத்தை நிவர்த்தி செய்கின்றதே முக்கிய லட்சியமென்றறிய வேண்டும்.

ஆகலில் அந்த ஜீவகாருணிய ஒழுக்கத்தை நடத்தும் பொருட்டு கூடலூர் ஜில்லா கூடலூர் தாலுக்காவைச் சார்ந்த வடலூரென்கின்ற பார்வதிபுரத்தில் சமரச வேத தருமச்சாலை யென்றொரு தருமச்சாலை ஏற்படுத்தப்பட்டிருக்கின்றது. அது பலர் சகாயத்தாலேயே நிலைபெற வேண்டுமாதலால், ஜீவ தயையுடைய புண்ணியர்கள் தங்கள் தங்களாற் கூடியவரையில் பொருண் முதலிய உதவிசெய்து அதனால் வரும் லாபத்தைப் பாகஞ் செய்துகொள்ள வேண்டுமென்பது எங்கள் கோரிக்கை.

உலக முழுதும் ஆளுகின்ற சக்கரவர்த்தியாகிய அரசனுக்கும் உலக முழுதும் ஒரு நிமிஷத்தில் வெல்லத் தக்க சுத்த வீரனுக் கும் மூன்றாசைகளையும் ஒழித்து உண்மையறிந்து பிரமானு பவத்தைப் பெற்ற ஜீவன் முத்தர்களுக்கும் பசிநேரிட்டபோது மனமிளைத்தும் வலி குலைந்தும் அனுபவத்தடைபட்டும் வருந்து கின்றார்கள் என்றால் எந்த வகையிலும் ஆதாரமில்லாத ஏழைகளுக்குப் பசி நேரிட்டால் என்ன பாடுபடுவார்கள்! பசி அதிகரித்த காலத்தில் முகம் புலர்ந்து போகின்றது, உச்சி வெதும்புகின்றது, பிரமரந்திரம் அடைபடுகின்றது, காது கம்மென்று செவிடுபடுகின்றது, கண் பஞ்சடைந்து எரிந்து நீருலர்ந்து குழிந்து போகின்றது, நாசி அழன்று கலை மாறிப் பெருமூச்சு விடுகின்றது, நாக்கு நீருலர்ந்து தடிப்பேறுகின்றது, மெய் முழுதும் கருகிச் சக்தியற்று ஸ்மரணை கெடுகின்றது,

வாக்குக் குழறித் தொனிமாறுகின்றது, கைகளும் கால்களும் தடதடத்துச் சோர்ந்து தடுமாறுகின்றது, மலசல வழி வெதும்பி வேறுபடுகின்றது, உரோமம் வெறிக்கின்றது, பற்கள் கருகித் தளர்கின்றது, இரத்தமும் சலமும் சுவறுகின்றது, சுக்கிலம் தன்மைமாறி வறளுகின்றது, எலும்புகள் குழைந்து நோக்கா டுண்டாகின்றது, நாடி நரம்புகள் வலியிழந்து மெலிந்து கட்டுவிடுகின்றது. வயிறு பகீரென்கின்றது. மனசு தளர்ந்து நினைவு மாறுகின்றது, புத்திகெட்டு நிலை மாறுகின்றது, சித்தம் கலங்கித் திகைப் பேறுகின்றது, அகங்காரம் குலைந்து அச்ச முண்டாகின்றது, பிரகிருதி சுருங்குகின்றது, கடவுள் விளக்கமும் ஆன்ம விளக்கமும் மறைபடுகின்றது, தாபசோபங் கள் மேன்மே லுண்டாகின்றது.

இவ்வளவு அவத்தைகளும் ஏககாலத்திலுண்டாகின்றது, எல்லாச் சீவர்களுக்கும் பொதுவாகவே யிருக்கின்றது. ஆகார முண்டு பசிநீங்கிய தருணத்தில் தத்துவங்க ளெல்லாம் தழைந்து கடவுள் விளக்கமும் ஆன்ம விளக்கமும் அகத்திலும் முகத்திலும் வெளிப்பட்டு, திருத்தி யின்ப முண்டாகின்றது. ஆகலில் நாமனைவரும் எந்த வகையிலும் ஆதாரமில்லாத ஏழைகளுக்குப் பசி நேரிட்டபோது மிகவும் கருணை யுள்ளவர்களாகி நம்மாற் கூடிய மட்டில் அந்தப் பசி யென்கின்ற ஆபத்தைப் பொதுவாக நிவர்த்திப்பதற்கு முயற்சி செய்வதே ஆன்ம லாபமென்று அவசியம் அறிய வேண்டும்.

இங்ஙனம்

பிரபவ ஞு **சமரச வேத சன்மார்க்க சங்கத்தார்.**

வைகாசி மீ 11ந் உ

ஆற்றா மக்களின் அரும்பசி களையும் பேரறம் தருமச் சாலையில் நாள்தோறும் நடந்து வந்தது; நடந்து வருகிறது. சாதி சமய முதலிய வேறுபாடுகளுக்கு அங்கே சிறிதும் இட மில்லை. வள்ளலார் தமது ஜீவகாருணிய ஒழுக்க நூலில் “பசியினால் வருந்துகின்றவர்கள் எந்தத் தேசத்தாராயினும் எந்தச் சமயத்தாராயினும் அவர்கள் தேசவொழுக்கம் சமய வொழுக்கம் சாதி யொழுக்கம் செய்கையொழுக்கம் முதலானவைகளைப் பேதித்து விசாரியாமல் எல்லாச் சீவர் களிடத்திலும் கடவுள் விளக்கம் பொதுவாய் விளங்குவதை அறிந்து பொது வாகப் பார்த்து அவரவர் ஒழுக்கத்துக்குத் தக்கபடி அவர்கள் பசியை நிவர்த்திப்பதே ஜீவகாருண்யம்”[22] எனக் கட்டளையிட்டுள்ளாராதலின், சபைக்கு வருவோர் அனைவரும் எவ்வித வேறுபாடுமின்றி உணவளிக்கப் பெற்றே

சென்றனர் என்பது தெளிவாகின்றது. (இன்றும் அப்படியே.) சாதி வேறுபாடின்றிச் சாலையில் உணவுண்ட நிகழ்ச்சி அக் காலத்தில் சாதாரண செயலன்று. இன்றும் கூடச் சில கிராமங் களில் இரட்டைக் குவளைமுறை அமலில் உள்ள நிலையில் அக் காலகட்டத்தில் இச்செயலை என்னவென்று கூறுவது? எனவேதான் முத்துக்கிருஷ்ண பிரம்மம் என்ற அன்பர் வள்ளலாரை இப்படிப் புகழ்கிறார், "சிருட்டி தொட்டு இந்நாள் பரியந்தம் உண்டாயிருக்கும் வித்தியாசப் பிராந்தியை நீக்கும் பொருட்டுத் தங்களால் ஏற்படும் வித்தியானந்தமும் அன்ன சாலையும் வியாச பகவான் சுகருக்கு (ப்ரபஞ்சம தேப்ரம்மோக மென்று) போதிச்சது போலவே பெத்தனும் முத்தனு மாகிய யாவருடைய அறிவின் கண்ணைத் திறந்து காட்டிவருமென்று நம்புகிறேன்."[23]

## புறவினத்தார்க்கும் சாலையில் இடமளித்தல்

புலால் உண்ணும் புறவினத்தார் சன்மார்க்கச் சங்கத்திற்குத் தகுதியுடையவராகார். எனினும் அவர்கள் 'பசி' என்று சாலைக்கு வந்தால் அப்புறவினத்தார்க்கும் உணவளிக்கவேண்டும் என்பது வள்ளலாரின் ஆணை. புறவினத்தார்க்குப் பசி தவிர்த்தல் மாத்திரமே செய்க என இறைவன் தமக்குக் கட்டளையிட்ட தாக அவர் கூறுகிறார். இதனைப் பின்வரும் அருட்பாக்கள் தெளிவுபடுத்துகின்றன.

உயிர்க்கொலையும் புலைப்பொசிப்பும் உடையவர்கள்
எல்லாம்
உறவினத்தார் அல்லர் அவர் புறவினத்தார் அவர்க்குப்
பயிர்ப்புறும் ஓர் பசிதவிர்த்தல் மாத்திரமே புரிக
(திரு.4160)

வன்புடையார் கொலைகண்டு புலை உண்பார் சிறிதும்
மரபினர் அன்றாதலினால் வகுத்த அவர் அளவில்
அன்புடைய என்மகனே பசிதவிர்த்தல் புரிக
அன்றி அருட்செயல்ஒன்றும் செய்யத் துணியேல்
(திரு.4161)

புறவினத்தார்க்கும் அகவினத்தார்க்கும் ஒரு சமரச உடன் பாட்டைப் பசியில் மட்டுமே வள்ளலார் வைத்தார், மற்ற இடத்திலன்று. பசி எந்த ஒரு இழிநிலைக்கும் மனிதனை ஆட்படுத்திவிடும் என்பதால் தான் இந்தச் சமரசத்தை வள்ளலார் வைத்தார்போலும். தனியொரு மனிதனுக்கு உணவில்லை எனில் இந்த ஜகத்தினையே அழிக்கச் சொன்ன பாரதியின் கூற்றுக்கும் இந்தச் சமரசத்துக்கும் உள்ள தொடர்பைக் கூடச் சற்று இணைத்துப் பார்க்கலாம்.

## தருமச்சாலை: நிறுவப்பெற்ற காரணம்

ஏழைகளின் பசி தவிர்த்தலாகிய ஜீவகாருண்ய ஒழுக்கத்தை நடத்தும் பொருட்டே சத்திய தருமச்சாலை ஏற்படுத்தப் பெற்றது என்பர். ஆனால் இதற்குப் பிறிதொரு காரணமும் உண்டு. பசியால் இளைத்து வாடும் ஏழைகளுக்கு உணவு வழங்காது தான் மட்டும் உண்டு மகிழும் கூட்டம் ஒருபுறம். வீடுதோறிரந்தும் உணவு கிடைக்காது வெறுமையோடு திரும்பும் ஏழைக்கூட்டம் ஒருபுறம். இத்தகு ஏழைகளை எல்லாம் தம்முடைய மதத்தின் பால் ஈர்க்கக் காத்திருந்த கிறித்துவ சமயவாதிகள் ஒருபுறம். இப்படியொரு மும்முனை நிலைப்பாடு வள்ளலார் காலத்தில் இருந்தது.

சமயவாதிகளுக்கு ஏழையின் பசி ஒரு நல்ல கருவி. பசித்தவர்க்கு உணவு, உடை தந்து மதமாற்றம் செய்வது வழக்கமான செயல்தான். வள்ளலார் வாழ்ந்த காலத்தில் இது சற்றுக் கூடுதலாக இருந்தது. பஞ்சம் பாதித்த காலத்தில் பாதிரிமார்கள் சென்று பல நூறு மக்களைக் கிறித்துவராக்கினர். இந்த நிலையைக் கண்டும் இந்து சமய மடங்கள் பெரிதாக எதிர்ப்பு ஏதும் காட்டவில்லை. வள்ளலாரின் சத்திய தருமச்சாலை அதைச் சிறிதளவு செய்தது. சோற்றுக்கு மதம் மாறியதை அது தடுத்தது. அவரைச் சுற்றிக் கூடிய பெருங்கூட்டம் சமயத்தின் மறுமலர்ச்சிக்குச் சான்று[24] என அன்றைய மாவட்ட ஆட்சியரே மதிப்பிட்டுள்ளார்.

பசித்தோர்க்கு உணவிடல் புதிதன்று. தமிழகத்தின் தொன்மை யான அறம்தான். பகை நீக்கலுக்குச் சமமாகப் பசி நீக்கலையும் அன்றைய மன்னர்கள் கருதியதைச் சங்க இலக்கியங்கள் பேசு கின்றன. ஆனால் அவரவர் சாதிசமயம் பார்த்து உணவிடல் முறையைச் சமயமடங்கள் செய்து வந்தன. எல்லோர்க்கும் உணவு என்ற புதிய சிந்தனையை மணிமேகலைதான் முதன் முதலில் நமக்கு அறிமுகப்படுத்தியது. அதனை நடைமுறைக்குக் கொண்டு வந்தவர் வள்ளலார். எனவேதான், "பத்தொன்பதாம் நூற்றாண்டில் ஏழைகளின் பசி தீர்க்க வந்த மணிமேகலை"[25] என்று வள்ளலாரை மதிப்பிடுகிறார் ம.பொ.சிவஞானம்.

## சான்றுக் குறிப்புகள்

1. நிதித்துறை – அதாவது உள் நாட்டைக் கொள்ளையடிக்கும் துறை; போர்த்துறை – அதாவது வெளிநாடுகளைக் கொள்ளையடிக்கும் துறை, பொது மராமத்துத்துறை எனப் பொதுவாக ஆசியாவில் அனாதிகாலந் தொட்டு இருந்து வரும் மூன்று அரசாங்கத் துறைகளில் வெள்ளையர்களால்

கொள்ளை போனதே பஞ்சத்திற்குக் காரணம் என, மார்க்ஸ் தமது கட்டுரையில் எழுதியுள்ளார். மேற்கோள்: ஆ. சிவசுப்பிரமணியன், அடித்தள மக்கள் வரலாறு, 2002, ப.113.

2. ஊரன் அடிகள் (ப.ஆ.), திருவருட்பா உரைநடைப்பகுதி (ஜீவகாருண்ய ஒழுக்கம்), 1978, ப.81.

3. வள்ளலார் கூறிய இந்த அழிவுகளின் வகைமைகளுக்குக் காண்க: வ. ஞானப்பிரகாசம், திருவருட்பா ஒரு கைவிளக்கு, 2000, பக்.26 – 27.

4. திருவருட்பா உரைநடைப்பகுதி (ஜீவகாருண்ய ஒழுக்கம்), 1978, ப.67

5. மேற்படி, ப.67

6. கி. சுப்பிரமணியன், நீர்மேல் மலர்ந்த நெருப்பு, 2004, ப.35

7. திருவருட்பா உரைநடைப்பகுதி (ஜீவகாருண்ய ஒழுக்கம்), 1978, ப.68

8. வள்ளலார், ஜீவகாருண்ய ஒழுக்கத்தில் இவ்விடயம் குறித்து விரிவாகப் பட்டியலிட்டுள்ளார்.

9. கி. சுப்பிரமணியன், முன்சுட்டியது, ப.37

10. திருவருட்பா உரைநடைப்பகுதி (ஜீவகாருண்ய ஒழுக்கம்), 1978, ப.66

11. அ. மலர் எழுதிய திருமூலரும் வள்ளலாரும் என்னும் முனைவர் பட்ட ஆய்வேட்டில் இக்குறிப்பு உள்ளது. இதையே ராஜ் கௌதமன் (2001, ப.37), தனது கண்மூடி வழக்கமெல்லாம் மண்மூடிப் போக நூலிலும் சுட்டிக் காட்டியுள்ளார்.

12. திருவருட்பா உரைநடைப்பகுதி (ஜீவகாருண்ய ஒழுக்கம்), 1978, ப.68

13. கி. சுப்பிரமணியன், முன் சுட்டியது, ப.70

14. திருவருட்பா உரைநடைப்பகுதி (ஜீவகாருண்ய ஒழுக்கம்), 1978, ப.72

15. கி. சுப்பிரமணியன், முன்சுட்டியது, ப.41

16. ஊரன் அடிகள், இராமலிங்க அடிகள் வரலாறு, 1971, பக்.323 – 328

17. ஊரன் அடிகள், திருவருட்பிரகாச வள்ளலார் தெய்வ நிலையங்களின் வரலாறு, 1972, ப.21

18. சு.அமிர்தலிங்கம், வள்ளலார் ஆளுமையும் உருவாக்கமும், 1987, ப.332

19. ஊரன் அடிகள், இராமலிங்க அடிகள் வரலாறு, 1971, ப.332

20. ஊரன் அடிகள், திருவருட்பிரகாச வள்ளலார் தெய்வ நிலையங்களின் வரலாறு, 1972, ப.23

21. மேற்படி, பக்.24-22

22. திருவருட்பா உரைநடைப்பகுதி (ஜீவகாருண்ய ஒழுக்கம்), 1978, ப.70

23. மேற்படி, ப.476

24. கி.சுப்பிரமணியன், முன்சுட்டியது, பக்.42-43

25. ம.பொ.சிவஞானம், வள்ளலார் கண்ட ஒருமைப்பாடு, 2001, பக்.140

# வள்ளலாரின் மொழிக் கோட்பாடு

மனிதனை வடிவமைக்கின்ற சூக்கும ஆற்றல் மொழி. மொழியை மனிதன் படைத்தான் என்பதைவிட மனிதனை மொழி படைத்தது என்பதே சரியானது. வாழ்வனுபவங்கள் கருத்தாக உருக்கொண்டு மொழி வழியே வெளிப்படுத்தப்படும் பொழுதுதான் மனிதனின் இருப்பு முழுமை அடைகிறது எனலாம். மொழி ஒரு கருவி என்பது மொழியைச் சிறுமைப்படுத்துகிற கருத்தாகவே தோன்றுகிறது. கருவி எப்பொழுதும் உடலின் புறத்தே இருப்பது. மொழியோ, நம் சிந்தையில் பிணைந்திருக்கும் பிரிக்க முடியாத கூறு. மொழியில்லாமல் ஒரு மனிதனால் ஒரு சமூகத்தால் வாழ முடியாது. எனவேதான் மொழியைச் சமுதாயத்தின் இயல்பான நிலையை, சூழலை, பின்னணியைப் படம் பிடித்துக் காட்டும் கண்ணாடி என்பர்.[1] அன்றியும் சமுதாய இன உணர்ச்சி சிறிதாவது இருக்க வேண்டுமானால் மொழி உணர்ச்சி இருந்தால்தான் முடியும்.[2] எனவே, சமூகத்தைச் சீர்திருத்தவந்த வள்ளலாருக்கு மொழி உணர்ச்சி இருந்ததில் வியப்பேதும் இல்லை. வள்ளலாரின் மொழிக் கோட்பாடு என்பது தமிழ்த் தேசியம் சார்ந்ததே அன்றி நாவலரைப்போன்று சைவம் சார்ந்தது அன்று. இதனை இப்படிக் கூறலாம்: தமிழ் தேசியத்தைச் சைவத்தேசியமாக உருவெடுக்காமல் தடுத்தவர் வள்ளலார்.

வள்ளலாரின் மொழிக் கோட்பாட்டை 1. தமிழ் மொழியைப் பற்றி வள்ளலாரின் கருத்து 2. தமிழில் நவீனத்தைக் கையாளுதல் 3. மொழிநடை என்னும் மூன்று குறுந்தலைப்புகளில் ஆய இடமுண்டு. அதற்குமுன் ஒன்றைத் தெளிவுபடுத்திக் கொள்வது அவசியம். இங்குக் கொள்கை என்று கூறாமல் கோட்பாடு என்று கூறுவதற்குக் காரணம் கொள்கை என்பது 'ஒன்றைப் பற்றிய வரையறை'

என்று தன்னளவில் சுருங்கி விடுகிறது. கோட்பாடு என்பதோ கொள்கையையும் உள்ளடக்கிய விரிந்த பொருளைக் கொண்டது. மொழிக்கு இதைப் பொருத்திப் பார்க்கும்போது, மொழி பற்றிய பல்வேறு வரையறைகளே மொழிக் கொள்கை ஆகும். ஒருமொழியின் தோற்றம், இயல்பு, பயன்பாடு ஆகியவை குறித்த பல கருத்துக்களே இவையாகும்.[3] வள்ளலாரின் மொழி மனப்பான்மையோ மேற்சுட்டியவற்றையும் தாண்டிச் செயல் படுகிறது என்பதால் மொழிக் கோட்பாடு என்று சுட்டப்பட் டுள்ளது.

## 1. தமிழ் மொழியைப் பற்றிய வள்ளலாரின் கருத்து

தமிழ் மொழியைப் பற்றி வள்ளலாருக்கிருந்த கருத்துக்கள் சமயம் சார்ந்தும், சமூகம் சார்ந்தும் (மக்களின் நடைமுறைச் சார்ந்தும்) காணப்படுகின்றன. 'மொழிசார்ந்த சுயமரியாதை யானது' வள்ளலாருக்கு இயல்பாகவே இருந்தது. எனவேதான் தமிழ் குறித்துப் பல்வேறு கருத்துக்களை அவரால் துணிந்து உரைக்க முடிந்தது. தமிழைத் தாழ்த்திப் பேசிய அன்றைய நிலையில் தமிழுக்காகக் குரல் கொடுத்த ஞானியாக அவர் திகழ்ந்தார். இனித் தமிழின் தன்மைகள் குறித்து அவர் கூறுவது வருமாறு:

### தமிழ்: ஓம் என்னும் பிரணவ மந்திரம் உடையது

தமிழ் என்னும் ஐந்து அலகு (த்+அ; ம்+இ; ழ்) நிலையில், 'அ' – அகண்டாகார சித்தை விளக்கும் ஓங்கார பஞ்சாக்கரத்துள் பதிநிலை யக்கரம்[4] என்று வள்ளலார் குறிப்பிடுகிறார்.

பிரணவ மந்திரமாகிய ஓம் என்பதில் அ, உ, ம் என்னும் மூன்று எழுத்துக்கள் உள்ளன. சிருட்டி ஆரம்பத்தில் ஓசை வடிவினதாகத் தோன்றியது இதுவாகும். இந்த ஓசை வடிவின தான நாதமே சித்தாந்த சைவத்திற்குரிய 36 தத்துவங்களுக்கும்* முதன்மையாக விளங்குகிறது. ஓம் என்னும் மந்திரத்தை ஓதுபவர்களை அது பரம்பொருளிடம் சேர்க்கும் ஆற்றல் வாய்ந்ததாக உள்ளது என அதர்வசிர உபநிடதம் கூறுகிறது.[5] ஓம் என்னும் பிரணவத்தில் அடங்கியுள்ள பேருண்மையைத் திருமூலரும் விளக்கியுள்ளார்.[6] இத்தகு பேராற்றல் படைத்த

---

* முப்பத்தாறு தத்துவங்களாவன: பஞ்சபூதங்கள் (நிலம் நீர் தீ காற்று ஆகாயம்)–5; தொழிற்பொறிகள் (மெய் வாய் கை எருவாய் கருவாய்)–5; அறியும்பொறிகள் (மெய் வாய் கண் மூக்கு செவி)–5; ஐம்புலன்கள் (சுவை ஒளி ஊறு ஓசை நாற்றம்)–5; அந்தக்கரணங்கள் (மனம் புத்தி அகங்காரம் சித்தம்)–4; அறிவுத் தத்துவங்கள் (காலம் நியதி கலை வித்தை அராகம் புருடன் மாயை)–7; சிவதத்துவங்கள் (நாதம் விந்து சதாக்கியம் ஈசுவரம் சுத்தவித்தை)–5.

மகாமந்திரம் தமிழ் என்னும் சொல்லிலேயே அமைந்திருப்ப தாக வள்ளலார் கூறுகிறார். அதாவது ஓம் என்னும் பிரணவத்தில் உள்ள **அ**, **உ**, **ம்** என்னும் எழுத்துக்கள் தமிழில் உள்ளது என்பதே அவரது நிலைப்பாடு.

தமிழ் என்னும் சொல்லில் உள்ள 'த'வில் அகரமும் (த்+**அ**), 'மி'யில் இகரமும் (ம்+**இ**) உயிர்நாடியாக உள்ளன. அகரத்திற்குப் பின் இகரம் தோன்றுகிறது. அதன் பின்னரே உகரம் தோன்றும்.

அகரத்திற்கும் உகரத்திற்கும் இடையே இகரம் தோன்றா வகையில் தோன்றி நிற்கும். மெய்யீற்றுச் சொற்களைப் பொறுத்த வரையில் 'உகரத்தை' இணைப்பது பழங்காலக் கன்னட வழக்கு என்று அறிஞர் கால்டுவெல் கருதுகிறார்.[7] எனவே தமிழ் – தமிழு (ழு=ழ்+உ) என உலக வழக்கில் வருவதுண்டு. இவ்வகையில் 'உ' என்னும் எழுத்தும் தமிழில் வந்துள்ளது.

மகரமெய் (ம்), தமிழ் என்பதிலும் ஓம் என்பதிலும் இரண்டாவதாக நிற்பதும் கவனிக்கத்தக்கது. இத்தகு காரணங் களால் தமிழ் என்பதிலே ஓம் என்னும் பிரணவ மந்திரம் அடங்கியுள்ளது வெளிப் படை.

## தமிழ்: ஐந்தெழுத்து (பஞ்சாட்சரம்) மந்திரம் கொண்டது

'நமசிவாய' என்னும் ஐந்தெழுத்து மந்திரமே பஞ்சாட்சரம் எனப்படும். இம் மந்திரத்திலுள்ள ந – நடப்பு என்னும் தன்மையைக் காட்டும்; ம – இவ்வுலக வாழ்விலுள்ள மயலைக் காட்டும்; சி – பரம்பொருளைக் குறிக்கும்; வ – திருவருளாகிய சிவசக்தியைக் குறிக்கும்; ய – ஆன்மா அல்லது உயிரைக் குறிக்கும்.

அதாவது, உலக வாழ்க்கையாகிய நடப்பும் அதிலுள்ள மயக்கமாகிய மயலும் கெடுமாறு, உயிராகிய யகரத்தை வகர மாக்கிய திருவருள் சிகரமாகிய பரம்பொருளிடம் (சிவத்திடம்) சேர்ப்பிக்கும் என்பதாம். இதையே,

> நகரமாகிய சேரியை நஞ்செனை வெறுத்து
> மகரமாகிய மயலெல்லாம் வேருடன் களைந்து
> வகரமாகிய வனத்தி ருந்தி ளைப்பாறி
> சிகரமாகிய சிவத்தை அடைந்தான் சீவனே

என்னும் ஆன்றோர் வாக்குத் தெளிவாக்கும்.[8]

பஞ்சாட்சரத்தில் பலவகை உண்டு. நமசிவாய என்பது (ஸ்)தூல பஞ்சாட்சரம். சிவாயநம என்பது சூக்கும பஞ்சாட்சரம், சிவ என்பது மகா காரண பஞ்சாட்சரம். சி என்பது முத்திர

பஞ்சாட்சரம். இந்த மகா காரண பஞ்சாட்சரத்தில் (சிவ) உயிர் நாடியாக உள்ளவை அ, இ என்னும் எழுத்துக்கள். இவையே தமிழ் என்பதிலும் முதலிடம் பெற்றுள்ளன[9] என்பது குறிப்பிடத்தக்கது.

ஓங்காரமாகிய திருவாசியில் நடராஜ பெருமான் நடம் புரிந்து ஐந்தொழில் ஆற்றுகிறார் என்பர். தமிழ் என்பதிலும் அப்பெருமான் திருநடம் புரிந்து ஐந்தொழிலையும் ஆற்றுகிறார் எனவும் கொள்ளலாம். எவ்வாறெனில் அப்பெருமான் உரையையே தமது உரையாக நமக்கு அளித்த அருளாளர்கள் – வள்ளலாரும், நான் உரைக்கும் வார்த்தை எல்லாம் நாயகன்தன் வார்த்தை என்பார் – தெய்வத் தமிழ்ப் பாக்கள் பாடி அவ் வகையில் ஐந்தொழில் நடைபெறுமாறு உதவுகிறார்கள். எனவே, தமிழ்மொழியின் பெயரைக் கூறுவதன் வழியாகவே பஞ்சாட் சரத்தை ஓதுவதில் அடையத்தக்க பயனில் ஓரளவாயினும் பெற இயலும். பஞ்சாட்சரங்களுடன் கூடிய தமிழ்ப் பாடல் களைப் பாடுவதன் வழியாக இத்தகையப் பயனைப் பல மடங்கில் பெறலாம். சமயக்குரவர்கள் நால்வரும் பஞ்சாட்சரப் பதிகங்கள் பாடியருளியுள்ளார்கள். வள்ளலாரும் “நற்றவத்தவர் உள்ளிருந்து ஓங்கும், நமசிவாயத்தை நான் மறவேனே” (திரு.820) என்று குறிப்பிடுகிறார். எனவே, தமிழ் பஞ்சாட்சர மயமாய்த் திகழ்வது தெளிவு.

## தமிழ்: அதி சுலபமாகச் சுத்த சிவானுபூதியைத் தருவது

சிவானுபூதி என்பதன் பொருள், சீவன் சிவனோடு இரண்டறக் கலக்கும் அனுபவம் என்பதாம். இதற்கான வழி தமிழில் உள்ளது. எவ்வாறெனில்:

திருக்குறள் உரையாசிரியர் மணக்குடவர் கூறுவதுபோல ஒருவரைக் கடிந்து சொல்ல வேண்டிய இடத்தும் இன்சொல்லே கூற வேண்டும். அந்த இன்சொற்களுக்கு ஆதாரமாக அமைவது மெல்லின இடையின எழுத்துக்கள். இது தமிழ் மொழியில் உள்ளது. வல்லெழுத்துக்களை விடுத்து, மெல்லின இடையின எழுத்துக்களைப் பெரும்பான்மையாகக் கொண்ட இன்சொற் களைப் பயன்படுத்துவதால் இம்மைப் பயனையும் மறுமைப் பயனையும் பெறலாம் என்கிறார் திருவள்ளுவர்.

‘சிறுமையுள் நீங்கிய இன்சொல் மறுமையும், இம்மையும் இன்பந் தரும்’ (குறள்.98) என்பது அவரது கூற்று. இதற்கு உரை எழுதும் பரிதியார், “பாவம் நீங்கிய புண்ணியத்து இன்சொல் இம்மைக்குச் செல்வமும் மறுமைக்கு முத்தியும் கொடுக்கும்” என்று எழுதுகிறார்.

எனவே, தமிழிலுள்ள மெல்லின இடையின எழுத்துக்களால் சிவானுபூதியைப் பெறலாம் என்பது பெறப்படும். அப்படியானால், வல்லின மெய்யெழுத்துக்களினால் பயன் யாது என்ற கேள்வி எழக் கூடும். மென்மையான முறையினாலும் இனிய வழியினாலும் பிறரை சீர்திருத்த இயலாதபோது வல்லின எழுத்துக்களைப் பயன்படுத்த வேண்டிவரும். துன்பங்களுக்கு அடிப்படைக் காரணமான மனம், தான் இயங்க வேண்டிய முறையில் சரியாக இயங்காவிடில், அதைச் சரியான வழியில் இயக்க வள்ளலாரும் வல்லின எழுத்துக்கள் கொண்ட பாடல்கள் பலவற்றைப் பாடியுள்ளார்[10] என்பதும் குறிப்பிடத் தக்கது.

மெல்லின – இடையின எழுத்துக்களால் இன்சொற்களுடன் கூடிய பாடல்களைப் பாடுவதால் நம் மூச்சு விரயமாகா. இராசத, தாமச குணங்களுக்கு இடம் ஏற்படாது. சத்துவ குணத்தின் நலனை அடையாலம். சத்துவ குணம் ஏற்பட்டால் மனதில் அமைதி பிறக்க வழி ஏற்படும். மெல்லின இடையின எழுத்துக்களைக் கொண்ட பாடல்களை ஓதப்பெறும்போது மட்டுந்தான் இத்தகு சத்துவ குணம் ஏற்படும் என்பதில்லை. அந்த எழுத்துக்கள் வரிவடிவில் உரிய முறையில் எழுதிவைக்கப் படினும் அவை ஒலி வடிவுபோலவே பயன் தரும் என்கிறார் நன்னூல் உரையாசிரியர் சங்கர நமசிவாயர்.[11] அத்துடன் உயிரீற்றுப் புணாச்சியில் வரும் வ, ய என்னும் மெய்யெழுத்துக்கள் மந்திரங்களில் வரும் எழுத்துக்கள் எனவும், வகரம் – அருளைக் குறிக்கும், யகரம் – உயிரைக் குறிக்கும்; இவ்விரண்டும் பிறவா நெறியைப் பின்பற்றும் முறையில் அமைந்துள்ளதால் சிறந்தன என்று மொழிநூலறிஞர் பா.வே. மாணிக்க நாயக்கர் கூறுவதாக வித்துவான் முத்துசாமிப்பிள்ளைக் கருத்துரைக்கிறார்.[12]

தமிழ் சுத்த சிவானுபூதியைக் கொடுக்கும் என்பதற்கு இவை போல் பல காரணங்கள் உள்ளன.

## தந்தைமொழி தமிழ்

வள்ளலார் சென்னையில் வசித்த காலத்தில் சங்கராசாரிய சுவாமிகள், வடமொழி நூலொன்றில் தமக்குள்ள சில ஐயங்களைத் தெளிவித்துக்கொள்ளக் கருதி தக்க வித்துவான்கள் உளரோவென வினவ, ஓர் அந்தணர் அடிகளைப் பற்றிக் குறிப்பிட்டார். சங்கரா சாரியாரும் அடிகளைக் காண விரும்பி அழைத்தார். அடிகள் தொழூவூர் வேலாயுத முதலியாரையும் உடனழைத்துச் சென்றனர். சற்றுநேரம் அளவளாவிய பின் சங்கராசாரியர் அவ்வடமொழி நூலை அடிகளிடம் கொடுத்து தமது ஐயங்களை விளக்க வேண்டினார். அடிகள் அந்நூலின்

உரிய ஏடுகளை ஒரு முறை திருக்கண்ணோட்டம் செய்து வேலாயுதனாரிடம் கொடுத்து 'நீர் சொல்லும்' எனப் பணித்தருளினார்கள். வேலாயுதனார் அடிகளது ஆணையைச் சித்தித்து அப்பகுதியை விரிவாக விளக்கினார். சங்கராசாரியருக்கு இருந்த ஐயங்கள் அகன்றன.[13]

சந்தேகம் தெளிவித்த நிகழ்ச்சி முடிவில் சங்கராசாரியார், உலக மொழிகளுக்கெல்லாம் சமஸ்கிருதம்தான் தாய்மொழி (மாத்ருபாஷா) என்று கூறினார். வள்ளலார் அவர் கூறியதை மறுத்துப் பேசாது தன் கருத்தையும் நிலை நாட்டி சமஸ்கிருதம் தாய்மொழியெனில், தமிழ் மொழியை தந்தைமொழி (பித்ருபாஷா) என்று கூறவேண்டும் என்று அவருக்குப் பதில் கூறினார்! மட்டுமன்றி, தமிழின் மேன்மை பற்றியும் அதனால் அடையக் கூடிய ஞானம் பற்றியும் சங்கராசாரியருக்கு எடுத்துக்கூறி ஒரு நீண்ட உரையையே நிகழ்த்தினார். இவ்வுரை, 21 – 8 – 1857இல் *சித்தாந்த தீபிகை* என்னும் மாத இதழில் 'தமிழ்: இராமலிங்க சுவாமிகள் எழுதியது' என்னும் தலைப்பில் வெளிவந்தது. தற்போது, தமிழ் என்னும் சொல்லுக்கிட்ட உரை என்னும் தலைப்பில் வள்ளலாரின் உரைநடைப்பகுதி நூலில் காணப்படுகிறது. வள்ளலார் தமிழை தந்தைமொழி என்று கூறியிருப்பதன் பொருள் மிக ஆழமானது. ஒரு பெண் ஆண் உதவியில்லாமல் தாயாகிவிட முடியாது; கன்னியாகவே இருப்பாள். ஆனால் பெண் உதவியில்லாமல் ஆண் ஆணாகவே இருந்துவிட முடியும். அதுபோலவே எந்த மொழியின் உதவி இல்லாமலேயே தமிழ்மொழி தனித்து வாழ்ந்து செழிக்க முடியும்.[14] எனவேதான் தமிழை 'ஆண்மை மொழி' என்று வள்ளலார் குறிப்பிடுகிறார். அது குறித்து அவர் இவ்வாறு எழுதுகிறார்: அக்ஷர ஆரவாரம், சொல்லாடம்பரம், போது போக்கு, பெருமறைப்பு முதலிய பெண்மை அலங்காரமின்றி எப்பாஷையின் சந்தசுகளையும் தன் பாஷையுள் அடக்கி ஆளுகையால் ஆண்தன்மையைப் பொருந்தியதுமான ...[15]

சங்கராசாரியார் மட்டுமல்ல, கோடக நல்லூர் சுந்தர சாமியும் சமஸ்கிருதம்தான் உயர்ந்த மொழி என்று பல அறிஞர்கள் மத்தியில் வள்ளலாரிடம் வாதாடி தோற்றுப் போனார். தவறை உணர்ந்து பிற்காலத்தில் நண்பரானார். சுந்தரசாமியுடன் வாதாடும்போது, பல வெளிவராத சங்ககால நூல்களிலிருந்து ஒப்புமைகளும் எடுத்துக் காட்டுகளும் காட்டி வாதாடினார்[16] வள்ளலார் என்று தொழூவூரார் பிரம்ம சமாஜத் திற்குக் கொடுத்த வாக்கு மூலத்தில் தெரிவிக்கிறார். அந்த வாதங்கள் நூல்வடிவு பெற்றிருந்தால் தமிழுக்கு அது வாளும் கேடயமுமாக ஆகியிருக்கும் என்று வருந்துகிறார் உவமைக் கவிஞர் சுரதா.[17]

## தமிழ்: எளிதில் எவரும் கற்கும் மொழி

தமிழ் மொழியை எவரும் எளிதில் கற்றுக் கொள்வதைப் போல சமஸ்கிருதத்தைக் கற்க இயலாது என்று வள்ளலார் கூறுகிறார். இதை அவர் ஏதோ போகிற போக்கில் சொன்னாரில்லை. ஓதாதுணர்ந்த ஞானியான அவர் சமஸ்கிருதத்தையும் நன்கு கற்றுத் துறைபோகியதால் அதன் கடின நுட்பத்தை நன்கு விளக்குகிறார். அது வருமாறு:

> ...பலநாள் நைஷ்டிக அதிகரணம் பூண்டு போதகாசிரியர் சந்நிதியில் தாழ்ந்து சகபாடிகளோடு சூழ்ந்து சுர ஒலிபேதங் களைத் தேர்ந்து உழைப் பெடுத்து ஓதினாலும் பாடமாவதற்கு அருமையாயும் பாடமானாலும் *பாஷியம், வியாக்கியானம், டீக்கா, டூக்கா, டிப்பணி முதலிய உரைகோள் கருவிகளைப் பொருள்கொள்ளத் தேட வேண்டியதாயும், அவ் வகைகளையும் தேடிக் கைவரினும் அக் கருவிகளால் போதகம் பெற வேண்டியதற்குப் பாஷியக்காரர்கள் வியாக்கியான கார்த்தர்கள் டீக்கா வல்லபர்கள் டூக்கா சூசகர்கள் முதலிய போதக ஆசாரியர்கள் கிட்டுவது அருமையிலும் அருமையாய் இருக்கின்ற அரிய ... பாஷை ...[18]

வடமொழி முதலிய பிறமொழிகளுக்கில்லாத எளிமையும் தெளிவும் தமிழ்மொழிக்கு உண்டு. எனவேதான் தமிழைத் தாய்மொழியாகக் கொண்ட தமிழர் குடும்பத்தில் தம்மைப் பிறப்பிக்கச் செய்து தென்மொழியால் தம்மைப் பாடுவித்தருளிய இறைவனது பெருங்கருணைத் திறத்தையும் பின் வருமாறு போற்றுகிறார்:

இடம்பத்தையும், ஆரவாரத்தையும், பிரயாசத்தையும், பெருமறைப்பையும் போதுபோக்கையும் உண்டு பண்ணுகின்ற ஆரிய முதலிய பாஷைகளில் எனக்கு ஆசை செல்லவொட்டாது, பயிலுதற்கும் அறிதற்கும் மிகவும் இலேசுடையதாய்ப் பாடுதற்கும் துதித்தற்கு மிகவு மினிமையுடையதாய், சாகாக் கல்வியை இலேசி லறிவிப்பதாய்த் திருவருள் வலத்தாற் கிடைத்த தென் மொழி யொன்றனிடத்தே மனம் பற்றச் செய்து அத் தென் மொழிகளாற் பல்வகைத் தோத்திரப் பாட்டுகளைப் பாடுவித் தருளினீர்.[19]

---

* பாஷியம் – பேருரை; வியாக்கியானம் – விருத்தியுரை; டீக்கா – உரை; டூக்கா – குறிப்புரை; டிப்பணி – பேருரை முதலிய அனைத்தையும் குறிப்பது.

மேற்கூறிய வள்ளலாரின் புகழுரை, சேக்கிழார் அருளிய வண்ணம் ஞால மளந்த மேன்மைத் தெய்வத் தமிழின் சிறப்பினை நன்கு புலப்படுத்துவதாக உள்ளது என்பர்.

## தமிழ்: தெய்வத்திறம் பேச ஏற்றமொழி

சாகாக் கல்வி கிட்டுவதற்குத் தெய்வத்தின் அருள் வேண்டும். தெய்வத்தின் அருள் வேண்டின் அவன் திறம் எடுத்துரைக்கப் பட வேண்டும். அதற்கு உரிய மொழி தமிழ் என்பதை வள்ளலார் ஒரு பாடலின் வழியே நுட்பமாக விளக்கியுள்ளார்.

முன்செய்த மாதவத்தால் அருணகிரிநாதர்
  முன்னே முறையிட்டு ஏத்தும்
புன்செயல் தீர்திருப் புகழை
  ஏற்றருளும் மெய்ஞான புனிதன் (திரு.2515)

என்று முருகப்பெருமானைப் புகழும் வள்ளலார் அவனது திருவடிகளைக் கனவிலேனும் கண்டு மகிழுதல் வேண்டும் என விரும்பி

பண்ணேறு மொழியடியார் பரவியேத்தும்
  பாதமலர் அழகினை இப் பாவிபார்க்கின்
கண்ணேறு படுமென்றோ கனவிலேனும்
  காட்டென்றால் காட்டுகிலாய் கருணை ஈதோ
(திரு.103)

என்று கூறுகிறார். எனவே தெய்வத்திறம் பேசுவதற்கு ஏற்ற மொழி தமிழ் என்னும் நுட்பம் இதன் வழியாக விளங்கும்.

உண்மையும் தெளிவும் வாய்ந்த மொழி தமிழ் என்பதும் அம் மொழியொன்றே எல்லாம் வல்ல பரம்பொருளின் உண்மை இயல்பினை உள்ளவாறு புலப்படுத்தும் என்பதும் "தெய்வச் சுருதி தமிழ்க் கன்றித் தீட்டா நிலைமைத்து"[20] என வரும் ஆன்றோர் வாய்மொழியால் நன்கு துணியப்படும் என்னும் க.வெள்ளை வாரணனாரின் கூற்று இங்கு ஒப்பிடத்தக்கது.

## தமிழ்: இறைவனுக்கு உவப்பான மொழி

தமிழ் நீச பாஷை; சமஸ்கிருதமே இறைவனுக்கு ஏற்ற மொழி என்னும் கொள்கை இந்தச் சமூகத்தில் வலுவாக ஊன்றப்பட்டிருக்கிறது. இன்றும் கோயில்களில் 'தமிழிலும் அர்ச்சனைச் செய்யப்படும்' என்று எழுதியிருக்கும் அவலநிலை தான். ஏதோ 'போனால் போகிறது' என்று தமிழில் அர்ச்சனை செய்வதாக இச்செயல் உள்ளது. அதனால் தான் சிதம்பரம் கோயிலில் தேவார திருவாசகம் பாட தமிழனுக்கு அனுமதி மறுக்கப்படும் நிலை இந்த நூற்றாண்டிலும் நீடித்தது. (நல்ல

வேளை தமிழன் வெற்றிபெற்றான்!). ஆனால் இறைவனுக்கு உவப்பான மொழி தமிழ்தான் என்கிறார் வள்ளலார்.

வடிக்குறும் தமிழ்த் தொண்டு அன்பருக்கு
அருளும் வள்ளலே... (திரு.875)

என்பது அவரது கூற்று. தமிழை வடிக்கும் தொழிலை அன்பருக்கு இறைவன் அளிக்கிறான் எனில் அவனுக்குப் பிடித்த மொழி தமிழன்றி வேறெது?

## தமிழ்: மனத்திற்கு அமைதி தருவது

தமிழ் எளிதில் எவரும் கற்பதற்கு மட்டும் ஏற்ற மொழி அன்று; அப்படிக் கற்பதனால் மனத்திற்கு அமைதியையும் நல்கவல்லது என்கிறார் அடிகள்.

கண்டவர் உளமெலாம் கட்டு கின்றது
தண்டமிழ்க் கவிதைபோல் சாந்தம் மிக்கது
(குடும்பகோஷம், 19)

என்னும் திருஅருட்பா வரிகள் இதனை மெய்ப்பிக்கின்றன.

## காமுகனையும் தம்பால் ஈர்க்கும் தமிழ்

உலக இன்பத்திலேயே மூழ்கிக் கிடக்கும் காமுகர்களைக் கூடத் தன்னகத்தே ஈர்க்கும் ஆற்றல் தமிழ் மொழிக்கு உண்டு என்பது வள்ளலாரின் கூற்று. சமயக்குரவர்கள் நால்வரின் தமிழ்ப் பாடல்களுக்கு இத்தகு ஆற்றல் உண்டு என இறைவனை முன்னிலைப் படுத்திப் பாடும் பின்வரும் பாடலில் வள்ளலார் இதனைப் புலப்படுத்துகிறார்.

வேல்வரும் கண்ணி இடந்தோய்நின் சீர்த்தியைச்
சோர்த்தியந்த
நால்வரும் செய்தமிழ் கேட்டுப் புறத்தில் நடக்கச்சற்றே
கால்வரும் ஆயினும் இன்புரு வாகிக் கனிமனம்அப்
பால்வரு மோஅதன் பாற்பெண் களைவிட்டுப்
பார்க்கினுமே.
(திரு. திருவருண்முறையீடு, 2332)

தமிழை ஓதும்போது மனம் அமைதிமட்டும் அல்ல தூய்மையும் அடைகிறது என்பது இதனால் தெரிகிறது.

## 2. தமிழில் நவீனத்துவத்தை ஏற்படுத்துதல்

பிரித்தானியர்களின் ஒருகுடை ஆட்சியின் காரணமாக அரசியல் சமூக பொருளாதார மாற்றங்களுடனும் அவற்றின் விகசிப்புகளுடனும் தமிழுக்கு நவீனயுகம் வந்தது என்பர்.[21]

நவீனத்தின் காரணமாக மரபிலிருந்து விடுபட்டு பழமைகளுக்கு ஒரு புதிய கட்டமைப்பைக் கொடுப்பதும் அவற்றை மீளுருவப் படுத்துவதும் என்னும் நிலை வந்தது. நவீனத்துவம் பண்பாட்டுப் பாரம்பரியத்தை மட்டும் மீளுருவப்படுத்தும் என்பதன்று, கூடவே மொழியையும் புத்தாக்கம் செய்யும். பொருத்தமற்றதை விலக்கிப் புதுமையான கருத்தைக் கூறுவது மரபான தமிழிலக்கியத்தில் ஒன்றுதான் என்றாலும் அதனை அறிவியல் நோக்கோடு ஆராயும் தன்மை பத்தொன்பதாம் நூற்றாண்டில்தான் உருவானது. இனித் தமிழ்மொழியில் வள்ளலார் ஏற்படுத்திய நவீனமாம் தன்மையைக் காண்போம்.

வள்ளலார், மொழியிலே கொண்டுவந்த நவீனத்தின் முக்கியக் கூறு தொல்காப்பியர் கூறிய தொண்ணூறு, தொள்ளாயிரம் ஆகியவற்றின் பொருத்தமற்ற புணர்ச்சி இலக்கணம் குறித்ததாம். அவர் கூறுவது பின்வருமாறு: இதுபோல் வியாகரணம், தொல்காப்பியம், பாணீநியம் முதலியவைகளில் சொல்லியிருக்கின்ற இலக்கணங்கள் முழுவதும் குற்றமே. அவை களில் குற்றமே சொல்லியிருக்கின்றார்கள். எவ்வாறெனில்: தொண்ணூறு, தொள்ளாயிரம் என்கிற கணிதத்தின் உண்மை நான் சொன்ன பிறகு தெரிந்து கொண்டீர்களல்லவா? . . . தொல் – நூறு தொண்ணூறென்றும் தொல் – ஆயிரம் தொள் ளாயிரமென்றும் வழங்குகின்றன. தொல் என்பது ஒன்று குறையத் தொக்கது. தொன்மை தொல்லெனப் பிரிந்தது. வழக்கத்தில் தொள்ளாயிரம் தொண்ணூறு என மருவியது. இதற்குப் பத்திடத் திற்கு ஓரிடம் குறைந்த முன் ஆயிரமென்றும் ஒன்று குறைந்த பத்தென்றும் ஒருவாறு கொள்க. இப்படி நான் சொன்னது போலச் சொன்னால், சிறு குழந்தைகள்கூட அறிந்து கொள்ளும்.[22]

தொல்காப்பியச் சூத்திரங்களைத் தான் பதிப்பித்த நூல் களில் மேற்கோளாகக் காட்டியவர் வள்ளலார். பெரியோர் பாட்டில் பிழை சொல்ல அஞ்சியவர் அவர். என்றாலும் மொழியில் குற்றம் வந்துவிடக் கூடாது என்னும் நோக்கத்தா லேயே சில முரண்களுக்கு முற்றுப்புள்ளி வைக்க முயன்றார். இனித் தொல்காப்பியச் சூத்திரத்துக்கு வள்ளலார் கூறிய நவீனத்தை ஆய்வோம்.

தொல்காப்பியம் "ஒன்பான் ஒகரமிசைத் தகரம் ஒற்றும் . . ." *(தொல், எழுத். 445)* என்னும் சூத்திரத்தில் ஒன்பதும் பத்தும் சேர்ந்து எவ்வாறு தொண்ணூறு வரும் என்பதையும் – "ஒன்பான் முதனிலை முந்து கிளர்ந்தற்றே . . ." *(தொல். சொல்.463)* என்னும் சூத்திரத்தில் ஒன்பதும் நூறும் சேர்ந்து எவ்வாறு தொள்ளாயிரம் வரும் என்பதையும் விவரிக்கிறது.[23]

தொண்ணூறு, தொள்ளாயிரம் குறித்த புணர்ச்சி விதிகளைப் பற்றி அறிஞர்களிடையே இன்றும் கருத்து வேறுபாடுகள் நிலவு கிறது. இவை தொல்காப்பியர்க்கே தொல்லை தரும் பதங்கள் என்றும் வடமொழி வியாக்ரணத்திலும் பிறமொழி இலக்கணங் களிலும் தமிழிலக்கணத்திலும் பண்டுங் காணாத சூத்திரங்கள் என்றும் கருத்துரைப்பர்.

தொல்காப்பியம் – எழுத்ததிகாரம், நச்சினார்க்கினியர் உரைக்கு அடிக்குறிப்பு வரைந்துள்ள பாவாணர், நச்சர் உரையை மறுத்து – ஒன்பது என்னும் எண் பண்டைக் காலத்தில் ‘தொண்டு’ என வழங்கி வந்ததாகவும் ஆனால் அது அவர் காலத்தே வழக்கற்று விட்டதாகவும் கூறுகிறார். மேலும், தொண்டு + பத்து = தொண்பது; தொண்டு + நூறு = தொண்ணூறு; தொண்டு + ஆயிரம் = தொள்ளாயிரம் எனக் கொள்வது முறையெனவும் அவர் விவரிக்கிறார்.

பாவாணர் கூறும் விளக்கத்திலும் தொள்ளாயிரம் பற்றிய புணர்ச்சி பொருத்தமாக இல்லை. எவ்வாறெனில் தொண்டு + ஆயிரம் என்றும் சொற்கள் புணரும்போது ‘டு’ என்னும் எழுத்து கெட்டு தொண் + ஆயிரம் = தொண்ணாயிரம் எனவரும். (எட்டு + ஆயிரம் = எண்ணாயிரம் என்பதுபோல) அவ்வாறு கூறும் வழக்கம் இல்லை. இந்நிலையில் வள்ளலார் கூறும் விளக்கத்தை ஆய்வோம்.

தொண்ணூறு, தொள்ளாயிரம் என்னும் சொற்றொடர் களில் ‘தொல்’ என்பது அமைந்துள்ளதாக வள்ளலார் கருதுகிறார். தொல் + நூறு = தொண்ணூறு. தொல் + ஆயிரம் = தொள்ளாயிரம் எனவும், தொல் என்பது ஒன்று குறையத் தொக்கியது எனவும் தொன்மை தொல் எனப் பிரிந்தது, வழக்கத்தில் தொள்ளாயிரம், தொண்ணூறு என மருவியது எனவும், பத்திடத்திற்கு ஓரிடம் குறைந்த முன் ஆயிரமென்றும், ஒன்று குறைந்த பத்தென்றும் ஒருவாறு கொள்க எனவும் வள்ளலார் கருத்துரைக்கிறார்.

வள்ளலார் கூறும் முறை கழித்தல் திட்டத்தில் அமைந் துள்ளது. தொல் என்பது அந்த அந்த எண்ணுக்கேற்ப ஓரெண் குறைந்துள்ளது என்பதைக் குறிக்கும் சொல்.

பத்து என்பதன் முன் அதில் அமைந்துள்ள பத்தில் ஒரு பாகம் குறைந்துள்ள எண்ணைக் காட்ட அதன் முன் தொல் என்று அமைக்கப்பட்டது எனக்காட்டுகிறார். தொல் + பத்து = தொன்பது; இதுவே பின் ஒன்பது என மாறிற்று எனலாம். தொல் + நூறு என்பதில் நூறு என்னும் எண்ணிலிருந்து அதன் பத்தில் ஒரு பாகம் குறைந்தது தொண்ணூறு ஆகும் எனவும் இதுபோன்றே தொல்+ ஆயிரம் என்பதில் ஆயிரம் என்னும் எண்ணிலிருந்து அதன் பத்தில் ஒரு பாகம் குறைந்தது

தொள்ளாயிரம் எனவும் வள்ளலார் கருதுகிறார். இவர் கூறுவதில் தசாம்சப் புள்ளி முறையும் (decimel system) ஒருவகை யில் அமைந்திருப்பதைக் காணலாம்.[24]

தொல் என்பது ஒன்று அல்லது பத்தில் ஒரு பாகம் குறைந்தது என்னும் கொள்கைக்கு வேறு ஆதாரம் உள்ளதா என்பதைக் கவனித்துப் பார்க்கலாம். ஒன்றூனமான பத்து ஒன்பது. அஃது அக்காலத்துச் சொல் என்கிறார் மயிலை நாதர்.[25] மேலும் அப்பர் பாடியருளிய தனிக்குறுந்தொகையின் ஒன்பதாவது பாடல்,

ஒன்ப தொன்பதி யானை யொளிகளிறு
ஒன்ப தொன்பது பல்கணஞ் சூழவே
ஒன்ப தாமவை தீத்தொழி லின்னுரை
ஒன்ப தொத்துநின் றென்னு ளொடுங்குமே

என்பதாம். இதில், நான்காவது அடியிலுள்ள "ஒன்ப தொத்துநின் றென்னு ளொடுங்குமே" என்னும் வரி, என்னுடைய உரைகள் எவ்வளவு விரிந்து அமைந்தாலும் முடிவில் என் ஆணவ நிலையில் என் உள்ளத்தே ஒடுங்கும் என்னும் பொருளைத் தருகிறது. இதற்கு சிவக்கவிமணி சி.கே. சுப்பிரமணிய முதலியார் பின்வருமாறு உரை எழுதுகிறார்: என் பேச்சுகள் முதலிய எல்லாம் எவ்வளவு விரிந்து சூழினும் முடிவில் 'நான்' என்ற அகங்கார நிலையினவாய் வந்து என்னையே சுற்றி என்னகத்தே அடங்கும். அது ஒன்பது என்னும் எண்ணினைப் போல. இது எவ்வாறெனில், ஒன்பதை எதனால் எத்தனைப் பெருக்கினும், பெருக்கி வந்த எண்ணில் உள்ள இலக்கங்களைக் கூட்டினால் ஒன்பதே வருவதுபோல . . . ஒன்பது என்ற எண் ஒன்று, இரண்டு முதலிய ஏனைய எண்களைப்போலத் தனக்கென்று ஒரு தனிப் பெயரில்லாமல் பின்வரும் பத்து என்பதில் ஒன்று குறைந்தால் எதுவோ அது என்றறியப்படுமாறு பெயர் கொண்டி ருத்தல், பின் வரும் பாசமாகிய உலகமும் முன் நிற்கும் பதியும் அல்லாதது என்றறியப்பட்டும் தனித்து நில்லாது பதியினையே அன்றிப் பாசத்தையோ சார்ந்து நிற்றலும் ஆன நிலையின் உள்ள உயிரை ஒத்திருக்கின்றது என்பதும் கடிகார எந்திரத்திலும் ஒன்பதைக் குறிக்க IX என்ற (X ல் I குறைக்க என்றது பொருள்பட) குறியீடு கொள்வதும் பிறவும் இங்குக் காணத்தக்கன.[26]

மொழியில் உள்ள முரண்பாடுகளுக்கு வள்ளலார் முற்றுப் புள்ளி வைத்ததை இதனால் அறியலாம்.

## வாழ்க்கை நிகழ்ச்சிகளுக்கு ஏற்ப மொழியைக் கையாளுதல்

தமிழ் மொழியில் 17ஆம் நூற்றாண்டு தொடங்கி 19ஆம் நூற்றாண்டுவரை பார்த்தோமானால் இலக்கிய வடிவங்களாக

நமக்குத் தெரிபவை சீட்டுக்கவி, பிரபந்தம், சித்திரக்கவி, கல்வெட்டு என்னும் சில வடிவங்களே. ஆனால் வள்ளலார் இவற்றை எல்லாம் தாண்டி பல்வேறு வரைவு வடிங்களை (composition forms) உருவாக்கியுள்ளார். அவை: உபதேசங்கள், அழைப்புகள், அறிவிப்புகள், கட்டளைகள், விண்ணப்பங்கள் எனப் பல்வேறு வடிவங்களில் காணப்படுகின்றன.

அனுஷ்டான விதி, கணபதி பூஜாவிதி, செவ்வாய்க்கிழமை விரதமுறை, நித்திய கரும விதி, உபதேசக் குறிப்புகள், சுப்பிரமணியம், அருள் நெறி, திருவருண் மெய்ம்மொழி, பேருபதேசம் ஆகியன உபதேசங்கள் என்னும் வடிவில் அடங்குவன.

சாலைத் தொடக்கவிழா அழைப்பு, சாலை விளம்பரம், கிளைச்சாலைகள், சன்மார்க்க விவேக விருத்தி, சன்மார்க்க போதினி, சன்மார்க்க சங்கம் விளங்கும் காலம், அன்பர்களுக்கு இட்ட சாலைக் கட்டளை, சாலை சம்பந்திகளுக்கு இட்ட சமாதிக் கட்டளை, சன்மார்க்க பெரும்பதி வருகை, சமரச வேத பாடசாலை, சபை விளம்பரம், சாலையிலுள்ளார்க்கு இட்ட ஒழுக்கக் கட்டளை, சன்மார்க்கப் பிரார்த்தனை, சபை வழிபாட்டு விதி, சன்மார்க்க சங்கத்தார் பழக்க விதி, சித்திவளாக விளம்பரம், சித்திவளாக வழிபாட்டு விதி, சன்மார்க்க சங்கத்தார்க்கு இட்ட இறுதிக் கட்டளை ஆகிய பதினெட்டும் அழைப்புகள் – அறிவிப்புகள் – கட்டளைகள் என்னும் வடிவில் அடங்குவன.

சுத்த சன்மார்க்க சத்தியச் சிறு விண்ணப்பம், சமரச சுத்த சன்மார்க்க சத்தியப் பெரு விண்ணப்பம், சமரச சுத்த சன்மார்க்க சத்திய ஞான விண்ணப்பம், சமரச சுத்த சன்மார்க்க சங்க சத்திய விண்ணப்பம் ஆகியன விண்ணப்பங்கள் என்னும் வடிவில் அடங்குவன.

தமிழில் வள்ளலார் உருவாக்கிய வரைவு வடிவங்கள் மக்களின் வாழ்வியலோடு சேர்ந்தே அமைந்திருப்பது குறிப்பிடத் தக்கது. இத்தகு வரைவு வடிவங்களால் தமிழை அவர் முன் னெடுத்துச் சென்றுள்ளார்.

## 3. வள்ளலாரின் மொழிநடை

தனக்கே உரிய ஒரு தனித் தன்மை வாய்ந்த முறையினால் தனது கருத்துக்களை ஒரு ஆசிரியன் வெளிப்படுத்தும் முறை 'நடை' (style) எனப்படுகிறது.[27] நடை, எடுத்துக்கொண்ட பொருளுக் கேற்பவும் சூழலுக்கேற்பவும் மாறுபடும் தன்மையது. இது பேச்சிலும் எழுத்திலும் ஒருவருக்கும் மற்றவருக்குமிடையே

மாறுபடும். இந்த மாறுபடும் தன்மையை 'மொழிநடை' என்பர் – இந்த வேற்றுமையைப் பற்றி ஆராய்வது நடையியல் (stylistics) எனப்படும் – மொழி நடையினைப் பொதுவாகச் செய்யுள் நடை, உரைநடை என இருவகையாகப் பாகுபடுத்துவர். உள்ளதை உள்ளவாறு எளிதாகக் கூறுவதும் எழுதுவதும் உரைநடையின் பாற்பட்டது. கவிஞனுடைய கற்பனை வளமும் சொல்வளமும் சிறக்கப்பாடுவது செய்யுள் நடையாகும்.[28]

செய்யுள், உரை என்னும் இவ்விரு நடையும் நன்கு கைவரப்பெற்று, அதில் வெற்றி கண்டவர் வள்ளலார். அவரது மொழி நடையின் சிறப்புகளை **சொல்வளம், சொற்றொடர் அமைப்பு, உத்திகள்** என்னும் மூன்று நிலைகளில் இங்கு நோக்குவோம்.

## சொல்வளம்

ஒவ்வொரு படைப்பாளனுக்கும் படைப்புக்கான மூலப் பொருள் வேண்டும். ஓவியனுக்கு வண்ணம்; சிற்பிக்கு கல்; எழுத்தாளனுக்குச் சொல். எழுத்தாளனது ஆளுமை (personality) சொற்கள் எனும் ஆடையாகப் புனையப்பட்டு நடையாக வெளிவருகிறது என்பர்.[29] இக்கருத்துக் கேற்பவே வள்ளலாரின் சொல்வளம் அமைந்திருக்கிறது.

பொதுவாகவே வள்ளலார் நல்ல தமிழ்ச் சொற்களைக் கையாண்டுள்ளார். 'ஜீவகாருண்யம்' என்னும் வடசொல்லை 'உயிர் இரக்கம்' என்று நல்ல தமிழ்ப்படுத்தியுள்ளார். அதேபோல வழக் கழிவு, தீர்ப்பிடுவது போன்ற சொற்களை உருவாக்கி யுள்ளார். (ஒரு வகையில் இவை, தற்போது நாம் கூறும் கலைச்சொல் என்பதற்கு ஒப்பானவை) மநு முறைகண்ட வாசகத்தில் இதற்கான தரவுகள் உள்ளன.

முறையற்ற வழியைப் பின்பற்றி உண்மையாகவுள்ள வழக்கு தோற்குமாறு செய்தலை **வழக்கழிவு செய்தல்** என வள்ளலார் குறிப்பிடுகிறார். அதேபோல தீர்ப்பு அளிக்கப்படுகிறது என்று கூறுவதை **தீர்ப்பிடுவது** எனக் கூறுகிறார்.

இடு, விடு என்பன பகுதிப்பொருள் விகுதிகள் என்பர். 'செய்' எனச் சொல்வதற்குப் பதிலாகச் 'செய்திடு' எனச் சொல்வதுண்டு. இங்கு, 'இடு' என்பதற்குத் தனிப்பட்ட வகையில் பொருள் இல்லை. ஏனென்றால் அதற்குமுன் அமைந்துள்ள சொல் வினைச்சொல்லாக உள்ளது. ஆனால் 'தீர்ப்பிடு' என்பதில் 'இடு' என்னும் விகுதிக்கு முன்னுள்ள 'தீர்ப்பு' என்பது பெயர்ச்சொல் ஆதலால் 'இடு' என்பது இங்கே கட்டளையையும் குறிப்பிடும். தீர்ப்பில் கட்டளையும்

சேர்ந்து இருப்பதால் தீர்ப்பிடு என்பது தீர்ப்பு வழங்குதல், தீர்ப்பளித்தல் என்னும் சொற்களைவிட அழகாக உள்ளது.

இதேபோல ஒழுக்கம் கடந்த குற்றம் என்னும் சொல்லை மநு முறைகண்ட வாசகத்தின் ஓரிடத்தில் வள்ளலார் குறிப்பிடுகிறார். இது ஆங்கிலத்தில் கூறப்படும் crime involving turpitude என்னும் ஆங்கிலச் சொல்லுக்கு நிகரான சொல்லாக்கமாகும்.

சட்டத்தில் ஒரு விதியைப் பயன்படுத்துவதற்குப் பதிலாக வேறொன்றைப் பயன்படுத்துவது தவறான முறையாகும். இன்ன சட்டத்தின்படி தண்டிக்கப்பட வேண்டுமென ஒருவர் முறையீடு செய்யும்போது, அது அந்தச் சட்டத்தின்கீழ் வாராதெனில் அதனை mistake of law எனக் கூறுவர். வள்ளலார் இதனை **விதிமாறாட்டம்** என்னும் சொல்லால் குறிக்கிறார்.

## சொற்றொடர் அமைப்பு

தம் பாண்டித்தியத்தைக் காட்டவும் கற்போரை மயங்க வைக்கவும் தொடர் வாக்கிய அமைப்பை (compound sentence) மிகுதியாகப் பயன்படுத்துவது புலவர்களின் மரபு. தமிழில், வினையெச்சத்தின் துணையால் ஒரு நீண்ட கதையை ஒரு தொடர் வாக்கியமாக அமைக்கலாம். *ஜீவகாருண்ய ஒழுக்கம், மநு முறைகண்ட வாசகம்* ஆகியவற்றில் வள்ளார் இதனை நன்கு கையாண்டுள்ளார். ஆனால் சலிப்பே இல்லாத – எவ்வித மயக்கமுமில்லாத நீண்ட சொற்றொடர் அமைப்பை வள்ளலார் எழுதியுள்ளார். சான்றுக்கு ஒன்று.

அப்பொழுது, இரதி இந்திராணி முதலான தேவ மாதர்களை யொத்த அவ்வீதியிலுள்ள ஸ்திரீ ஜெனங்களெல்லாம் அப் புத்திரனைக் கண்டு மணமுள்ள மலரை வண்டுகள் சூழ்ந்தது போலவும் இனிய சுவையுள்ள தேனை ஈக்கள் சுற்றியதுபோலவுஞ் சூழ்ந்துகொண்டு கலை நெகிழ்ந்தும், கைவளை சோர்ந்தும், கண்ணீர் ததும்பியும், குழல் அவிழ்ந்தும், கொங்கைகள் விம்மியும், பசலை போர்த்தும் மையலடைந்த மனத்தவர்களாய், "கரும்பை வில்லாகவுடைய காமனைப் பார்க்கிலும் எண்மடங்கு அழகுடைய இளவரசே! கன்னிகைப் பருவம் உள்ளவளே நான்; என்மேற் கடைக்கண் செய்யாயோ?" என்றும், "எழுதப்படாத சுந்தர வடிவமுள்ள இளங் காளையே! புருஷர்முகம் பாராத பூவையே நான்; என்னைப் புணர்ந்து போகாயோ?" என்றும் "கண்களுக்கு நிறைந்த கட்டழகனே! காவல் அழியாத காரிகையே நான்; என்னைக் கலந்து போகாயோ?" என்றும், "சுபலக்ஷணங்கள் நிறைந்த சுந்தர வடிவனே! கலியாணமில்லாத கன்னிகையே நான்; என்மேல் கருணை செய்யாயோ?" என்றும், "மநுசக்கரவர்த்தி பெற்ற மதயானையே! சிறுவயதுள்ளவளே நான்; என்னைத்

திரும்பிப் பாராயோ?" என்றும், "அதிசயிக்கத்தக்க அழகனே! நிறையழியாத நேரிழையே நான்; சற்றே நின்று போகாயோ?" என்றும், "இந்த இராஜபுத்திரனுக்கு வீதிவிடங்கனென்று பெயரிட்ட பெரியோர்க்கு அனந்தந்தரம் அடிக்கடி தெண்ட னிட்டாலும் போதாதே" என்றும், "வாசமுள்ள தைலம் பூசி மணமுள்ள மலர்மாலை சூழ்ந்து வாழைப்பூ இதழ் போல வகிர்ந்து குயில்முகம்போல மூடியிட்டுப் பளிங்குச் சிமிழ்க் குள்ளிருந்து தோன்றுகின்ற பருத்த நீலக்கல்போல் தாவள்யமான தலைச்சாத்துக் குள்ளிருந்து சிறுகித் தோன்றுகின்ற குடுமியும், பார்க்கின்றவரது பார்வைக்கு இன்பந்தருகின்ற தோற்றமும் மாறாத மலர்ச்சியும் மனோரஞ்சிதமான அழகும் குளிர்ச்சியும் ஒளியும் பெற்றுச் செந்தாமரை மலர்போல் விளங்கும் முகமும், கருமை மிகுந்து செம்மை கலந்து காருண்ணியந் ததும்பி இங்கித மறிந்து சிறிதே இமைத்து மனோரம்மியமாய் மலர் போன்று நீண்ட கண்களும், ஒளிகொண்டு உயர்ந்த நீண்ட நாசியும், குண்டலமணிந்து நீண்டு அகன்ற செவியும், திரிபுண்டரந் தரித்துத் திலதந் தீட்டி அழகு பெற்று அகன்று உயர்ந்த நெற்றியும், பவளம்போற் சிவந்து திரண்ட உதடும், முல்லையரும்புகள் போலச் சிறுகி நெருங்கி ஒளிவீசும் பற்களும், குறுகி மென்மை யாகிச் சிவப்பேறிய நாவும் கண்டசரம் முதலான ஆபரணங்களை அணிந்து வலம்புரிச் சங்குபோல் திரண்ட கண்டமும், மத்தளம் போலத் திரண்டு மந்தர மலைபோல உயர்ந்து கண்டோர் கண்களையுங் கருத்தையுங் கட்டுகின்ற சுகந்தமாலை யணிந்த வெற்றியுள்ள தோளும், வீணைத்தண்டுபோல நீண்டு தாழ்ந்து கடகமணிந்த கையும், தாமரை மலர்போற் சிவந்து மிருதுவாகி மழைபோற் சொர்ன்னம் பொழிகின்ற முன்கையும், விளக்கமிகுந்து பதக்க முதலானவை அணிந்து களபகஸ்தூரிகள் பூசிக் கண்ணாடிபோல அகன்று மலைபோல உயர்ந்த மார்பும், சிறுகி உயர்ந்த வயிறும், ஆழ்ந்து அழகு பெற்ற உந்தியும், யானைத் துதிக்கை போன்று திரண்ட தொடையும், வட்டந் தோன்றாது தசைகொண்டு செழிப்புள்ள முழங்காலும், திரண்டு நீண்ட கணைக்காலும், தாமரை மலர் போன்று வீரக்கண்டையணிந்த கால்களும், வரம்பு கடவாத வடிப்பமுள்ள வடிவமுடைய இந்த இராஜபுத்திரனைக் கண்டு களிப்பதற்கு நானென்ன தவஞ் செய்தேனோ!" என்றும், "இராஜ சிங்கமாகிய இந்தக் குமரனைச் சிருஷ்டித்தவன் பிரமதேவனே யானால் இவனழகுக்குத் தக்க மாதினை இனி எங்கே உண்டு பண்ணுவானோ!" என்றும், "இவ்வழகனது வடிவைக் கண்டால் உருகாத கருங்கல்லும் உருகுமானால் பேதைமையுள்ள பெண்கள் மனம் உருகாதிருக்குமோ!" என்றும், "இவனது பூர்ணசந்திர பிம்பம் போன்ற புன்னகையொன்றுமே மூன்றுலகத்திலுமுள்ள

பெண்களுக்கெல்லாம் பித்தேற்றுமே!" என்றும் பலவிதமாகத் தனித்தனிச் சொல்லி மோகங் கொண்டு நின்றார்கள்.[30]

## உத்திகள்

உத்தி என்னும் சொல்லுக்கு கலை நுணுக்கத் திறம், கலை நுணுக்கக் கூறு, தனிச் செய்முறைத் திறம் என்னும் மூன்று அர்த்தங்கள் கூறப்படுகின்றன.[31] இதில் கலை நுணுக்கத் திறம் என்பது கலைகளுக்குரிய பொதுவான உத்தி அமைப்பைக் குறிக்கிறது. கலைஞன் ஒருவனின் தனித்தன்மையை அவன் பயன்படுத்தும் உத்திகளைக் கொண்டே அறிய இயலும். உத்தி களைப் பயன்படுத்துவது என்பது, எல்லாத் தரப்பினருக்கும் உரியது. ஆனால் பயன்படுத்தும் உத்திகளின் மூலம் தனது தனித் தன்மையை வெற்றிகரமாக நிலை நாட்டுவது என்பது அவரவரது தனி ஆற்றலைச் சாந்தது. தமிழ் மொழியில் இத்தகு உத்திகள் பலவற்றைக் கையாண்டு மொழி நடைக்கு ஒரு தனித் தன்மையை ஏற்படுத்திய வள்ளலாரின் சில உத்திகளை இனிக் காண்போம்.

## உவமை

இருவேறுபட்ட பொருட்களை ஒப்பு நோக்கிக் காட்டு வதன் மூலம் தொடர்புடைய சொற்களின் பொருளாற்றலை மிகுதிப் படுத்துவது உவமையின் தன்மையாகும். தொல்காப்பியர் உவமையியலில் வினை, பயன், மெய், உரு (தொல். பொருள், 272) என்னும் நான்கின் அடிப்படையில் உவமை அமையும் என்கிறார். உவமை பெரும்பாலும் கவிதையில் மட்டும் அமைகின்ற ஒன்று. எனினும் அதனைச் செய்யுள், உரைநடை என்னும் இரண்டிலும் கையாண்டு வெற்றி கண்டவர் வள்ளலார்.

வள்ளலார் பாடிய 'தெய்வமணிமாலை'யில் இடம்பெறும் "சேவலம் கொடி கொண்ட" ... (திரு.26) என்னும் பாடல் மூன்று உவமைகளைக் கொண்ட முற்றுவமையாக அமைந் துள்ளது. அது: முருகனை விடுத்துப் பிற தெய்வங்களை வணங்குவோர் செங்கனியை விட்டு வேப்பங்கனியை உண்ண விரும்பும் காக்கையைப் போன்றவர். கந்தனின் நற்புகழ் பாடாது பிறர் புகழ் பாடுவோர் தூய பசுவின் பாலை விரும்பாமல் நாய்ப்பாலை விரும்புவோருக்கு ஒப்பாவர்; கந்தனை அன்றிப் பிறர் ஏவலை ஏற்று நடப்போர் நீரினை நெல்லுக்கன்றி புல்லுக்கு இறைத்தவர்க்குச் சமமாவர். மேலும், "ஈயெனப் பறந்தேன் எறும்பென உழன்றேன் ..." (திரு.3578) என்னும் பாடலில் ஈ, எறும்பு, எட்டிமரம், கல், நாய், பேய் ஆகிய உவமையின்

வாயிலாகத் தமது பயனற்ற வாழ்க்கையை நீக்கியருளுமாறு வள்ளலார் இறைவனிடம் வேண்டுகிறார்.

கவிதையில் உவமையைக் கையாண்டிருக்கும் வள்ளலார் அதற்குச் சிறிதும் குறைவின்றி உரைநடையிலும் கையாண்டிருக் கிறார். மநு முறைகண்ட வாசகத்தில் இதற்கான தரவுகள் ஏராளமாக உள்ளன. மநுநீதிச் சோழனின் மனைவி கருவுற்றாள் என்பதை "வலம்புரி சங்கு விலையுயர்ந்த வெண்முத்தினைக் கருப்பங் கொண்டது போல" என்னும் உவமையால் குறிப்பிடு கிறார். மேலும் "வழித்துணைக்கு வருவான் போல் வந்து நடுக்காட்டில் பயங்காட்டி பணம் பறிப்பவன் போல" என்றும் "பால் வேண்டி அழுகின்ற குழந்தைக்குப் பழத்தை எதிர் வைத்துப் பராக்குக் காட்டுவதுபோல்" என்றும் பல்வேறு உவமைகளை உரைநடையில் வள்ளலார் கையாண்டுள்ளார்.

## உருவகம்

உவமைகள் மனச் சித்திரங்களாக இருப்பன. உருவகமோ உணர்வுக் காட்சிகளாக அமைகிறது. முன்னது காட்சிப் பொருள்; பின்னது கருத்துப் பொருள்.[32] உவமை இரு பொருட்களைத் தொடர்பு படுத்தினாலும் அவற்றை வெவ்வேறாகக் காட்டுகிறது. உருவகம் இரண்டையும் ஒன்றாக்கிவிடுகிறது. இரண்டும் சேர்ந்த ஓர் உருவம் அகத்தில் புதிதாகத் தோன்றுகிறது. எனவே உவமையைவிட உருவகம் ஆழமானது. அதே நேரத்தில் சிக்க லானது. உருவகத்தைக் கையாள்வது எளிதன்று. கவிதையின் தலைமைக்கூறு இது.[33] இத்தகு சிறப்புக் கூறை வள்ளலார் பயன்படுத்தியிருப்பதைக் காண்போம்.

> கடுமையேன் வஞ்சக் கருத்தினேன் பொல்லாக்
>     கன்மனக் குரங்கனேன் கடையேன்
> நெடுமைஆண் பனைபோல் நின்றவெற் றுடம்பேன்
>     நீசனேன் பாசமே உடையேன்
> நடுமைஒன் றறியேன் கொடுமையிற் கிளைத்த
>     நச்சுமா மரம்எனக் கிளைத்தேன்
> கொடுமையே குறித்தேன் அம்பலக் கூத்தன்
>     குறிப்பினுக் கென்கட வேனே. (திரு. 3285)

மேற்கண்ட பாடலில் 'கன்மனக் குரங்கே' என்று தனது மனத்தைக் குரங்காக உருவகப் படுத்தியுள்ளார். இப்பாடலில் அமையும் மற்றொரு சிறப்பு, உடன் உவமையும் அமைந்திருப்ப தாகும். பெரிய ஆண்பனை போன்ற வெற்றுடம்பு, நச்சுமாமரம் எனக்கிளைத்தல் என்னும் உவமைகள் இடம் பெற்றுள்ளன. ஒரே பாட்டில் உவமையும் உருவகமும் இணைந்து வரும் இச்சிறப்பு போற்றத்தக்கது.

அருட்பெருஞ்சோதியின் கருணைத் திறத்தைக் கடலோடு இணைத்து உருவகப்படுத்தி காற்றானை, வெளியானை, கடலானை, கருணைநெடுங் கடலானை (திரு. 3947) எனப் பாடியுள்ளார். இதே போல அருட்பெருஞ்ஜோதி ஆண்டவர் தந்தையைப்போன்று கருணை உடையவர் (உளந்தரு கருணைத் தந்தையே; திரு. 3544) என்று உருவகப்படுத்தியுள்ளார்.

### சிலேடை

வள்ளலார், சிலேடைகளை அளவுடன் கையாண்டு நயம் சேர்ப்பவர். இங்கித மாலையின் 163 பாடல்களிலும் பாடலுக்கு ஒரு சிலேடை இடம்பெற்றுள்ளது. இங்கித மாலையின் கருத்தமைப்பு யாதெனில், தாருகாவனத்து முனிவர்களுடைய மனைவியர்களின் கற்பின் செருக்கை அடக்க நினைத்த சிவபெருமான் பிட்சாடன வேடம்கொண்டு முன்னேவர, அவரைக் கண்ட அம் மாதவக் கற்பினர் மிகவும் மயங்கி உள்ளுறையுடன் கேட்ட கேள்விகளுக்குப் பெருமான் கூறிய விடைகளாகும்.

இங்கிதம் என்பதற்குக் குறிப்பு என்று பொருள். இங்கித மாலை என்பது குறிப்புப் பொருளுடைய பாடல் கோவை எனப் பொருள்படும்.

பெண்ணின் நடைக்குப் பகையான பறவையும் விலங்கும் வேண்டும் என்கிறார். அவை பிடி, அன்னம் என்பவற்றைக் குறிக்கும். இவை இரண்டும் பிடியன்னம் என்று பிடிச்சோற்றை உணர்த்தும்.

> இம்மை யறையனைய வேசூர மாதருமா
> இம்மையுமை யிம்மையையோ என்செய்த – தம்மைமதன்
> மாமாமா மாமாமா மாமாமா மாமாமா
> மாமாமா மாமாமா மா. (திரு. 2784)

இதில் 'மா' என்னும் ஒலி 19 முறை வந்து குறிப்புப் பொருளை உணர்த்துகிறது. இதனை ஐந்து 'மா', ஆறு 'மா', எட்டு 'மா' என்று மூன்று பிரிவாகப் பிரித்துக்கொள்ள வேண்டும். அவ்வாறு பிரிக்கையில் அஞ்சுமா, ஆறுமா, எட்டுமா என்று பொருள் தரும்.[34]

எனவேதான் வள்ளலாரின் மொழிப்புலமையும் கணிதப் புலமையும் சேர்ந்து இலக்கிய உத்தியாக உருவெடுத்திருப்பதைக் காணலாம் என்பார்[33] அர. ஜெயச்சந்திரன்.

### பழமொழி

கற்றறியா மக்கட் சமுதாயத்திடையே பட்டறிவின் பயனாகப் பிறப்பவை பழமொழிகள் ஆகும். எடுத்துக்கொண்ட கருத்து

விளக்கத்திற்காகத் தங்கள் பட்டறிவின் துணை கொள்ளும் போது பழமொழிகள் பிறக்கின்றன. வழிவழியாக, தலைமுறை தலைமுறையாக இந்தப் பட்டறிவுப் பயன்மொழிகள் பழமொழிகள் என்னும் பெயரை பெற்று விளங்கின. முதுசொல், முதுமொழி என்று தொல்காப்பியர் இதனைக் குறிப்பார்.

வள்ளலார் இப்பழமொழிகளைக் கவிதை, உரைநடை இரண்டிலும் பயன்படுத்தி மொழிக்கு வளம் சேர்த்துள்ளார். திருவருட்பாவில், "பழமொழிமேல் வைத்துப் பரிவுகூர்தல்" என்னும் தலைப்பில் பத்துப் பழமொழிகளை உவமையாகக் கையாண்டுள்ளார்.[36] இதேபோல உரைநடையில் மநு முறை கண்ட வாசகத்தில் 85 பழமொழிகளை வள்ளலார் கையாண்டுள்ளார். இப் பழமொழிகள் உவமையுடன் கூடியவை[37] என்பது குறிப்பிடத்தக்கது.

## திரும்பத் திரும்பச் சொல்லுதல்

சொல்லப்படும் கருத்தை மக்கள் மத்தியில் ஆழப் பதிய வைப்பதற்கும் உணர்ச்சிகளை வெளிப்படுத்துவதற்கும் மக்களைத் தன்வயப் படுத்துவதற்கும் முதலில் சொன்ன கருத்தையோ, சொல்லையோ, மீண்டும் மீண்டும் சொல்லுதல் – திரும்பத் திரும்பச் சொல்லுதல் எனப்படும். வள்ளலார் இம்முறையைப் பல இடங்களில் கடைப்பிடித்துள்ளார்.

அருட்பெருஞ்சோதி அருட்பெருஞ்சோதி
தனிப்பெருங்கருணை அருட்பெருஞ்சோதி

என்னும் சன்மார்க்க மந்திரமே இதற்குத் தலையாய எடுத்துக் காட்டு. மேலும் ஜீவகாருண்ய ஒழுக்கத்தில் 'பசி' என்பதைக் குறித்து அவர் கூறியுள்ள கருத்து திரும்பத் திரும்பக் கூறலுக்கு சான்று. அது:

**பசி** என்கிற நெருப்பானது ஏழைகள் தேகத்தினுள் பற்றி எரிகின்றபோது ஆகாரத்தால் அவிக்கின்றது தான் ஜீவகாருண்யம். **பசி** என்கின்ற விஷக்காற்றானது ஏழைகள் அறிவாகிய விளக்கை அவிக்கின்ற தருணத்தில் ஆகாரங் கொடுத்து அவியாமல் ஏற்றுகின்றதே ஜீவகாருண்யம்.... பசி என்கின்ற புலியானது ஏழை உயிர்களைப் பாய்ந்து கொல்லத் தொடங்கும் தருணத்தில் அப்புலியைக் கொன்று அவ்வுயிரை இரட்சிப்பதே ஜீவகாருண்யம். **பசி** என்கின்ற விஷம் தலைக்கேறிச் சீவர் மயங்கும் தருணத்தில் ஆகாரத்தால் அவ்விஷத்தை இறக்கி மயக்கந் தெளியச் செய்வதே ஜீவகாருண்யம். **பசி** என்கின்ற கொடுமையாகிய தேள் வயிற்றில் புகுந்து கொட்டுகின்றபோது கடுப்பேறி கலங்குகின்ற ஏழைகளுக்கு ஆகாரத்தால் அக்கடுப்பை மாற்றிக் கலக்கத்தைத் தீர்ப்பதே ஜீவகாருண்யம்.[38]

திரும்பத் திரும்பக் கூறும் உத்தியை அறிஞர் அண்ணா தமது மேடைப் பேச்சில் பயன்படுத்தி மக்களைக் கவர்ந்தார். எனினும் அவருக்கு முன்னோடியாக வள்ளலார் திகழ்ந்தார் எனில் அது மிகையன்று. அண்ணா, ஒரு சொல்லை மட்டும் திரும்பத் திரும்பக் கூறி தமது பேச்சை அமைக்க, வள்ளலாரோ ஒரே நேரத்தில் இரு சொல்லை தமது படைப்பில் கையாண்டிருப்பது குறிப்பிடத்தக்கது.[39]

## மரபுத் தொடர்

ஒரு மொழியில் அதற்கே உரிய தன்மையில் (செய்தியை) வெளிப்படுத்துவது மரபுத் தொடர் எனப்படும். தமிழில் மொழியின் தன்மைக்கேற்ப மரபுத் தொடர்கள் பல வழங்குகின்றன. வள்ளலார் இதனைத் தம் மொழிநடையில், தமக்கே உரிய பாணியில் கடைப் பிடித்துள்ளார்.

மநு முறைகண்ட வாசகத்தில் வீதிவிடங்கன் கன்றினைத் தேரேற்றிக் கொன்றதற்குச் சமாதானம் கூறும் மந்திரிகளைப் பார்த்து மநுசக்கரவர்த்தி, என் முகதாட்சண்யம் குறித்து நீங்கள் தவறான நீதி கூறுகிறீர்கள். இது குறும்பரசரைக் கூடிய துர்மந்திரிகளின் செயல்போல உள்ளது என்கிறான். அத்துடன் அந்தத் துர்மந்திரிகள் ஒத்தூதும் அநியாயங்கள் சிலவற்றைப் பட்டியலிடுகிறான். அதில் ‘கல்லின்மேல் நெல்லு முளைக்குமோ’ என்று அரசன் ஒருவன் கேட்க துர்மந்திரிகள், ‘கொத்தாலாயிரம் குலையாலாயிரம்’ என்று கூறுவதாக மநு கூறுகிறான். இதிலுள்ள *கொத்தாலாயிரம் குலையாலாயிரம்* என்பது மரப்புத்தொடராகும்.

உரைநடையில் மட்டுமன்று கவிதையிலும் மரபுத் தொடர்களை வள்ளலார் கையாண்டுள்ளார். ‘குடும்பகோரம்’ என்னும் திருவருட்பா – தனிப்பாடலில் அவர் கையாண்டுள்ள மரபுத் தொடர்கள் சிலவற்றை நோக்குவோம். குடும்பகோரத்தின் உள்ளடக்கம் யாதெனில், ஆன்மா – மும்மலத்தோடும் (மூன்று மனைவி) அவர்கள் பெற்ற எட்டுப் பிள்ளைகளுடனும் அலைபடுதல்; ஆன்மா – பொறிபுலன்களோடு அலைபடுதல்; ஆன்மா – பரத்தையோடு அலைபடுதல் என்பதாம். இதில் இரண்டாவது மனைவியாகிய ‘மாயை’யின் பண்பினைக் குறிப்பிடும்போது *அடிமடி பிடிப்பவள்* என்றும் *மடிமாங்காய் இடு கொடுமைக்கு இளையாள்* என்றும் வள்ளலார் குறிப்பிடுகிறார். அதேபோல மூன்றாவது மனைவியான ‘காமியம்’ ஆன்மாவோடு ஒன்றுவதைக் குறிப்பிடும்போது பேய்பிடித்தவன்பால் பெரும் பூதத்தையும் கூட்டி மணந்தது போதாதென்று *மாற்றுக்காலுக்கு மறுகாலாக* வேறொரு பெண்ணையும் கட்டிக் கொண்டான் என்று கூறுகிறார்.

### பாமரனுக்கும் புரியும் எளிய வடிவம்

வள்ளலார் சாதாரண பாமரனுக்கும் புரியும் வகையில் சொற்களைப் பெய்து தமது இலக்கியத்தைப் படைத்துள்ளார். மக்களுக்குத் தெரிந்த அன்றாட நடைமுறையில் புழங்கக்கூடிய சொற்களைக் கொண்டே அவர் பேசியும் எழுதியும் வந்திருக் கிறார் என்பதை அவரது படைப்புகள் நிரூபிக்கின்றன.

இடதுகால், அக்கச்சி, மயேச்சுரன், பூசுணை, சொற்பனம், கற்பூரம், கொம்மி, குரங்கு, மடைப்பயல் . . . இப்படி நடை முறையில் உள்ள பல சொல்லாட்சிகள் திருவருட்பாவில் நிரம்ப உள்ளன. இத்தகு எளிய சொற்களை – மக்களுக்குப் புரியும் சொற்களை – கையாண்டு திருவருட்பா எழுதப்பட்டிருப் பதாலேயே அது கண்டனத்துக்குள்ளானது. செந்தமிழில் அது எழுதப்படவில்லை; எனவே அது அருட்பா ஆகாது என்று குற்றம் சுமத்தப்பட்டது.[40]

கடினமான சொற்களை இட்டு நிரப்பிப் படைக்கும் கவிதையே சிறந்தது என்னும் மனோபாவம் இன்றும்கூட உள்ளது. கவிதை என்பது 'வெள்ளையாக' இருக்க வேண்டுமே தவிர சதா அகராதியை புரட்டிப் புரட்டிப் பொருள் தேடுவதாக இருக்கக்கூடாது. அத்தகு கவிதை கவிதையும் அல்ல; அது மக்களையும் சென்றடையாது. ஆனால் திருவருட்பா அப்படி அன்று. பாமரன் தொடங்கி சான்றோர் வரை அதனைக் கற்று மகிழ்ந்தனர். மேலைத் தேயத்தின் தாக்கத்தால் நாவல் என்னும் வடிவம் தமிழுக்கு அறிமுகப்படுத்தப்பட்டு எழுதப் பட்ட தொடக்ககால நாவலில்கூட கதைமாந்தர் அருட்பா படிப்பதாக[41] நாவலை படைத்திருப்பதற்குக்காரணம் அதன் எளிமைத் தன்மையே எனில் மிகையன்று.

### சான்றுக் குறிப்புகள்


1. அ. அழகிரிசாமி, காலந்தோறும் தமிழ், 1999, ப.13
2. பெரியார், விடுதலை, 27.07.1972
3. கோ. கேசவன், திராவிட இயக்கமும் மொழிக்கொள்கையும், 1991, ப.13
4. ஊரன் அடிகள் (ப.ஆ.), திருவருட்பா உரைநடைப்பகுதி (தமிழ் என்னும் சொல்லுக்கிட்ட உரை), 1978, ப.124
5. வித்துவான் ஜி.எம். முத்துசாமிப் பிள்ளை, வள்ளலார் தந்த தெய்வத் தமிழ், 1968, ப.17

6. ஓமெனும் ஓங்காரத் துள்ளே ஒருமொழி
   ஓமெனும் ஓங்காரத் துள்ளே யுருவரு
   ஓமெனும் ஓங்காரத் துள்ளே பலபேதம்
   ஓமெனும் ஓங்கார ஒண்முத்தி சித்தியே
   (திருமந்திரம், 2676)

7. கால்டுவெல், திராவிட மொழிகளின் ஒப்பிலக்கணம், 1992, ப.194 (முத்துசாமிப் பிள்ளையும் இதைக் கோடிட்டுக் காட்டியுள்ளார்.

8. திருமந்திரம் போலத் தெரியும் இப்பாடல் திருமந்திரமன்று. இது எதில் உள்ளது என்பதையும் கண்டறிய இயலவில்லை.

9. ஜி.எம். முத்துசாமிப் பிள்ளை, முன்சுட்டியது, ப.2

10. மனமெனும்ஓர் பேய்க்குரங்கு மடைப்பயலே நீதான்... (திரு.4835) என்னும் திருவருட்பாவை நோக்குக.

11. நன்னூல் – 89ஆவது சூத்திரத்திற்கு சங்கர நமசிவாயர் எழுதிய உரையைக் காண்க.

12. ஜி.எம். முத்துசாமிப்பிள்ளை, முன்சுட்டியது, ப.49

13. ஊரன் அடிகள், இராமலிங்க அடிகள் வரலாறு, 1971, பக்.38–39

14. அரசு கண்ணையா, அமைதிப் புரட்சியாளர் இராமலிங்க வள்ளல், 2000, ப.90

15. திருவருட்பா உரைநடைப்பகுதி, முன்சுட்டியது, ப.215

17. தொழுவூர் வேலாயுத முதலியார் பிரம்ம சமாஜத்திற்குக் கொடுத்த வாக்குமூலத்தில் இத்தகு குறிப்பை நேரிடையாகக் காணமுடியவில்லை. எனினும் சன்மார்க்க உலகில் இப்படி ஒரு செய்தி உலவி வருகிறது.

18. உவமைக் கவிஞர் சுரதா அவர்கள் 23.08.2000 அன்று நூலாசிரியரிடம் கூறியது.

19. திருவருட்பா உரைநடைப்பகுதி, முன்சுட்டியது, ப.215.

20. மேற்படி, (சமரச சுத்த சன்மார்க்கச் சத்தியப் பெரு விண்ணப்பம்) பக்.451 – 452

21. க. வெள்ளைவாரணன், திருவருட்பாச் சிந்தனைகள், 1988, ப.331.

22. கா. சிவத்தம்பி, நவீனத்துவம் – தமிழ் – பின்நவீனத்துவம், 2001, ப.21.

23. திருவருட்பா உரைநடைப்பகுதி (பேருபதேசம்), பக்.354 – 355

## 24. தொண்ணூறு

1) ஒன்பஃது என்னும் நிலைமொழிக்கு முன் பஃது என்னும் வருமொழி வந்தால் நிலைமொழியிலுள்ள பஃது கெட்டு 'ஒ' கரத்திற்கு முன் தகரமெய் வரும்.

ஒன்பஃது + பத்து
ஒன்பஃது + நூறு
(த்) ஒன் + நூறு

2) நிலைமொழியிலுள்ள னகரமெய் ணகரமெய்யாக இரட்டும்

தொண்ண் + பஃது

3) வருமொழியிலுள்ள பகர உயிர் மெய்யும் ஆய்தமும் கெடும்.

தொண்ண் + து

4) நிலைமொழியில் இரட்டித்த ணகர மெய்யின் பின் ஊகாரம் தோன்றி பின் இணையும்.

தொண்ண் ஊ + து
தொண்ணூ + து

5) வருமொழியிலுள்ள தகர மெய் (த்+உ) றகரமெய்யாகத் (ற் + உ) திரியும்.

தொண்ணூ + று
தொண்ணூறு.

## தொள்ளாயிரம்

1) ஒன்பஃது என்னும் எண்ணுப் பெயர் நூறு என்னும் வருமொழியோடு புணரும் போது நிலைமொழியிலுள்ள பஃது கெட்டு ஒகரத்திற்கு முன் தகர மெய் வரும்; அது நிலைமொழியுடன் சேரும்.

(த்) ஒன் + பஃது
தொன் + பஃது
தொன் + நூறு

2) நிலைமொழியிலுள்ள னகரமெய் ளகரமெய்யாக இரட்டிக்கும்

தொள்ள் + நூறு

3) வருமொழியிலுள்ள நகரமெய் (ந்+ஊ) கெடும்; ஊகாரம் ஆகாரமாக மாறும்.

தொள்ள் + ஊறு
தொள்ள் + ஆறு

4) வருமொழியில் ஆறு என்பதன் நடுவே இ, ர என்னும் எழுத்துக்கள் தோன்றும்

தொள்ள் + ஆ(இ,ர)று

5) வருமொழியிலுள்ள 'று' கெட்டு மகரமெய் (ம்) தோன்றும்.

தொள்ள் + ஆ (இ,ர) ம்

6) அடுத்தடுத்து வரும் ஆ, இ என்னும் உயிரெழுத்துக்களிடையே 'ய்' என்னும் உடம்படுமெய் தோன்றும்

தொள்ளா + இரம்
தொள்ளாயிரம்

24. வித்துவான் ஜி.எம். முத்துசாமிப் பிள்ளை, முன்சுட்டியது, ப.79
25. நன்னூல் மயிலைநாதர் உரையைக் காண்க.
26. சி.கே. சுப்ரமணிய முதலியார் (உ.ஆ), பெரியபுராணம் என்னும் திருத்தொண்டர் புராணம் (மூன்றாம் பகுதி – முதற்பாகம்), 1943, பக்.663 – 664
27. Chamber's Twentieth Century Dictionary, P.91
28. The Concise Oxford Dictionary of Current English, 1972. PP.982 & 937. மேற்கோள்: இ. சுந்தரமூர்த்தி, நடையியல், 1974, ப.46
29. M.S. Thirumalai, Stylistics - A Linguistic Approach, P.37, மேற்கோள்: ம.செ. இரபிசிங், அண்ணாவின் மொழிநடை, 1980.ப.19
30. ப. சரவணன் (ப.ஆ.), மநு முறைகண்ட வாசகம், 2006, பக்.40 – 42
31. A. Chidambaranatha Chettiar (Ed.), English - Tamil Dictionary, University of Madras 1981, P.1063
32. க. கைலாசபதி & இ. முருகையன், கவிதைநயம், 2000, ப.26
33. ம.செ. இரபிசிங், அண்ணாவின் மொழிநடை, 1980, ப.27
34. குறிஞ்சி ஞான. வைத்தியநாதன், அருளாட்சி, 1975, ப.68
35. அர. ஜெயச்சந்திரன், வள்ளலாரின் இலக்கிய உத்திகள், 1998, ப.29.
36. ஊரன் அடிகள் (ப.ஆ), திருஅருட்பா, 1972, பக்.221 – 223
37. காண்க: ப. சரவணன் பதிப்பித்த மநு முறைகண்ட வாசகம், பின்னிணைப்பு – 1
38. திருவருட்பா உரைநடைப்பகுதி, (ஜீவகாருண்ய ஒழுக்கம்) 1978, பக்.68 – 69
39. நிலையான செல்வத்தை அழியாத செல்வத்தை விலை மதிக்க முடியாத செல்வத்தை தேடித்தரும் ஆசிரியர்களை எவ்வளவு வாழ்த்தினாலும் தகும். (அண்ணாவின் சிந்தனைச் செல்வம், 1969, ப.10) என்னும் அண்ணாவின் பேச்சில் 'செல்வம்' என்னும் ஒரு சொல் மட்டும் வர,

வள்ளலார் பசி, ஜீவகாருண்யம் என்னும் இரு சொற்களை ஆண்டிருப்பதை நோக்குக.

40. பு. பாலசுந்தரநாயக்கர், இராமலிங்க பிள்ளை பாடல் ஆபாச தர்ப்பணம் அல்லது மருட்பா மறுப்பு, 1904, ப.117.

41. இராஜம் ஐயர், ஆபத்துக்கிடமான அபவாதம் அல்லது கமலாம்பாள் சரித்திரம், திங்கள் பிரசுரம், கொண்டி செட்டி தெரு, 1972, ப.262

(இக்கட்டுரை திரு. வைகறை ஆசிரியராயிருந்து தயாரித்த *சாளரம் – இலக்கியமலரில்* (ஜனவரி 2008) வெளிவந்தது.)

# கல்விச் சீர்திருத்தம்

தமிழ்க் கல்விப் பாரம்பரியம் மிகவும் தொன்மை வாய்ந்தது. பாரம்பரியக்கல்வி, குருகுலக் கல்வி, திண்ணைப்பள்ளி என்று பல பெயர்களால் அழைக்கப் பட்ட மரபுவழிக்கல்வி, ஐரோப்பியர்களின் வருகைக்குப் பின்பு ஒரு நிறுவன ரீதியில் கட்டமைக்கப்பட்டது.

மரபுவழிக்கல்வியில், தமிழ்மொழிக்கல்வி மட்டு மன்றிப் பல்வேறு தொழில்சார் கல்வியும் போதிக்கப் பட்டது. மிக ஆரம்பத்தில் தமிழ்க்கல்வியும் ஒருவகையில் 'குலவித்தை'யாகவே கருதப்பட்டது. 'கல்லாமல் பாதி குலவித்தை' என்னும் பழமொழி இதனை உறுதிப்படுத்து கிறது.

பத்தொன்பதாம் நூற்றாண்டுக்கு முன்னர் தமிழகத்தில் கல்வி, பரம்பரைச் சொத்தாகவே கருதப்பட்டு வந்துள்ளது. தமிழ்ப் புலமையிற் சிறப்புற்று விளங்கிய பலரின் வாழ்க்கை வரலாற்றை ஆராயும்போது இவ்வுண்மை தெரியவரு கிறது. வாய்ப்பும் வசதியும் கொண்ட ஆதிக்க சாதியர்க்கே மரபுவழிக்கல்வி கிடைத்திருக்கிறது. தமிழ்ப் புலமையும் ஒருவகையில் பரம்பரைச் சொத்தாகவே கருதப்பட்டது. இதற்கும் முக்கியக் காரணம் மரபுவழிக் கல்வி முறையே.

அக்காலத்தில் கல்வியைத் தகப்பனிடமோ அல்லது தாய்மாமனிடமோ அல்லது பெரியதந்தை யிடமோதான் பெரும்பாலும் கற்றனர். இவர்கள் இல்லாதவிடத்து உறவினர் ஒருவரை அணுகிக் கற்பர். உறவினரும் இல்லாத விடத்துத் தாய் – தந்தையர் தமது நண்பர்களை அல்லது நண்பர்களின் நண்பர்களை அணுகித் தம் பிள்ளைகளை அனுப்புவர். இதனாலே ஓரளவுக்குத் தமிழ்க்கல்வி அபிவிருத்தி ஒரு குறிப்பிட்ட வட்டத்தினுள் நிற்கவேண் டியது தவிர்க்க முடியாததாகியது.[1]

வள்ளலாரும் ஓதாமல் உணர்ந்தவர் என்றபோதிலும், தொடக்க காலத்தில் தமது தமையனார் சபாபதிப்பிள்ளை யிடமே பாடம் கேட்டிருக்கிறார். "பிள்ளை, அக்காலக் கல்வி முறைப்படி திவாகரம், நிகண்டு, சதகம், அந்நாதி முதலிய நூல்களைத் தம் அருமைத் தம்பி யாருக்கு நாடோறும் வழுவாமல் கற்பிக்கலானார்."[2] பின்னாளில் இந்த மரபுக்கல்வி, ஐரோப்பிய முறையிலான நிறுவனக் கல்வி இரண்டையும் உள்வாங்கி வள்ளலார் புதிய கல்வி நிறுவனங்களை நிறுவத் திட்டமிட்டார். அவை 1. சன்மார்க்க போதினி, 2. சமரச வேதபாடசாலை.

வள்ளலார் கல்வி நிறுவனங்களைத் தாமே நிறுவத் திட்ட மிட்டமைக்கு ஆகப்பெருங் காரணம் ஒன்றுண்டு எனத் தெரிகிறது. பத்தொன்பதாம் நூற்றாண்டிலும் அதற்கு முன்பும் சாதியப் படிநிலை அடுக்குகள் கல்வியைப் பரவலாக்க விட வில்லை. ஆங்கிலேயருக்கு எதிராகத் தொடங்கப்பட்ட பச்சையப்ப முதலியார் கல்விச் சாலையிலும் *(Pachayappa's School)* இதே நிலைதான் நீடித்தது.

சென்னையில் 1837இல் கருப்பர் பகுதியில் *(Black Town)* 'சர்ச்மிஷன்' பாடசாலை தொடங்கப்பட்டது. பலதரப்பு மாணவர்களும் இங்குப் பயின்றுவந்த வேளையில், 1841இல் உயர்சாதி இந்துக்கள் (பிராமணர்) கிறித்துவத்திற்கு மதம் மாற்றப் பட்டார்கள். எனவே, 'சுதேசகுடிகள்' பலர் தமது பிள்ளைகளை அங்கிருந்து விடுவித்துக் கொண்டனர்.[3] மிஷினரிக்குப் போட்டி யாக அதே கருப்பர் நகரத்தில் 1842 ஜனவரியில் பச்சையப்ப முதலியார் டிரஸ்ட் பெயரில் சுதேசிகள் பள்ளிக்கூடம் தொடங்கப் பட்டது. இந்த டிரஸ்ட் நாளடைவில் சிதம்பரம், கடலூர், காஞ்சிபுரம் எனத் தனது கல்விப் பணியை அபிவிருத்தி செய்தது. ஆனால் இப்பள்ளியில் சனாதன தருமம் கடைப்பிடிக்கப்பட்டது குறிப்பிடத்தக்கது. எனவேதான் பாடசாலைகளை ஆங்கில அரசே ஏற்று நிர்வகிக்க வேண்டும் என்று வள்ளலார் கருதினார். இது குறித்து அவர் எழுதியது வருமாறு: சிதம்பரத்தில் பச்சையப்ப முதலியார் இஸ்கூல் கிரமமில்லாததாகத் தற்காலத்தில் காணப் படுகிறது. அன்றியும், அவ்வலுவல் ராஜாங்க சம்பந்த அலுவலாக இருந்தால் நன்றாக இருக்கும். அவ்வாறின்றி ஒருமை யில்லாத சில இந்துக்கள் சம்பந்தமானதாக இருக்கின்றது.[4]

உயர்சாதியினரின் நிர்வாகத்திலுள்ள பள்ளிகளில் தாழ் சாதிப் பிள்ளைகள் சேர்க்கப்படுவதில்லை. அதனால் அறிவு விளக்கந்தரும் கல்வி முன்னேறிவிட்ட சாதியார்களுக்கே உரிமை யாக இருந்தது. அந்தக் கொடுமையை ஒழிப்பதற்கே பள்ளிகளின் நிர்வாகத்தை ஆங்கில அரசினரே மேற்கொள்வது நலம் என்றார் வள்ளலார். பிரிட்டிஷ் ஆட்சிக் காலத்தில் தோன்றி வாழ்ந்த

சமூகச் சீர்த்திருத்தவாதி ஒவ்வொருவருடைய கருத்தும் இது வாகவே இருந்தது. 'ஒருமை இல்லாத சில இந்துக்கள்' என்று வள்ளலார் கூறுவதால் பச்சையப்ப முதலியார் பள்ளி, இந்துக் களுக்கு மட்டுமே பயன்படுவதை வெறுத்து, இந்துக்களல்லாதா ரான கிறித்துவர், இஸ்லாமியர் ஆகிய புறச்சமயத்தாருக்கும் பயன்பட வேண்டுமென அவர் கருதியது புலனாகும். அதனாற் றான் அதற்கு முன்னோட்டமாகத் தானே கல்வி நிறுவனங் களைத் தொடங்க திட்டமிட்டார். இனி, அது குறித்து ஆய்வோம்.

## சன்மார்க்க போதினி

1867இல் தருமச்சாலை தொடங்கப்பட்ட போது, அதன் கிளைச்சாலைகளாகச் சிலவற்றை நிறுவ வள்ளலார் திட்ட மிட்டார்[5] அதில் ஒன்று சாஸ்திரசாலை. இப்பாடசாலை சிறுவர் முதல் முதியோர்வரை அனைவர்க்கும் கல்வி கற்பிக்கத் திட்டமிட்டிருந்தது. இதனைப் பின்வரும் குறிப்பு உறுதிப்படுத்து கிறது.

> ..... ஆபால விருத்தர்கள்வரையில் யாவர்க்கும் பயில் விக்கும் சன்மார்க்கபோதினி என்கிற சாஸ்திர பாடசாலை யொன்று நியமிக்கப்படும்.[6]

சன்மார்க்கத்தைப் போதிக்கும் பாடசாலையாதலின் சன்மார்க்க போதினி எனப் பெயர்பெற்றது. கிளைச் சாலைகளுக் கான ஏற்பாடு பற்றிய குறிப்பில் 'சாஸ்திரசாலை' என்பதொன்று கூறப்படுகிறது. இங்கும் 'சன்மார்க்க போதினி என்கிற சாஸ்திர பாடசாலை' என்று கூறப்படுகிறது. எனவே கிளைச்சாலைகளுள் ஒன்றாகக் குறிப்பிடப் பட்ட சாஸ்திர சாலையே இச் சன்மார்க்க போதினி பாடசாலை எனக் கருதலாம்.[7]

## சிறப்புகள்

இப் பாடசாலையின் சிறப்புகள் மூன்று.

1. பாலர் முதல் விருத்தர்வரை யாவரையும் பயிற்றுவித்தது.
2. மும்மொழிகளைப் பயிற்றுவித்தது.
3. தொழுவூர் வேலாயுத முதலியாரை ஆசிரியராக நியமித்தது.

"ஆபால விருத்தர்கள்வரையில் யாவர்க்கும் பயில்விக்கும்" எனக் கூறுவதால் சிறுவர் முதல் முதியோர்வரை அனைவரையும் பயிற்றுவிப்பதென்பது போதரும். பாலர் பள்ளிகள் முன்னாளி

லும் உண்டு. ஆனால் விருத்தர்க்கும் (முதியோர்) அதில் இட மேற்படுத் தியதுதான் அடிகளின் தனிச்சிறப்பு. "அந்நாளில் முதியோர் கல்வி இல்லை. தமிழ்நாட்டில் முதியோர் கல்வியை முதல் முதலில் ஏற்படுத்தியவர் வள்ளற் பெருமான் இராமலிங்க அடிகளேயாவார்."[8]

## மொழிக்கொள்கை

சன்மார்க்க போதினியின் மற்றொரு பெருஞ்சிறப்பு மும்மொழிப் பாடசாலையாகத் திகழ்ந்தமை. தமிழ், சமஸ்கிருதம், ஆங்கிலம் என்னும் மூன்று மொழிகள் இப் பாடசாலையில் கற்பிக்க ஏற்பாடு செய்யப்பட்டிருப்பது தெரிகிறது.

> தமிழ் ஆரியம் இங்கிலீஷ் சன்மார்க்க போதினி . . . சாலையில் உபய கலாநிதிப் பெரும்புலவர் தொ. வேலாயுத முதலியார் முதலிய அறிஞர்களால் . . .[9]

என்னும் வரிகள் இதனைக் காட்டுகின்றன. "தமிழ், தாய் மொழியும் நாட்டு மொழியுமாதலின் முதலில் வைக்கப்பட்டது. தமிழோடு ஒருபுடை ஒத்துத் தத்துவ நூல்கள் பலவற்றைத் தன்னகத்தே கொண்டு பழங்காலந் தொட்டே வழங்கி வந்த ஆரியம் அதன்பின் வைக்கப் பட்டது . . . ஞான சாத்திர ஆராய்ச்சிக்கு வடமொழி பெரிதும் உதவுவ தாகும். இவற்றைக் கருதியே அடிகள் தமது பாடசாலையில் ஆரியத்தையும் கற்பிக்க ஏற்பாடு செய்தார். அரசாங்க ஆட்சி மொழியாகிய ஆங்கிலம் மூன்றாவதாக வைக்கப்பட்டது. நம் நாட்டவர் முன்னேற்ற மடைவதற்கு ஆங்கிலப் பயிற்சி இன்றியமையாத தென்பதைக் கருதியே அடிகள் ஆங்கிலப் பயிற்சியளிப்பதற்கும் திட்டஞ் செய்தனர்."[10] தொழுவூர் வேலாயுத முதலியார் இப்பாட சாலைக்கு ஆசிரியராக அமர்த்தப்பட்டார். இவரைத் தவிர வேறு சிலரும் ஆசிரியர்களாக அமர்த்தப்பட்டது தெரிகிறது.

முதியோர் கல்விக்கும் மும்மொழிப் பயிற்சிக்கும் இட மாகிய இப்பாடசாலை நிறுவப்பெற்று, பின்பு நின்றுபோனதா அல்லது நிறுவப்பெறாமலேயே நின்றுபோனதா என்பது தெரிய வில்லை. அதன் செயல்பாடு இன்று இருந்திருக்குமாயின் சன்மார்க்கத்தின் வீச்சு கூடியிருக்கும் என்பதில் மாற்றுக்கருத் துக்கு இடமில்லை.

## சமரச வேத பாடசாலை

சன்மார்க்க போதினியை அடுத்து நான்கு ஆண்டுகள் கழித்து 11 – 01 – 1872இல் சமரச வேத பாடசாலையை வள்ளலார் தொடங்கினார். இது ஆசிரியர்களை உருவாக்கப் பயிற்சி

யளித்தல், சன்மார்க்கத்தை உலகெங்கும் பரப்புதல் என்னும் நோக்கங்களைக் கருத்திற்கொண்டு அமைக்கப்பட்டிருக்கலாம். சன்மார்க்க போதினி பொதுக்கல்வியைப் புகட்டுவது. சமரச வேத பாடசாலை சிறப்புக் கல்வி பயிற்றுவது[11] என்னும் குறிப்பு கவனிக்கத்தக்கது.

## மாணவர் தகுதி

சமரச வேதபாடசாலையில் சேருவதற்கென மாணவர்களுக்குச் சில விதிமுறைகளை வள்ளலார் வகுத்தார். அது:

> இஃது சமரச வேதபாட சாலை. இதில் வாசிக்க விரும்புகின்றவர்கள் பதினைந்து வயதிற்கு மேற்பட்ட வர்களாகி, நல்லறிவு, கடவுள் பக்தி, உயிரிரக்கம், பொது நோக்கம், திரிகரண வடக்கம் முதலிய நற்குண ஒழுக்கங்களையும் உண்மையுரைத்தல், இன்சொல்லாடல், உயிர்க்குபகரித்தல் முதலிய நற்செய்கை ஒழுக்கங்களையும் பெற்றுச் சுத்த சன்மார்க்கத்திற்கு உரியவர்களாகியிருத்தல் வேண்டும்.[12]

இதில் **வயது, நல்லொழுக்கம், நற்செய்கை** என்னும் மூன்றுவிதமான தகுதிகள் பொதுவாகக் குறிப்பிடப்பட்டிருக்கின்றன.

சிறப்புக் கல்வி கற்கும் தகுதி பதினைந்து வயதிற்கு மேற்பட்டவர்களுக்கே பொருந்தும். அவ்வயதினரே அறிவுபூர்வமாக எதனையும் நோக்கவும், பிறருக்குப் பயிற்சியளிக்கவும் தகுதி வாய்ந்தவர்கள் என வள்ளலார் கருதினார்.

உயிரிரக்கம் என்பது – வள்ளலாரின் சன்மார்க்கக் கொள்கையின் உயிர்நாடி.

பொதுநோக்கம் என்பது – எவ்வுயிரும் தம்முயிர்போல் நோக்கல். ஆன்மநேய ஒருமைப்பாட்டுரிமை, உலக சகோதரத்துவம் முதலியவற்றைக் குறிப்பதாகும்.

திரிகரண அடக்கம் என்பது – உயிர், உடல், மனம் ஆகிய மூன்றின் அடக்கத்தினால் பிறருக்குத் தீங்கிழைக்காமல் இருத்தல்.

நற்செய்கைகளாகக் குறிப்பிட்ட மூன்றில், உயிர்க்குபகரித்தல் என்பது புலால் மறுத்தல், உயிர்களுக்கு உணவளித்தல் என்பதாம்.[13]

## உதவித் தொகை

படிக்கின்ற மாணவர்களுக்கு, அரசு உதவித் தொகை வழங்குவது (*Scholarship*) இன்று நடைமுறையில் உள்ள ஒன்று. இதற்கு அன்றே செயல்வடிவம் கொடுக்க முனைந்திருக்கிறார்

வள்ளலார் என்பது ஆச்சர்யமளிக்கிறது. சமரச வேத பாடசாலை மாணவர்களுக்கான உதவித்தொகை வழங்கல் குறித்து அவர் இப்படி அறிவிக்கிறார்:

"இதில் வாசிக்கின்றவர்களுக்குச் சிலகாலம் வாசித்து ஒருவாறு வாசிப்பிற் பயிற்சி நேரிட்டால், அந்தப் பயிற்சிக்கும் அவரவர்கள் குடும்பத்திற்கும் தக்கபடி மாதந்தோறும் பொருளுதவி செய்யப்படும்."[14]

பயிற்சிக்குத் தக்கபடி உதவித்தொகை அளிப்பது பாடசாலை நியதி. அதனைக் 'குடும்பத்திற்குத் தக்கபடி அளிப்பது' என்பதில்தான் வள்ளலாரின் கருணை உள்ளம் புலப்படுகிறது. "அந்தந்தப் பயிற்சிக்கும் அவரவர்கள் குடும்பத்திற்கும் தக்கபடி மாதந்தோறும் பொருளுதவி செய்யப்படும்" என்பதில் மாணவர்களுக்கும் அவரது குடும்பத்தாருக்கும் பொருளுதவி வழங்கப்பட்டதா அல்லது குடும்ப நிலைக்கு ஏற்ப (Family Status) மாணவர்களுக்கு உதவித்தொகை வழங்கப்பட்டதா என்பதில் அர்த்தத் தெளிவு இல்லை.

## பாடத்திட்டம்

வள்ளலார் கல்வி நிறுவனங்கள் குறித்து வெளியிட்ட அறிவிப்புகளில் பாடத்திட்டம் (Syllabus) பற்றிய குறிப்புகள் ஏதும் இல்லை. எனினும் அவர் எத்தகு பாடங்களைக் கற்பிக்க விரும்பினார் என்பதை அவரது சிந்தனைகளைக் கொண்டு தெளியலாம்.

சமரச வேத பாடசாலை அறிவிப்பில் மாணவர்களுக்குத் தேவை எனச் சொல்லப்பட்ட நல்லொழுக்கங்கள், நற்செயல்கள் முதலியவற்றைக் கற்பிக்க விரும்பியிருக்கலாம். பேருபதேசத்திலும், பொதுவாக உபதேசப்பகுதியிலும் அண்டம், பிண்டம் தொடர்பான அறிவியல் செய்திகளைக் குறிப்பிட்டுள்ளார். பேருபதேசத்தில் அண்டவிசாரம், பிண்டவிசாரம், தெய்வவிசாரம் ஆகிய மூன்று விசாரங்களைப்பற்றிக் குறிப்பிட்டுள்ளார்.

விசாரம் என்பது ஆராய்ச்சி. சிந்திப்பதும் ஆராய்வதும் அவசிய மானது என வள்ளலார் கருதினார். எதையும் புறமுகமாகப் புலப்படச் சொல்ல வேண்டும் என்பதும் அவர் கருத்து. புறமுகமாகச் சொல்வது என்பது அறிவியல் அணுகுமுறையைக் குறிப்பது. எனவே வள்ளலார் நல்லொழுக்கம், நற்செய்கை, மெய்ப்பொருள், அறிவியல், சித்த மருத்துவம், வானவியல் முதலியவற்றைக் கற்பிக்க விரும்பி இருக்கலாம்.[15]

## திருக்குறள் வகுப்பு

வள்ளலார், நிறுவனரீதியான கல்வி என்பதோடு அல்லாமல், தனியாகத் திருக்குறள் வகுப்புகள் நடத்தவும் திட்டமிட்டிருக்கிறார்.

மக்களிடையே திருக்குறளைப் பரப்புவதற்காக உபயகலாநிதிப் பெரும்புலவர் தொழூர் வேலாயுத முதலியாரைக் கொண்டு அடிகள் வடலூரில் திருக்குறள் வகுப்பை நடத்தினார். பொது மக்களுக்குத் தொழூரார் பாடம் கற்பிக்க, பெரும்புலவர் களுக்கு வள்ளலாரே பாடம் கற்பித்தார் என்பர். கற்றறிந்த பெரியோர்களுக்கு மட்டுமே உரியதாகவிருந்த திருக்குறளை முதன்முதலில் பொதுமக்களிடம் கொண்டு சென்றவர் வள்ளலார்.

மனித வாழ்க்கைக்கு மிகவும் பொருத்தமான ஒரு நூல் திருக்குறள் என்பதால்தான் வள்ளலார் இதனைப் பரப்பிட இத்தகு அக்கறை காட்டியுள்ளார். பின்னாளில் வந்த தந்தை பெரியாரும், தமிழில் உள்ள பல நூல்களைப் புறந்தள்ளிய போதும்கூடத் திருக்குறளை மட்டும் தமிழனுக்கான ஒழுக்க நூலாகப் பரிந்துரைத்திருப்பது கவனிக்கத்தக்கது.[16]

### மாணவர்களைத் தண்டிக்காத மாண்பு

தொழூர் வேலாயுத முதலியார், பொன்னேரி சுந்தரம் பிள்ளை போன்ற வித்துவான்களுக்கு மட்டுமன்றிச் சிறுவர் களுக்கும் தொடக்க காலத்தில் வள்ளலார் போதித்திருக்கிறார். அக்காலத்தில் படிக்காத/குறும்பு செய்யும் மாணவர்களுக்கு அளிக்கப்படும் தண்டனை மிகக் கொடுமையானது. "மநுவின் கூற்றுப்படி, குற்றமிழைத்த மாணாக்கர் கயிற்றினாலோ அல்லது மூங்கில் குச்சியினாலோ உடம்பின் பின் பகுதியில் மட்டும் அடிக்கப் பெற்றனர். முன்பகுதியில் ஒருபோதும் அடிக்கப்பெறுவ தில்லை. உடலை வருத்தும் தண்டனைகள், மற்ற முறைகள் (கடிந்துகொள்ளுதல், அச்சுறுத்தல், பட்டினிபோடுதல், குளிர்ந்த நீரில் குளிக்க வைத்தல், ஆசிரியர்க்கு எதிரில் வராதபடி தடுத்தல்) பயனளிக்காதபோது இறுதி முயற்சியாகவே அளிக்கப் பெற்றன.

தமிழரிடம் மாணாக்கரைத் தண்டிக்கும் முறையாகச் சுடு மணலில் முழங்காலிடச் செய்தல், பிரம்பாலடித்தல் போன்றவை வழக்கத்திலிருந்தன. இத்தண்டனைகள் ஆசிரியரின் மனப் போக்கிற்குத் தக வழங்கப்பெற்றன."[17] வள்ளலாரும் தாம் பயிற்று விக்குங்காலத்தில் சிறுவர்கள் குறும்பு செய்தால் அதற்காகத் தண்டித்திருக்கிறார்.

தொகுப்புறு சிறுவர் பயிலுங்கால்
பயிற்றும் தொழிலிலே வந்த கோபத்தால்
சகிப்பிலாமை யினால் அடித்தனன் (திரு.3445)

என்பது அகச்சான்று. பின்னாளில் இதற்காக வருத்தமுற்றுப் பாடங் கற்பிக்கும்போது 'சிறுவர்களை அடித்தல் அழகன்று' என மற்றவர்களுக்கு அறிவுறுத்தியுமுள்ளார்.

## கற்போருக்குச் சிபாரிசு

பத்தொன்பதாம் நூற்றாண்டில் – அதற்கு முன்பும் – கல்வி என்பது எல்லோருக்கும் எளிதில் கிட்டக்கூடிய பொருளன்று. சாதி, மதரீதியில் கல்விப்பரவல் தடுக்கப்பட்டது. 'கற்பதற்குத் தகுதியானவர்கள்' என்று சமூகத்தால் அங்கீகரிக்கப்பட்ட ஆதிக்கச் சாதியினர் கூட ஆசான்களால் அலைக்கழிக்கப் பட்டனர். மாணவர்கள் ஆசான்களின் நம்பிக்கையை அனுசரித்தே பாடம் கேட்க வேண்டியிருந்தது. "கோமளபுரம் இராஜகோபாலப் பிள்ளையிடம் கம்ப ராமாயணம் பாடங்கேட்க, திருமயிலை சண்முகம்பிள்ளை நெற்றித் திருநீறழித்துத் திருமண் அணிந்து சண்முகம் என்ற பெயரை இராமாநுசன் என்று மாற்றி வைத்துக் கொள்ள வேண்டியிருந்தது. வெங்கட்ராமன் என்ற பெயரைச் சாமிநாதன் என்று மாற்றி, திரிசிரபுரம் மீனாட்சி சுந்தரம் பிள்ளை உ.வே. சாமிநாதையருக்குப் பாடம் சொன்னார்"[18] இவையெல்லாம் அக்காலத்திய நிலைமைகள். ஆனால் வள்ளலார் படிக்க வேண்டும் என்று யார் வந்தாலும் சாதி மதம் பாராமல் அவர்களுக்குக் கற்பித்திருக்கிறார். சிலபோது பரிந்துரையும் செய்திருக்கிறார்.

> "சிரஞ்சீவி நமசிவாயப்பிள்ளை அவ்விடம் படிக்க வேண்டும் என்று வருகிறான். அவனைப் படிப்பிக்கிற விஷயத்தில் மாத்திரம் அடிக்கடி விசாரிக்க வேண்டும்."[19]

என்று தம்முடைய நண்பர் இறுக்கம் ரத்தின முதலியாருக்குக் கடிதம் எழுதியுள்ளார். மட்டுமன்றி,

> "சிரஞ்சீவி குமாரசாமி அவ்விடம் வருகிறபடியால் அவனுக்குப் படிப்பும் முயற்சியும் ஊதியமும் உண்டாகிற வகை ஆராய்ந்து கூட்ட வேண்டும்."[20]

என்று மற்றொரு மாணவருக்குப் பரிந்துரை செய்துள்ளார். கல்வியில் மற்றவர்க்கு உதவவேண்டும் என்னும் அவரது பரந்த உள்ளம் இதில் புலப்படுகிறது.

படிப்பு – முயற்சி – ஊதியம் என்ற மூன்றையும் குறிப்பிட்டு அவற்றின் தொடர்பைச் சுட்டியதும் எண்ணத்தக்கது. படிப்புக் கேற்ற ஊதியமில்லையெனில் ஆர்வம் போய்விடும். முயற்சி இல்லை யெனில் படிப்பு வராது.[21] பின்னாளில் காந்தியடிகள் வலியுறுத்திய 'ஆதாரக் கல்வியின் வித்து' இந்தச் சன்மார்க்க பள்ளிகளில் இருந்தது என்பது மிகையன்று.

## சான்றுக் குறிப்புகள்

1. எஸ். சிவலிங்க ராஜா, பத்தொன்பதாம் நூற்றாண்டில் யாழ்ப்பாணத்துத் தமிழ்க்கல்வி, 2000, ப.12

2. மணி. திருநாவுக்கரசு முதலியார், இராமலிங்க சுவாமிகள் கல்வி கற்ற வரலாறு, சித்தாந்தம், மலர் – 1, இதழ் –9, 1928 (பிரபவ), ஆவணி.

3. R. Sundaralingam, Politics and Nationalist Awakening in South India (1852-1891), 1980, P.36

4. ஆ. பாலகிருஷ்ண பிள்ளை (ப.ஆ,), திருவருட்பா திருமுகப் பகுதி, 1959, ப.40

5. சமரச வேத தருமச்சாலையைச் சார்ந்த வைத்தியசாலை, சாஸ்திரசாலை, உபகாரச்சாலை, விருத்திசாலை, உபாசனா சாலை, யோகசாலை, விவகாரசாலை என ஏழு கிளைச் சாலைகளை நிறுவுவதைக் குறித்துச் சன்மார்க்க சங்கத் தவர்கள் தமக்குள் ஒரு கையொப்ப ஏற்பாட்டைச் செய்து கொண்டனர். ஆனால் இவை நிறுவப் பெற்றதாகத் தெரிய வில்லை

6. ஆ. பாலகிருஷ்ண பிள்ளை (ப.ஆ,), திருவருட்பா திருமுகப் பகுதி, 1959, ப.94

7. ஊரன் அடிகள், இராமலிங்க அடிகள் வரலாறு, 1971, ப.344

8. மேற்படி, ப.345

9. திருவருட்பா திருமுகப்பகுதி, 1959, ப.94

10. ஊரன் அடிகள், முன் சுட்டியது, 1971, ப.345

11. மேற்படி, ப.448

12. திருவருட்பா திருமுகப்பகுதி, 1959, ப.99

13. அர. ஜெயச்சந்திரன், வள்ளலாரின் பேருபதேசம், 2002, ப.23

14. திருவருட்பா திருமுகப்பகுதி, 1959, ப.99

15. அர. ஜெயச்சந்திரன், முன்சுட்டியது, ப.25

16. குறள் ஒரு பகுத்தறிவு நூல். எல்லாத் துறைகளைப் பற்றியும் நல்வழியைக் காட்டக்கூடிய – அறிவு வழியைக் காட்டக் கூடிய நீதி நூல், நம் மக்களுக்கு இன்று குறள் ஒன்றைத் தவிர வேறில்லை. இதற்கு மேற்பட்ட ஒரு நீதிநூலை இன்று காண்பது அரிது என்று தந்தை பெரியார் குறளின் பெருமையைச் சுட்டியுள்ளார். விரிவான தகவலுக்குக் காண்க: திருக்குறளும் பெரியாரும், சுயமரியாதைப் பிரசார நிறுவன வெளியீடு, சென்னை, 2001.

17. Vedamitra, Education in Ancient India, 1964, P.74 & கே. பழனிவேலு, தமிழர்தம் கல்வி வரலாறு, 1999, ப.191
18. மயிலை சீனி. வேங்கடசாமி, பத்தொன்பதாம் நூற்றாண்டில் தமிழ் இலக்கியம், 1962, ப.87.
19. திருவருட்பா திருமுகப்பகுதி, 1959, ப.28
20. மேற்படி, ப.29.
21. கி.சுப்பிரமணியன், நீர்மேல் மலர்ந்த நெருப்பு, 2004, ப.70

(தஞ்சை பெரியகோயில் வார வழிபாட்டு மன்றம்,<br>பொன்விழா ஆண்டு மலர். தஞ்சாவூர், 2008)

# வள்ளலாரின் சாதிய எதிர்ப்பு

இந்தியச் சமூகங்களின் ஆகப்பெரும் அடையாளம் சாதி. சாதி வேறுபாடுகளைப் பொறுத்தவரையில் அவை மிகப் பழங்காலம் முதல் இந்தியச் சமுதாய அமைப்பின் அடிப்படைக் கூறாக இருந்து வருவதைக் காண்கிறோம். ஆங்காங்கே பல்வேறு காலங்களில் தோன்றிய சீர்திருத்த வீரர் பலர் சாதி அமைப்பை எதிர்த்துப் போர்க்குரல் கொடுத்தபோதிலும் இந்திய வாழ்க்கை அமைப்பின் முதுகெலும்பாக அது அமைந்துவிட்டது. மனுவின் காலமுதல் சமுதாய, சமய ஒப்புதலையும் பெற்றுவிட்டது.[1] எனினும் சாதி வேறுபாட்டை எதிர்த்த ஆற்றல்மிக்க கண்டனக் குரல்கள் பத்தொன்பதாம் நூற்றாண்டில் அதிவேகமாக வெளிப்பட்டது.

சாதியின் முதல் பண்பு அதனுள் இயங்கும் இரத்த உறவான அகமணமுறை. இரண்டாவது பண்பு பரம்பரை யாக அதோடு தொடர்புபடுத்தப்படும் தொழில், என்று சாதியை வரையறுப்பர். எனவே, சாதியின் தோற்றத்தைக் குறித்து ஆய்வதும் முக்கியமானதாகும். சாதி என்பது இமயத்திற்கு அப்பாலிருந்து ஆரியர்கள் கொண்டு வந்து இந்தியாவிலிருந்த பூர்வீக மக்கள்மீது திணிக்கப்பட்ட ஒன்று என்ற கருத்து பொதுவாக நிலவுகிறது.[2] ஆனால் சமீபகால ஆய்வுகள் இவர்களின் இனவாதக் கருத்தைப் படிப்படியாக வலுவிழக்கச் செய்கின்றன. ஆரியர்களின் வருகைக்கு முன்பே, இந்தியாவில் சாதிகள் இருந்தமைக்கான சான்றுகள் மேலும் மேலும் கிடைத்து வருகின்றன. ஆரியர்களின் நேரடியான ஊடுருவல் மிகக் குறைவாக நடந்த தென்னிந்தியாவிலும் சாதியம் வலுவாகவே உள்ளது.[3] ஆகவே சாதியம் இந்தியாவுக்கே உரிய பூர்வீக மான சமூகப் பிரிவினை முறை என்பர்.

அதேபோல இந்திய வகைப்பட்ட நிலப்பிரபுத்துவத்தின் விளைபொருளே சாதி என்ற கருத்தும் வலுவிழந்து வருகிறது. நிலப்பிரபுத்துவம் உருவாகும் முன்பே நம்நாட்டில் சாதிகள் இருந்ததற்கான அடையாளங்கள் மேலும் மேலும் கண்டுபிடிக்கப்பட்டு வருகின்றன.⁴ மட்டுமல்ல, முதலாளிய உறவுகள் தெளிவாக மேலோங்கியுள்ள பகுதிகளிலும்கூடச் சாதியம் குறிப்பிடத்தக்க மாறுதல்களுடன் நிலைத்து வருகின்றது என்பதையும் இன்று நாம் கண்கூடாகக் காணமுடிகிறது.

இன்றைய இந்துமதத்தின் பண்டைய வடிவமான வைதீகமே சாதியத்தை உருவாக்கியது என்ற கருத்தும் ஏற்றுக் கொள்ளத் தக்கதன்று. ஏனெனில், வைதீக சமயம் உருவாவதற்கு முன்பே நம்நாட்டில் சாதிகள் இருந்திருக்கின்றன. 'சாதி என்பது மிகப் பழமையான சமூக அமைப்பு. வைதீகம் நம் சாதிகளைப் படிநிலைப் படுத்துவதில் பெரும்பங்கு ஆற்றியிருக்கிறது என்பது உண்மை. இந்தப் படிநிலைகள் படிப்படியாக வளர்ச்சியடைந்து மக்களை மேல்வருணம், கீழ்வருணமாக நிரந்தரமாய்ப் பிரித்தது என்பதும், தீண்டாமையைப் புகுத்தி மேலிருந்து கீழ்வரை சாதிகளிடையே இடைவெளிகளை ஏற்படுத்திக் கலப்புகளைத் தடுப்பதில் பெரும்பங்கு ஆற்றியிருக்கிறது என்பதும் உண்மையே. ஆனாலும், சாதிகளைத் தோற்றுவித்ததே வைதீக மதம்தான் என்று கூறுவது அறிவியலுக்குப் புறம்பானது என்கிறார்கள், ஆய்வாளர்கள்.

அப்படியானால் சாதிகள் எப்படி உருவாயின? பண்டைக் கால இனக்குழுக்களே படிப்படியாக வளர்ந்து சாதிகளாயின என்பர். இந்த இனக்குழுக்கள் தங்கள் வட்டாரத்துக்கு ஏற்ப, சுயமான தொழில்களை உண்டாக்கிக் கொண்டும் சமூகப் பிணைப்புகளை உறுதிப்படுத்திக் கொண்டும் பக்கத்துக்குப் பக்கமாக வளர்ந்தன. தமிழ்நாட்டில் ஐந்துவிதமான நிலங்களில் பல்வேறு விதமான இனக்குழுக்கள் சுதந்திரமாக வாழ்ந்ததாக அறிகிறோம். இந்தியா எங்கும் ஆரம்ப காலத்தில் இம்மாதிரி இனக்குழுக்கள் சுதந்திரமாகவும் தொழில் ரீதியாகப் பரஸ்பர உறவுகளுடனும் வாழ்ந்திருக்கலாம்; வளர்ந்திருக்கலாம்.

ஆனால் இனக்குழு வளர்ச்சி ஒரு கட்டத்தை அடையும் போது, உற்பத்தி வளர்ச்சியின் காரணமாக உருவாகும் உபரி உற்பத்தியானது இனக்குழுக்களின் கட்டமைப்பை உடைத்துச் சுரண்டுவோர், உழைப்போர், இடைநிலைகளில் அங்குமிங்குமாக இருப்போர் என மேலும் கீழுமாக அடுக்கி இனக்குழு அடையாளங்களையே மாற்றி யமைத்துவிடும். அதாவது, இனக்குழுக்கள் பிரபுத்துவக் காலத்தில் சாதிகளாகத் தேங்கும் வாய்ப்பை இழந்து, வர்க்கங்களாகப் பரிணமித்து விடும்.

ப. சரவணன்

இந்தியாவிலோ இனக்குழுக்கள் சாதிகளாகவே வளர்ந்துள்ளன. அதாவது உபரி உற்பத்திகளால் இந்தியாவில் இனக் குழுக்களை அழித்துச் சாதிகளை உருவாக்க இயலவில்லை. சமூக விஞ்ஞானத் தால் விளக்கமுடியாதபடிச் சிரமம் தருகிற சிக்கலான பிரச்சினை இது. இங்குதான் சாதிய உருவாக்கத்தில் இந்திய வகையிலான நிலப்பிரபுத்துவத்தின் பங்களிப்பு வெளியிலிருந்து உள்ளே வந்து இந்திய இனக்குழுக்களோடு ஊடாடி உறவு கொண்ட ஆரியர்களின் பங்களிப்பு, இந்த ஊடாட்டங்களின் மூலமாக வடக்குச் சமவெளிகளில் தோன்றிய வைதீக சமயத்தின் இறுகிய வடிவமான மனுதர்மத்தின் பங்களிப்பு ஆகியவற்றையெல்லாம் ஆய்வு செய்து பார்க்க வேண்டியிருக்கிறது. இந்த எல்லாவற்றின் ஊடாட்டங்களால் ஏற்பட்டதே இன்றைய சாதி அமைப்பு.[5]

தொடக்க காலத்தில் வருணங்களே சாதி என்று அழைக்கப் பட்டிருக்கின்றன. போர்ச்சுகீசிய சொல்லிலிருந்து வருவிக்கப் பட்ட *Caste* என்னும் சொல் பழங்குடி மக்கள் அல்லது இனங்களைப் பிரித்துக் கையாளும் முறையில் நிற அடிப்படை யில் ஐரோப்பாவில் கையாளப்பட்டுள்ளது. இங்கும் அதே நிற அடிப்படையில் பிரிவுகள் உண்டாக்கப்பட்டு நால்வருணங் கள் பகுக்கப்பட்டன.[6] சாதி என்றால் இன்று நாம் கையாளும் பொருளுக்கு மறுதலையாக 'இனம்' என்னும் பொருளில் – மனித இனம், பறவையினம் – ஆளப்பட்டுள்ளதாகத் தெரிகிறது.

நீர்வாழ் சாதியும் அது பெறற்கு உரிய (தொல்.மரபியல், 44), நீர்வாழ் சாதியுள் நந்தும் நாகே (தொல்.மரபியல், 64), கடுப்புடைப் பறவைச் சாதி யன்ன (பெரும் பாணாற்றுப்படை, 229), கீழ்ப்பறவைச் சாதிகளும் வேட்டமுறும் (திருவருட்பா, 3266) என்று நமது இலக்கண இலக்கியங்கள் கட்டியங் கூறுகின்றன.

ரிக்வேதம்[7], மனுதர்மம்[8], பகவத்கீதை[9] ஆகியன நான்கு சாதிகளின் (வருணம்) தோற்றம் குறித்துக் கூறுகின்றன. அத்துடன் நான்கு சாதியருக்குமுரிய தொழில்கள் மனுவில் விளக்கப்பட் டுள்ளன. பின்னாளில் நில அடிப்படையில் தொழில்கள் பல்வேறு கிளைத்து எண்ணற்ற சாதிகளைத் தோற்றுவித்து விட்டன. எனவேதான், வள்ளலார் "தொழில் ஒழுக்கம்பற்றிச் சாதிகள் ஏற்படுத்தப் பட்டிருக்கின்றன. தத்துவ ஒழுக்கங்கள் பற்றிச் சமயங்கள் ஏற்படுத்தப் பட்டிருக்கின்றன"[10] என்றார். அதே நேரத்தில் சாதிக்கொடுமை தலைவிரித்தாடிய பத்தொன் பதாம் நூற்றாண்டில் அதைக் கண்டித்து ஒதுக்கவும் செய்தார். "இந்தியாவில் நிலவும் சாதியம் அதன் உள்ளடக்கத்தில் தனித்துவ மானதும் உலகில் வேறெங்கும் இல்லாதது மான ஒரு சமூக அமைப்பு. இந்தியச் சமூகத்திற்கும் அதன் முன்னேற்றத்திற்கும் அது சாபக்கேடாக உள்ளது. நமது வாழ்வின் ஒவ்வொரு

அரங்கிலும் முன்னேற்றத்திற்குத் தடையாக உள்ள இந்தச் சாபக்கேட்டை ஒழிப்பதற்குரிய உறுதியான வழிமுறையை நாம் கண்டறிய வேண்டும்."¹¹ வள்ளலார் ஆன்மீகத்தின் வாயிலாக அதனைக் கண்டார். "தயவை விருத்தி செய்வதற்குத் தடையா யிருப்பவை சமய ஏற்பாடு ஜாதி ஏற்பாடு முதலிய கட்டுப்பாட்டு ஆசாரங்கள். அவையாவன. சாதி ஆசாரம், குல ஆசாரம்... முதலிய ஆசாரங்கள். ஆதலால் மேற்குறித்த ஆசாரங்கள் ஒழிந்து, சுத்தசிவ சன்மார்க்க சத்திய ஞான ஆசாரத்தை வழங்கிப் பொது நோக்கம் வந்தால் மேற்படி காருண்யம் விருத்தியாகிக் கடவுளருளைப் பெற்று, அனந்த சித்திமுத்திகளைப் பெறக் கூடுமே யல்லது இல்லாவிடில் கூடாது"¹² என்று வள்ளலார் சற்று அழுத்தமாகவே உரைக்கிறார்.

சன்மார்க்கத்தின் உயிர் நாடியான ஜீவகாருணிய ஒழுக்கத் திற்குச் சாதி ஒரு தடையாக ஆகிவிடக்கூடாது என்பதில் வள்ளலார் கறாராகச் செயல்பட்டிருக்கிறார். உணவு வழங்கு வதில் கூட அன்று சாதி பின்பற்றப்பட்டிருக்கிறது. மடங்க ளெல்லாம் அன்று சாதிய மடங்களாகவே செயல்பட்டன. சத்திரங்களில் உயர்சாதியினருக்கு மட்டுமே சோறு வழங்கப் பட்டது. இதைவிடக் கொடுமை பஞ்ச காலத்தில்கூடச் சாதி மதம் பார்த்துத்தான் சோறுபோடப்பட்டது. அத்தருணத்தில், "பசியினால் வருந்துகிறவர்கள் எந்தத் தேசத்தவரா யினும் எந்தச் சமயத்தவராயினும் எந்தச் சாதியினராயினும் எந்தச் செய்கையராயினும் அவர்கள் தேச ஒழுக்கம் சமய ஒழுக்கம் சாதி ஒழுக்கம் செய்கை ஒழுக்கம் முதலானவைகளைப் பேதித்து விசாரியாமல், எல்லாச் சீவர்களிடத்தும் கடவுள் விளக்கம் பொதுவாக விளங்குவதை அறிந்து பொதுவாகப் பார்த்து அவரவர் ஒழுக்கத்திற்குத் தக்கபடி அவர்கள் பசியை நிவர்த்தி செய்விப்பதே ஜீவகாருணியம்"¹³ என்னும் கோட் பாட்டை முன்மொழிந்தார் வள்ளலார்.

சாதி மதங்களைக் கைக்கொண்டு விடாப்பிடியான வறட்டு ஆசாரங்களோடு வாழும் மக்கள் இன்று மட்டுமல்ல வள்ளலார் காலத்திலும் இருந்தனர். அவர்களைப் பார்த்து வள்ளலார் இப்படி அழைக்கிறார்.

    சாதியிலே மதங்களிலே சமயநெறிகளிலே
        சாத்திரச்சந் தடிகளிலே கோத்திரச்சண் டையிலே
    ஆதியிலே அபிமானித்து அலைகின்ற உலகீர்
                                        (திரு. 5566)

மேலே சுட்டிக்காட்டியவற்றுள் மக்கள் அமிழ்ந்தால் அவர்கள் அழிவது உறுதி. எனவேதான். 'அலைந்து அலைந்து வீணே நீர் அழிதல் அழகலவே' என்று எச்சரிக்கிறார்.

அந்தந்தச் சமயங்கட்கு ஏற்பச் சாதி ஆசார சங்கற்ப விகற்பங்களை வகுத்துரைப்பது பற்றிச் சாத்திரங்களை ஒதுக்கினமை விளங்க, 'சாதி சமயங்களிலே வீதிபல வகுத்த சாத்திரக் குப்பைகள்' (திரு.5805) என்று வெறுத்துரைக்கிறார். மட்டுமன்றி, இவை கொள்ளத்தக்கன அல்ல என்றும் வள்ளலார் அறிவுறுத்துகிறார். சாத்திரங்கள் பலவற்றின் பொய்ம்மையை ஆதியிலேயே அவர் கண்டுகொண்டார் என்பதை, 'சாதியும் சமயமும் பொய்யென ஆதியில் உணர்த்திய அருட்பெருஞ்சோதி' (அகவல்.211 – 12) என்னும் வரிகள் நிரூபிக்கின்றன.

மேலும், "அறியாமையால் தோன்றிய சாதிப் பிரிவுகளையும் தத்துவம் கூறும் சாத்திரக் குவியல்களையும் இரண்டாக வாய்த்த புல்லிய செவிகளில் தோன்றும் அழுக்காக எடுத்தெறிந்து, மருட்சியை உண்டாக்கும் சாதிகள், சமயங்கள், மதங்கள் ஆசிரம ஒழுக்கங்கள், வழக்கங்கள் ஆகிய எல்லாவற்றையும் குழிதோண்டிப் புதைத்து மண்பெய்து மூடி"[14] அருட்சோதி வீதியில் ஆடச்செய்தான் இறைவன் என்று பாடுகிறார், வள்ளலார்.

சாதியை மட்டுமன்றி வருணபேதத்தையும் வள்ளலார் கண்டித்தொதுக்குகிறார். இறைவனால் உண்டாக்கப்பட்ட நால்வகை வருணாசிரமங்களே சாதிப்பிரிவுகளுக்கு வித்து என 'புருஷசூக்தம்' என்னும் நூல் வரையறுத்துள்ளது. ஆனால் வருணமும் சாதியும் வெவ்வேறானவை என்னும் கருத்தும் உண்டு.[15] முன்பே குறிப்பிட்டதைப்போல விளக்குவதற்குக் கடினமான பகுதி இது. எனவே அதைவிடுத்து விபரத்திற்கு வருவோம். 'இந்து சமயத்திற்கு ஆதார ஸ்ருதியே வருணாசிரம தர்மம்தான்' என்பது அறிஞர்கள் கருத்து. இத்தகு வருணாசிரமத்தைப்பற்றிய மயக்கம் வள்ளலாருக்குக் கொஞ்சங் கொஞ்சமாக அற்றுப்போனது. அதனால் விளைந்த சாதி சமயம்பற்றிய வழக்குகளும் அழிந்தன என்பதை வள்ளலார்,

மதித்த சமயமத வழக்கெல்லாம் மாய்ந்தது
வருணா சிரமமெனு மயக்கமுஞ் சாய்ந்தது

(திரு.4503)

என்று கூறுகிறார். மட்டுமன்றி, கேடுதரும் இந்தப் பிரிவினைகள், அதற்காக இட்டுக்கட்டப்பட்ட கதைகள் எல்லாம் சிறுபிள்ளை விளையாட்டு எனச் செவிட்டில் அறைந்தாற்போலக் கூறுகிறார். அவர் கூறுவது வருமாறு:

நால்வருணம் ஆசிரமம் ஆசாரம் முதலா
நவின்றகலைச் சரிதமெலாம் பிள்ளை விளையாட்டே

(திரு.4174)

இந்தத் தேசத்திற்கான சட்டதிட்டங்களை எல்லாம் – ஆங்கிலேயர் வந்த பின்பும் – மனுதர்மத்தின் அடிப்படையிலேயே நிலைநாட்டி வந்த உயர்குடிகளுக்கு இந்த வரிகள் எத்தகு அதிர்ச்சியைத் தந்திருக்கும் என்பதைச் சொல்லத் தேவையில்லை.

தோல் வருணங் கண்டு மேல்வருணம் அறிவார் இல்லை என்பது வள்ளலார் கருத்து. "வருணம் என்பதற்குச் சாதி என்றும் நிறம் என்றும் இரண்டு பொருள் உண்டு. தோல் வருணம் – தோலின் நிறம், மேல் வருணம் – மேல்சாதி. உடல் தோலின் நிறத்தைக் கொண்டு மேல்சாதி கீழ்சாதி என்று அறியமுடியாது என எள்ளி நகை யாடுவார்"[16], வள்ளலார். 'மேல்வருணம் தோல்வருணம் கண்டறிவார் இலை நீ, விழித்துப் பார் என்றெனக்கு விளம்பிய சற்குருவே' (திரு.4174) என்பது அவரது வார்த்தை.

மனிதன் கைக்கொள்ள வேண்டிய ஒழுக்கங்கள் நான்கு என வள்ளலார் குறிப்பிடுகிறார். அவை, இந்திரிய ஒழுக்கம், கரண ஒழுக்கம், ஜீவ ஒழுக்கம், ஆன்ம ஒழுக்கம் ஆகியன.[17] அவற்றுள் ஜீவ ஒழுக்கத்திற்குப் பொருள் கூறும்போது, "எல்லவரும் தம்மவராய்ச் சமத்தில் கொள்வது" எனக் குறித்தார். சாதி, சமயம், நாடு, குலம், ஆண், பெண், உயர்வு, தாழ்வு என்னும் வேறுபாடுகளைத் தாண்டி எல்லோரையும் தம்மவராகக் கொள்வது என உயிர் ஒழுக்கத்திற்கு வடிவம் தருகிறார்.[18] அந்தப் பொதுமை நோக்கு வரின், தானாகவே ஆன்ம நேய உரிமையும் தோன்றும். இந்தச் சிந்தனைகளை வள்ளலார் பாடல்களில் பரக்கக் காணலாம்.

இறைவனை வழிபடுவதில்கூடச் சாதியம் தலைவிரித் தாடியது, ஆடுகிறது. சாதி, சமயம், மதம் என்ற 'கட்டுகள்' மனிதன் தனக்குத்தானே போட்டுக்கொண்டவை. ஆவுரித்துத் தின்றுழலும் புலையரேனும் கங்கைநீர் சடைக்கரந்தார்க்கு அன்பராக முடியும் (தேவாரம், பா: 95 – 100) என்னும் மரபு வழிப்பட்ட இந்த மண்ணில் சாதிப்பேய் தலைவிரித்தாடுவதை,

சாதிகுலம் என்றும் சமயமதம் என்றுமுபநீதியில் ஆசிரம நீட்டென்றும் ஓதுகின்ற பேயாட்டம்
(திரு.5508)

என்று சாடுகிறார். சாதியைச் 'சங்கடம்' (3319), 'விகற்பம்' (4086), 'சழக்கு' (5387) என்று கடுமையாகவே விமர்சிக்கிறார். சன்மார்க்கப் பொதுவுலகம் காண, சாதி ஒழிய வேண்டும் என்பது அவர் கண்ட முடிவு.

இறைவன் அருளாளன்; அளவில் சோதி வடிவினன். அந்த அருட்பெருஞ்சோதியைச் சாதியென்னும் எல்லைக்குள் நின்று காணமுடியாது. அளவிறந்த ஒளிவெள்ளம் இருளில்

அடங்குமா? "உயிர்களை நன்னெறியில் நிறுத்தி வாழவைப்பதும் மகிழ்விப்பதும் எதுவோ, அது மெய். சாதியோ மனிதனைத் தாழ்த்துகிறது. தீநெறிப் படுத்துகிறது. துன்பத்துக்குள்ளாக்குகிறது. ஆதலால் அது பொய். சாதியும் குலமும் உடல்பற்றியன. மனிதன் இவற்றைப் புறத்தில் ஏற்படுத்திக்கொண்டான். உடல் மறையும்போது இவையும் மறைந்து போகும்."[19] இதை மிக நுட்பமாக விளக்குகிறார் வள்ளலார்.

எம்குலம் எம்மினம் என்பது தொண்ணூற்றாறு
அங்குலம் என்றருள் அருட்பெருஞ்சோதி(அகவல், 219-20)

என்பது அவரது வார்த்தை. அதாவது 96 அங்குலம் கொண்ட (8 அடி) மனிததேகம் அழியும்போது அதோடு சேர்ந்துள்ள புறப் பூச்சுகளான சாதி முதலியவையும் அழிந்து போகும் என்பதையே வள்ளலார் இப்படி விளக்கியுள்ளார்.

சாதி ஒவ்வொருவருக்கும் சுகமானதாகப் படுகிறது. சாதியக் கூட்டுக்குள் இருந்து குளிர்காய்பவர்களே ஏராளம். ஆனால் சாதியக் கூட்டை உடைத்துக்கொண்டு வெளிவரும்போதுதான் இறையருளைப் பெறக்கூடிய ஆன்ம ஈடேற்றம் நிறைவுறும் என்பதை,

சாதிசமய சழக்கெலாம் அற்றது
சன்மார்க்க ஞானசபை நிலைபெற்றது
மேதினியில் சாகாத வித்தையைக் கற்றது
'மெய்யருள் சோதி என்னுள்ளத்தில் உற்றது
(திரு.4913)

என்று கூறுகிறார். மானிடரை இறையருள் பெறவைக்கும் வழியைக் காட்டவே வள்ளலார் வாழ்ந்தார். அப்படிப் பெற வைக்கும் பாட்டே அருட்பா. 'அகத்தே கருத்து, புறத்தே வெளுத்த மக்களை' இந்தச் சகத்தே திருப்பிட வந்தவர் அவர். அதற்கான முதற்படி இந்தச் சாதி எதிர்ப்பு உணர்வே.

'குலத்தே சமயக்குழியிடத்தே விழுந்து இவ்வுலகம் குமை யாதே, நலத்தே சுத்த சன்மார்க்கம் நாட்டா நின்றேன்' (5484) என்று பெருமிதப்படுகிறார் வள்ளலார். ஆனால் பல நூற்றாண்டு களாகப் புரையோடி, இந்தச் சமூகத்தையே பாழ்படுத்திக் கொண்டிருக்கும் பெரும்புண் அன்றோ சாதி? அவ்வளவு எளிதில் அதனை அழிக்க முடியுமா? இந்தியா சுதந்திரம் அடைந்து எத்தனையோ முன்னேற்றங்களைக் கண்டும்கூட, இந்த நூற்றாண்டில் தலித்துகளுக்கான தனித்தொகுதி தேர்தல் வெற்றி ராஜினாமாவில்தானே முடிகிறது! இந்த நவீனயுகத்தி லும் சாதிவெறி சமூகத்தை இறுகப்பற்றி நெறித்துக் கொண் டிருக்கும்போது வள்ளலார் காலத்தில் அதன் வீரியத்தைச்

சொல்லத் தேவையில்லை. பற்றிய தளைகளைத் தகர்ப்பது அவ்வளவு எளிதன்று; இது வள்ளலாருக்கும் தெரியும். அதனால்தான் அது நீங்க இறையருளை வேண்டுகிறார். தம்முடன் வருமாறு மக்களுக்கு அழைப்பு விடுக்கிறார்.[20] சாதி மதச் சண்டைகளில் அலைப்புண்ட மக்களை நோக்கி,

> வரையில் உயர்குலம் என்றும் தாழ்குலம் என்றும்
> வகுக்கின்றீர் இருகுலமும் மாண்டிடக் காண்கின்றீர்
> புரையுறும் நும்குலங்கள் எலாம் புழுக்குலம்
> 
> (திரு.5576)

என்று சற்று காட்டமாகவே சாடுகிறார். சாதி சமய சழக்கை விட்டதால் அருட்சோதியைக் கண்டேன். அக்கச்சி சோதியைக் கண்டேன் என்று எக்காளமிடுகிறார்.

'இந்தியாவின் முன்னேற்றத்திற்கும் அதிகாரத்திற்கும் சக்தி வாய்ந்த தடைக்கற்களாகச் சாதிகள் உள்ளன' என்று இந்தியாவை மதிப்பிடுகிறார் காரல்மார்க்ஸ். பத்தொன்பதாம் நூற்றாண்டில் சாதிக்கொடுமை அந்த அளவிற்குத் தொழிற்பட்டிருக்கிறது. இத்தகு சூழலில் வள்ளலார் சாதியத்திற்கு எதிராகச் செயல் பட்டிருப்பது வரலாற்றில் முக்கிய நிகழ்வாகும். சாதிய ஒடுக்கத் தால் நேரடியாகப் பாதிக்கப்பட்ட வைகுண்ட சுவாமிகளுக் காவது சாதியை எதிர்க்க வேண்டிய கடப்பாடு இருந்தது. ஆனால் வள்ளலாருக்கு அப்படியான நிலைமை ஏதும் இல்லை. எனினும் சமூகச் சூழல் பற்றியும், ஆன்ம ஈடேற்றத்திற்குச் சாதி ஒரு பெருந்தடை எனும் நோக்கிலும் அவர் அதை எதிர்த்தார்.

ஆனால், "வள்ளலாரால் நிறுவப்பட்ட சமரச சுத்த சன்மார்க்க சங்கம், சாதி எதிர்ப்பு மற்றும் பிற சமூகத் தீமை களை எதிர்த்து எவ்வித இயக்கமோ பிரசாரமோ நடத்தி யதற்குச் சான்றில்லை" என்று மதிப்பிடுகிறார் சுப. அண்ணா மலை.[21] தனது நூலின் முதல் பத்தியில் இராமலிங்க சுவாமிகள் சாதிய அடுக்கை மும்முரமாக எதிர்த்தார் என்றும் அவரது சன்மார்க்க இயக்கம் சாதியத்தையும் மற்ற வேற்றுமைகளை யும் கண்டித்தது என்றும் எழுதிய அண்ணாமலை, அடுத்த பத்தியிலேயே இப்படி முரண்படுவது வியப்பளிக்கிறது.

இதேபோல, "அன்றைய சமூகத்தில் நிலவிய சாதி ஆசார குலாசாரப் பிடிப்புகளிலிருந்து அடிகளாரும் தப்ப முடிய வில்லை. சாதிப் பிடியிலிருந்தும் சமயப்பிடியிலிருந்தும் அடிகள் விடுபட ஆசைப்பட்டிருக்கிறார்கள்; முயன்றிருக்கிறார்கள். ஆனால் அவர்கள் விருப்பம் நிறைவேறவில்லை" என்று எழுது கிறார் அ.லெ. நடராஜன்.[22]

சாதியும் மதமும் சமயமும் தவிர்ந்தேன்
சாத்திரக் குப்பையும் தணார்ந்தேன் (திரு.4075)

இந்தசாதி இந்தமதம் எனும்
சழக்கை யெலாம் தவிர்த்த சத்தியனே (திரு.4637)

சாதிகுலம் சமயமெலாம் தவிர்த்தெனை மேலேற்றித்
தனித்ததிரு வமுதளித்த தனித்தலைமைப் பொருள்
(திரு.4112)

என்று வள்ளலார் தாம் சாதிமதத் தளையிலிருந்து முற்றிலும் விடுபட்ட செய்தியை விவரித்திருக்கிறார். ஆனால் வள்ளலாரைச் சாதியக் கூட்டுக்குள்ளேயே அடைக்க நடராஜன் முனைகிறார். சமயத்தைக் கடந்த அவரை மீண்டும் சைவத்துக்குள்ளேயே கரைக்க முயல்வதைப் போன்ற செயல்பாடு இது.

சாதியத்தை வள்ளலார் கைவிடவில்லை என்பதற்கு அ.லெ.ந. காட்டும் சான்று யாதெனில், தாம் எழுதிய கடிதங்களில் முதலியார், ரெட்டியார், நாயக்கர் என்ற சாதிச் சுட்டுச் சொற்களைத் தவறாது அடிகள் பயன்படுத்தியிருக்கிறார்கள்[23] என்பதாகும்.

பெயருடன் சாதிய பின்னொட்டுகளை வள்ளலார் கையாண்டிருக்கிறார் என்பதற்காக, அவர் சாதியை விடவில்லை என்று கூறுவது அறிவுக்குப் பொருந்தாத வாதம். வள்ளலார் கூடத் தொடக்க காலத்தில் 'சிதம்பரம் இராமலிங்கம் பிள்ளை' என்றே கையொப்பம் இட்டார். அந்தப் பின்னொட்டுக்கள் அன்று வழக்கில் இருந்தவை. மரபாக வழங்கப்பட்டவை. எளிதில் இன்னார் என்று அடையாளம் காணப் பயன்பட்டவை. அவற்றை அந்த அளவிற்கே அவர் கையாண்டார். சாதி ஒழிப்பிற்காகப் பெரிதும் போராடிய தந்தை பெரியார், 'ஈ.வே. ராமசாமி நாயக்கர்' என்று அழைக்கப்பட்டார். அதற்காகப் பெரியாரின் பணியைக் குறைத்து மதிப்பிடமுடியுமா? பெரியார் திரு.வி.க.வைச் சுட்டும்போது 'முதலியார்' என்றும் திரு.வி.க. பெரியாரைச் சுட்டும்போது 'நாயக்கர்' என்றும் கூறியிருப்பதையும் இத்துடன் ஒப்பிட்டுக் காணவேண்டும்.

வள்ளலார் பலருடன் பெற்றிருந்த நெருக்கமான நட்பையே அவரது கடிதங்கள் காட்டுகின்றன. "சாதி எல்லைக்குள் அவர் அடங்கியிருந்தால் அவரைப் பலரும் போற்றியிருக்கமாட்டார்கள். தீண்டாமை மிக்கிருந்த அந்நாளில் மக்களை ஒன்று திரட்டி வேறுபாடுகளைக் களைய அவர் முயன்றதை எளிதில் புறந்தள்ள முடியாது. ஏழை எளியவர்களைச் சாதி வேறுபாடின்றி ஒன்று சேர்ப்பது அருஞ்செயல். உயர்சாதி மக்கள், சைவ மடங்கள், உயர் அரசு அலுவலர்கள் யாரும் தாழ்த்தப்பட்ட

மக்களையும் ஏழை எளியோரையும் பாதுகாக்க முன்வரவில்லை. வள்ளலார் அவர்களுக்கு உறுதுணையாக இருந்து, மண்ணில் மனிதராய் வாழ அவர்களுக்கும் உரிமையுண்டு எனச் சுட்டிக் காட்டினார்."[24]

வள்ளலாரின் சங்கமும் சபையும் சாதிய எதிர்ப்பில் தீவிரமாகச் செயல்படவில்லை என்றாலும் எதிர்ப்பின் முன்னோடிகளாகச் செயல்பட்டதை மறுக்க முடியாது. அவரது சத்தியஞான சபைகூட சாதி எதிர்ப்புப் பணிக்கு ஒரு உதாரணம் தான். இது குறித்து திரு.வி.க. இப்படி எழுதுகிறார்: சாதிமத வேற்றுமைகளைப் பலவுரையால் மறுத்துச் சமரச ஞானத்தை அறிவுறுத்திக் கோயில்களெல்லாஞ் சாதிக் கோயில்களாக மாறியது கண்டு எல்லோரும் போந்து வழிபடுவதற்கென இச்சமரச் கோயிலை (வடலூர் சபை) அமைத்துச் சென்றார்."[25]

எனவே, வள்ளலாரின் சங்கம், சாலை, சபை அனைத்தும் சாதிமதபேதமின்றி ஒத்தாரும் உயர்ந்தாரும் தாழ்ந்தாரும் எவருக்கும் உரிமையுடையது என்பதில் ஐயமில்லை. ஆனால் இவற்றிற்கெல்லாம் மறுதலையாக எழுதுவது, வருணாசிரமத்தின் கூத்து இன்னும் ஓய்ந்தபாடில்லை என்பதை நினைவூட்டுகிறது.

வள்ளலாரின் சாதி எதிர்ப்புப் பணியை வேறொரு கோணத்திலும் ஆராய்வது அவசியம். சாதி இழிவு காரணமாக, மக்கள் – குறிப்பாகப் பஞ்சமர் – அன்று கிறித்துவத்திற்கு மதம் மாறிக் கொண்டிருந்தனர். சாதியின் ஏற்றத்தாழ்வால் ஒருவரின் சமய உணர்வு பாழாவதில் வள்ளலாருக்கு உடன்பாடில்லை. அதனால் தமது நிறுவனங்களின் வாயிலாக அதைத் தடுத்தார். மதங்களைக் கடந்த ஒருவர், மக்களின் மதமாற்றத்தை ஏன் தடுக்க வேண்டும் என்ற வள்ளலாரைக் கொச்சைப்படுத்தும் நாத்திகர்களும் உண்டு. வைதீக இந்து சமயத்தின் தீண்டாமையை யும், சாதிய ஒடுக்கு முறைகளையும், கேள்விக் குள்ளாக்கியதோடு, பிராமணிய சாதி அடுக்குமுறையையும் கிறித்துவம் சீர்குலைத்தது என்பது உண்மை. அது இன்னொரு செயலையும் செய்தது. "மக்களை அவர்களின் நீண்ட பண்பாட்டுப் பாரம்பரியங்களி லிருந்து அறுத்துப் பிரித்து, செயற்கையான மேற்கத்தியப் பண்பாட்டுப் பாரம்பரியங்களோடு ஒட்ட வைக்க முயன்றது. பூர்வீகப் பண்பாட்டு வேர்களிலிருந்து மக்களை அறுத்தெடுப்பது என்பது சமய வேர்களிலிருந்து அறுத்தெடுப்பது மட்டுமல்ல. சமுதாயத்தின் மரபுவழியாகவரும் எல்லா வேர்களி லிருந்தும் அறுத்தெடுப்பதுமாகும்."[26] இதை நன்கு உணர்ந்து கொண்டதால் தான் வள்ளலார் அதைத் தடுத்தார். இந்தப் புரிதலை தெரிந்து கொண்டால் குழப்பங்களுக்கு இடமில்லைதானே!

## சான்றுக் குறிப்புகள்

1. ஜி. ஜான்சாமுவேல், பாரதியும் ஷெல்லியும் – ஒரு புதிய பார்வை, 1980, ப.65
2. இக்கருத்துக்கு அடிப்படைத் தோற்றுவாயாக இருந்தவை ஜோதி ராவ் பூலே, பெரியார் ஈ.வெ.ரா. ஆகியோரின் எழுத்துக்களும் பிராமண எதிர்ப்பு இயக்கமும் என்கிறார் கெய்ல் ஓம்வெட்.
3. கெய்ல் ஓம்வெட், வர்க்கம் சாதி நிலம், 1988, ப.3
4. மேற்படி, ப.6
5. பொன்னீலன், தெற்கிலிருந்து, 2001, ப.27 – 28
6. Abbe J.A. Dubois, Hindu Manners Customes and Ceremonies, 2001, P.14
7. ப்ராஹ்ம ணோஸ்ய முகமாஸீத்<br>பாஹூ ராஜன்ய க்ருத|<br>ஊரு ததஸ்யயத் வைஸ்ய பத்ப்யாம்<br>ஸூத்ரோ அஜாயத|| (ருக்வேதம் 10/90/12)
8. உலக விருத்தியின் பொருட்டு, தன்னுடைய முகம், புஜம், துடை, கால் இவைகளின்று பிராமணன், க்ஷத்திரியன், வைசியன், சூத்திரன் இவர்களைக் கிரமமாக வுண்டு பண்ணினார். (மனுதர்ம சாஸ்திரம், 1/31)
9. சதுர்வர்ண்யம் மயா ஸ்ருடம் குணகர்ம விபாகச: தஸ்ய கர்தாரமபிமாம் வித்யகர் தார மவ்யயம் (பகவத் கீதை, 4/13)
10. திருவருட்பா உரைநடைப்பகுதி, 1978, ப.313
11. பா. கல்யாணி (அமைப்பாளர்), சாதியும் வர்க்கமும், 1988, ப.110
12. திருவருட்பா உரைநடைப்பகுதி, 1978, ப.313
13. மேற்படி, ப.70
14. ஔவை துரைசாமி (உ.ஆ.), திருவருட்பா மூலமும் உரையும், (பத்தாம் தொகுதி), 1989, ப.281
15. குணா, சாதியத்தின் தோற்றம் (1979) என்னும் நூலில் இது குறித்து விரிவாக ஆய்ந்துள்ளார்.
16. ஊரனடிகள், புரட்சித்துறவி வள்ளலார், 1997, ப.70

17. திருவருட்பா உரைநடைப்பகுதி, 1978, ப.309
18. கி. சுப்பிரமணியன், நீர்மேல் மலர்ந்த நெருப்பு, 2004, ப.27
19. மேற்படி, ப.28
20. மனித குலத்தை தமது இலட்சிய வேட்கைக்கு அழைத்த அவரது உயிர் உருக்கப் பாடல்களை 'புனிதகுலம் பெறுமாறு புகலல்' எனும் பதிகத்தில் விரிவாகக் காணலாம்.
21. There is no evidence to think that either he or the Samarasa Suddha Sanmarga Sangam established by him led a movement or campaign against caste system and other social evils. - S.P. Annamalai, The Life and Teachings of Saint Ramalingar, 1973, P.40
22. அ.லெ. நடராஜன், வள்ளலார் வாழ்வும் வாக்கும், 1974, ப.185
23. மேற்படி, ப.259
24. கி. சுப்பிரமணியன், முன்சுட்டியது, ப.31
25. திரு. வி. கல்யாணசுந்தரனார், இராமலிங்க சுவாமிகள் திருவுள்ளம், 1994, ப.44
26. பொன்னீலன், முன்சுட்டியது, ப.80

## வள்ளலாரின் பெண்ணுரிமை

பெண் ஆடவனின் உடைமை எனக் கூறும் பைபிளில், பெண்ணுக்கு அவமானமும் இழிவும் பயப்பது தவிர வேறு எதுவும் இல்லை என்று கடுமையாகச் சாடினார் இங்கர்சால்.¹ ஆம். சமுதாயத்தின் சரிபாதியாக இருக்கும் பெண்கள் உலகநாடுகள் முழுவதும் பெரும் பாலும் அடிமையாகவும் ஆண்களின் உடைமையாகவுமே நடத்தப்பட்டனர். பெண்ணை ஓர் அறிவு ஜீவியாகக் கருதாமல் அவளை வெறும் போகப்பொருளாகவே ஆணினம் நடத்தி வந்துள்ளது. 'ஆண்களோடு பெண்கள் சரிநிகர் சமானம்' என்பதை இந்த ஆணாதிக்கச் சமூகம் ஒருபோதும் ஒத்துக்கொண்டதில்லை. கல்வி, அறிவு, ஞானம் என எந்த ஒன்றையும் பெண்களுக்கு இச்சமூகம் அனுமதித்ததில்லை. பெண் என்பவள் ஆண்களைச் சார்ந்தே வாழவேண்டும் என்பதே இங்கு எழுதப்படாத – சிலபோது எழுதவும் பட்ட – சட்டமாகத் தொழிற்பட்டு வந்தது.²

இத்தகு சூழலில்தான் பத்தொன்பதாம் நூற்றாண்டில் பெண்ணுரிமைக்குக் குரல் கொடுக்கும் சீர்திருத்தவாதிகள் பலர் உலகெங்கும் தோன்றினர்; அரசியல், சமயம், பொருளியல் என்று அனைத்திலும் சமவுரிமை கோரினர். முன்னேறிய நாடுகளில்கூடப் பெண்ணுரிமை மறுக்கப் பட்டுவந்த காலகட்டத்தில் வள்ளலார் பெண்ணுரிமை பேசியது குறிப்பிடத்தக்கது.

வள்ளலாரின் பெண்ணுரிமைக் கோட்பாட்டை நாம் இரு நிலைகளில் ஆராயலாம். அவை:

(1) பெண்கல்வி.

(2) ஆண் – பெண் சமத்துவம்.

# பெண்கல்வி

வருணாசிரமத்தின் அடிப்படையில் பிரிவுகளை உண்டாக்கி இன்ன பிரிவிற்கு இன்ன தொழில் என்பதைத் திட்டவட்டமாக வரையறுத்திருக்கிறது மனுநீதி. ஓதுதல் ஓதுவித்தல் தொழிலில் பார்ப்பனர் முதலிடத்திலும் அரசர் அடுத்த இடத்திலும் இருந்தனர். வணிகர்க்கு சொற்ப இடத்தை அளித்தனர்.[3] மற்றவர்களுக்கோ கல்வி முற்றிலும் மறுக்கப்பட்டது. வேதம் ஓதுவதைச் சூத்திரன் கேட்டு விட்டால் அதற்குத் தண்டனையாக அவன் காதில் ஈயத்தைக் காய்ச்சி ஊற்ற வேண்டும் என்கிறது மனுநீதி. நிலைமை இப்படியிருக்கப் பெண்கல்வி என்பது குறித்து நினைத்துக்கூடப் பார்க்க முடியாது. ஏனெனில் பெண் இயல்பாகவே பாவப்பட்ட பிறவி. "பெண் என்றாலே இளக்காரமாக நினைத்ததால் அவர்களின் கல்வி முழுமையாகப் புறக்கணிக்கப்பட்டது... தேவதாசிகள் மற்றும் பொது மகளிர்கள் போன்ற அடக்கமில்லாத பெண்களுக்கு மட்டுமே கல்வி, சங்கீதம், நடனம் போன்றவை கற்றுத்தரப்பட்டன. அடக்கமான குடும்பப் பெண்கள் யாரேனும் கொஞ்ச நஞ்சம் படிக்கத் தெரிந்திருந்தால் கல்வியே கெட்டுப்போய்விட்டதாகக் கருதப்பட்டது. அவமானத்திற்குப் பயந்து அப்பெண்ணே அதை மறைத்து விடுவாள்"[4] என்கிறார் அபே துபே.

சமூக இறுக்கம் இப்படி இருந்துவந்த காலத்தில்தான் வள்ளலாரின் பெண்கல்விச் சிந்தனை ஓங்கி ஒலித்தது. அவர் நிறுவிய கல்வி நிறுவனங்களின் (?) விதிமுறைகளைப் பார்க்கும் போது அதில் பெண்களும் சேர்ந்து கல்வி பயின்றிருக்கக்கூடும் என்று கருத இடமுண்டு. ஆண்களோடு பெண்களும் பள்ளிகளில் தங்கிக் கல்வி பயின்ற முறை சமணத்திற்கு மட்டுமே உரியது.[5] இதை, பத்தொன்பதாம் நூற்றாண்டில் மீண்டும் நடைமுறைக் குக் கொண்டு வந்தவர் வள்ளலார். பெண்களுக்குக் கட்டாயம் கல்வி கற்பிக்க வேண்டும் என்பதை அவர், பெண்களுக்கு யோகம் முதலிய சாதனங்கள் அவசியம் கற்பிக்க வேண்டியது. மேலும் பேதமற்று அபேதமாய்ப் படிப்பு முதலியவையும் சொல்லிக் கொடுக்க வேண்டியது. தத்துவம் முதலியவற்றின் சொரூப ரூபாதிகளைத் தெரிவித்துச் சரளமாக்கினால் பின் தடையின்றி நம்முடைய துரிய ஆசிரம காலத்தில் ஒத்திருப்பார்கள். 'தெய்வம் தொழாஅள்' என்னும் தேவர் குறளால் இதை அறிக[6] என்று எழுதுகிறார்.

மேற்சுட்டிய பகுதியிலிருந்து நமக்கு மூன்று உண்மைகள் புலப்படுகின்றன.

(1) ஆண் – பெண் வேறுபாடின்றி எல்லாப் படிப்பையும் பெண்களுக்குச் சமமாகக் கொடுக்க வேண்டும். (பேதம் – வேற்றுமை; அபேதம் – வேறுபாடின்மை.)

(2) யோகம் முதலிய கல்வி தாண்டிய பயிற்சிகளையும் கற்பிக்க வேண்டும்; சாதனம் – மன அமைதியையும் ஆன்மிக நிறைவையும் தருகின்ற வழி.

(3) இவற்றுடன் நின்றுவிடாமல் தத்துவங்கள்பற்றியும் தெளிவாகப் போதிக்க வேண்டும். 'ஸ்வரூப ரூப' என்னும் தொடர் தத்துவ உட்பிரிவுகளின் அமைப்பை – கட்டமைப்பை – குறிக்கும். அத்துடன் தெய்வம் தொழாஅள் என்னும் தேவர் குறளால் இதை அறிக என்று அந்தப் பகுதியை முடிக்கிறார்.

அடிமையாய், அறிவில்லாத சடப்பொருளாய் மனைவியானவள் இருந்து கணவனை வழிபடுவதைக் குறள் குறிக்கவில்லை, மாறாக எல்லாம் அறிந்தவளாய் அவனுக்கு ஒத்து நின்று ஒரு பேரறத்தில் சமபங்கு பெறுகிறாள் என்று குறளுக்கே புத்துரை வகுக்கிறார் வள்ளலார். சமவுரிமை பெற்ற பெண்ணாக, காதலன் ஒருவனைக் கைப்பிடித்து அவன் காரியம் யாவிலும் பங்குபெறும் தோழியாக அறிவு வடிவமாகப் புதுமைப் பெண்ணைப் பாரதிக்கு முன்பே எண்ணிய பெருமை வள்ளலாருக்குண்டு.[7]

## ஆண்-பெண் சமத்துவம்

அடிமைப்படாமலும் அடிமைப்படுத்தாமலும் ஒருவர் மற்றவரோடு சமநிலையில் வாழ்வது சமத்துவம் எனப்படும். சமூகத்தில் இது எல்லா நிலைக்கும் பொருந்தும். வள்ளலார் ஆண் – பெண் சமத்துவத்தை மிகவும் வலியுறுத்திப் பேசியுள்ளார். சாதி, சமயம் முதலியன எப்படிச் சமரச சுத்த சன்மார்க்கத்திற்குத் தடைகளோ அப்படித்தான் பால்வேறுபாடும். எனவேதான், ஆண் – பெண் சமத்துவமும் சுத்த சன்மார்க்கத்தின் குறிக்கோள்களுள் ஒன்று என விதி வகுத்தார் அவர்.

இறைவன் படைப்பில் ஆண், பெண் பேதமில்லை. ஆணில்லாமல் பெண்ணோ, பெண்ணில்லாமல் ஆணோ கிடையாது. இருவரையும் ஒன்றாக இணைத்தே இறைவன் படைத்துள்ளான் என்பது வள்ளலார் கருத்து. இதனை,

> பெண்ணினுள் ஆணும் ஆணினுள் பெண்ணும்
> அண்ணுற வகுத்த அருட்பெருஞ் சோதி
> (அகவல், 703-704)

என்று அகவலில் குறிப்பிடுகிறார். மேலும், ஆண் பெண் பால் வேற்றுமை உடலைப் பொறுத்ததேயன்றி ஆன்மாவைப் பொறுத்த தன்று என்பதையும் அவர் பின்வருமாறு கூறுகிறார்:

ஆணுக்குள் பெண்ணும் பெண்ணுக்குள் ஆணும் இருக்கும் விதம் எவ்வாறெனில் பிருதிவி, அப்பு, தேயு, வாயு, ஆகாயம், பிரகிருதி, ஆன்மா என்னும் ஏழும் கூடி சுக்கில சுரோணித சம்பந்த சப்த தாதுவாய் சிருஷ்டிக்குக் காரணமாயின. ஆதலால் ஆண்பாகம் சேராது பெண்ணுருவப்படாது; பெண்பாகம் சேராது ஆணுருவப் படாது.[8]

ஆண் – பெண் என்னும் பேதம்கூட நம்மில் எவருக்கும் தோன்றக்கூடாது என்கிறார் வள்ளலார். இந்தப் பேதத்திற்குக் காரணம் புத்தியும், மனமும் என்கிறார் அவர். இந்த அடிப்படை நமக்கு விளங்கினால், வேறுபாடு நம்மில் எழாது என்பதைப் பின்வரும் அவரது கூற்று தெளிவுபடுத்துகிறது: பெண் ஆண் என்னும் நாமபேதம் வருவானேன்? அறிவின் உயர்ச்சி தாழ்ச்சியால்; ஆன்ம அறிவு ஆண்; ஜீவ அறிவு பெண்; ஆன்ம அறிவு என்பதும் ஜீவ அறிவு என்பதும் புத்தி அறிவும் மன அறிவுமாம்.[9]

பெண்களைப் பற்றிய தமிழ்ச் சிந்தனை மரபு முழுக்க முழுக்கப் பால் ஒற்றுமை (Gender conscious) கொண்டதாக இருக்க, வள்ளலாரின் கூற்றோ முற்றிலும் பால் கடந்ததாக இருந்தது.

வள்ளலாரது கூற்றை வழிமொழிவது போலவே தந்தை பெரியாரின் கூற்றும் இந்நூற்றாண்டில் ஒலித்தது குறிப்பிடத் தக்கது. அவர் இவ்வாறு எழுதுவார்: (பெண்களுக்கும்) ஆண்கள் பெயரையே இட வேண்டும். உடைகளும் ஆண்களைப் போலக் கட்டு வித்தல் வேண்டும். சுலபத்தில் இது ஆணா பெண்ணா என்று மற்றவர்கள் கண்டுபிடிக்க முடியாத மாதிரியில் தயாரிக்க வேண்டும்.[10]

ஆண் – பெண் என்னும் பால் வேறுபாட்டிற்கு உடல் சார்ந்த இயற்கையான ஒருசில மாறுபாடுகளைத் தவிர வேறு இல்லை. ஆன்ம அறிவு (புத்தி அறிவு), ஜீவ அறிவு (மன அறிவு) என்னும் இயல்பைப் புரிந்து கொண்டால் இந்த வேறுபாடு தோன்றாது என்றார் வள்ளலார். இயற்கையான வேறுபாட்டைக் களைய நடையுடை பாவனைகளின் செயற்கைத் தன்மையை

உடைக்க வேண்டும் என்றார் பெரியார். இதற்காக அவர்தந்த 'அதிர்ச்சி வைத்தியங்கள்'[11] தனிக் கதை.

## கைம்மை ஒழிப்பு

தமிழில், வழக்கிலுள்ள 'கைம்மை' என்னும் சொல் ஆண், பெண் இருபாலருக்கும் பொதுவானது என்றாலும் அச்சொல் சிறப்பாகப் பெண்களுக்கே உரித்தானது. ஆங்கிலத்தில் *widow / widower* என்ற சொற்கள் இருபாலரின் கைம்மையைக் குறிக் கின்றன. "காதலி இழந்த தபுதார நிலையும், காதலன் இழந்த தாபத நிலையும்" (தொல். புறத். 19) என்று தொல்காப்பியர் கணவன், மனைவி ஆகியோர்தம் கைம்மை நிலைக்கு தபுதாரம், தாபதம் என்று பெயரிட்டுள்ளார். ஆனால் நாளடைவில் இந்த ஆணாதிக்கச் சமூகம் கைம்மை என்னும் சொல்லைப் பெண்களுக்கு மட்டுமே உரித்தாக்கியது.

இந்தியச் சமூகத்தில் கணவனை இழந்த பெண்கள் கைம்மைக் கோலம் பூண்டு வாழும் கொடுமைக்கு ஆட்பட்டிருந் தனர். தமிழகத்தில் சங்க காலம் முதற்கொண்டு இன்றுவரை இதுகுறித்த தகவல்கள் ஏராளமாகக் காணப்படுகின்றன. முதல், இடை, கடை என்று வரிசைப்படுத்தப்பட்ட கற்புநிலையில் 'கைம்மை' கடைக் கற்பாகக் கருதப்பட்டது.[12] கணவனை இழந்து கைம்மை நோன்பு நோற்று வாழும் இந்தப் பெண்களுக்கு மங்கலக்கோலம் மறுக்கப்பட்டது. ஆனால், இந்நிலையை மாற்றும் முயற்சிகள் அந்தந்தக் காலகட்டத்தில் நீறுபூத்த நெருப்பாக இருந்துதான் வந்திருக்கின்றன. கி.பி.16ஆம் நூற்றாண்டில் நிகழ்ந்த ஒரு செயலை இதற்குச் சான்றாகக் கூறலாம். அதாவது வீரபிரம்மங்கார் என்பவர் தாம் ஜீவ சமாதி அடையும் முன்பு தன் மனைவியை அழைத்துக் கூறிய வார்த்தைகள் இவை: நான் சமாதி நிலையை அடைந்ததும் நான் இறந்துவிட்டேன் என்று நீ கருதக்கூடாது. நீ எப்போதும்போல் மஞ்சள் பூசி, குங்குமமிட்டு, கையில் வளையலணிந்து, கூந்தலில் பூ முடித்து வரவேண்டும். அதைப் பற்றி யாராவது தவறாகச் சொன்னார்கள் என்றால் அதற்குரிய தண்டனையை உடனே அனுபவிப்பார்கள். எனவே, நீ உன் வாழ்நாள் முழுவதும் சுமங்கலியாகவே திகழலாம்.[13]

வள்ளலாரும் சுத்த சன்மார்க்க விதிமுறையில் ஒன்றாகப் "புருடன் இறந்தால் மனைவி தாலி வாங்குதல் வேண்டாம்"[14] எனக் குறிப்பிட்டுள்ளார். இந்த ஒரு குறிப்பைத் தவிர, வேறெங்கும் கைம்பெண் பற்றிய செய்தி வள்ளலார் படைப்பில் இல்லை.

வள்ளலாரின் சமகாலத்தில் சற்று முன்பின்னாக வாழ்ந்த சீர்திருத்தவாதிகள் சிலர் கைம்பெண்களின் மறுமணம் குறித்துச்

சிந்தித்துள்ளனர். ஆனால் வள்ளலார் இது குறித்து எவ்விதக் கருத்தும் தெரிவிக்கவில்லை. பெண்களுக்குக் கைம்மைக்கோலம் தேவையன்று என்பது மட்டுமே அவரது கருத்தாக இருந்தது. பெண், தம்மை மங்கலப் பொருட்களால் புனைந்து கொள்வது என்பது அவளது பிறப்பிலிருந்தே தோன்றிவிடுகிறது. இடையில் வந்த கணவன் – மனைவி உறவில், கணவனது இறப்பிற்குப் பின்பு அப்பெண் பிறப்பிலிருந்தே தாங்கிவந்த மங்கலப் புனைவை ஏன் இழக்க வேண்டும் என்பதே இன்றைய பெண்ணியவாதி களின் கேள்வி. இதற்குப் பதிலிறுக்குமுகமாகேவ வள்ளலாரது செயல்பாடுகள் அன்று இருந்துள்ளன. இன்றும் சன்மார்க்கி கள் குடும்பத்தில் கைம்மைக் கோலம் கிடையாது என்பது குறிப்பிடத்தக்கது.

வள்ளலார் கைம்பெண்களின் புனைவலங்காரங்கள், மறுமணம் ஆகியன குறித்துக் கருத்துத் தெரிவிக்காததால் அவரைச் சீர்திருத்தவாதிகளின் பட்டியலில் சேர்க்க இயலாது என்று அவர்மீது குற்றம் சாட்டுபவர்களும் உண்டு. எனினும் இது அக்காலத்தில் மிகப்பெரிய சீர்திருத்தமே. வள்ளலார் அடிப்படையில் ஒரு சமய ஞானி. அவரது முழுக்கவனமும் ஆன்ம ஈடேற்றத்திலேயே இருந்தது. எனவேதான் சமூக விடயங்களில் அவர் ஓரளவிற்கு மட்டுமே கவனம் செலுத்த முடிந்தது என்னும் புரிதலை மேற்கொண்டால் வள்ளலார்மேல் இத்தகு அநாவசிய குற்றச்சாட்டுகள் எழாது.

கணவனை இழந்தோர் கைம்மைக்கோலம் பூண வேண்டிய தில்லை என்று வரையறுத்த வள்ளலார் மனைவியை இழந்த புருஷர்களும் மறுமணம் கொள்ளத் தேவையில்லை என்றார். இதுவும் பெரிய சீர்திருத்தமே. 'கற்பெனப் பேச வந்தால் அதை இருபாலருக்கும் பொதுவில் வைப்போம்' என்பதே வள்ளலாரின் நிலைப்பாடாக இருந்துள்ளது.

## நகைப் பித்து

சமரச சுத்த சன்மார்க்க நெறியைக் கைக்கொண்டு வாழ முனைவோர் காதிலும் மூக்கிலும் அணிகலன்கள் அணிய வேண்டாம் என்று வேண்டுகோள் விடுக்கிறார் வள்ளலார். அவர் இப்படிக் கூறியதற்குக் காரணம், ஆடவர் பெண்களுக்கு நகைமேல் பற்றினை உண்டாக்கி அவர்களை அடிமையாக்கு கிறார்கள் என்பதே. "ஓர் ஆண் ஒரு பெண்ணைத் தனது சொத்து என்று எண்ணுகிறானே எதனால்? துணியாலும் நகையாலும் தானே!"[15] என்னும் பெரியாரின் கூற்றும் இங்கு நோக்கத்தக்கது. எனவே, ஒட்டுமொத்த சமூகத்தாரும் இதைப் பின்பற்றாமல் போனாலும் குறைந்தபட்சம் சன்மார்க்கி

களாவது இதைப் பின்பற்ற வற்புறுத்தினார் வள்ளலார். சமூகத்தைப் பார்த்து அவர் கேட்கிறார்: காதில் இரண்டு பெரிய பொத்தல் செய்து வர விடுத்தவர் – ஆணுக்குக் கடுக்க னிடுதலும் பெண்ணுக்கு மூக்குத்தி முதலியவை போடுதலும் அதற்கு வேண்டிய பொத்தல்களிட்டு வரவிட்டிருக்க மாட்டாரா?[16]

வள்ளலாரின் இக்கேள்வி இச்சமூகத்துக்கான சரியான அறைகூவல். பெண்களின் நகைப்பித்தும் ஒப்பனையுமே ஆண் களிடத்துத் தம்மைக் காமப் பொருளாகக் கொள்ளச் செய்து, தவறான கண்ணோட்டத்தை ஏற்படுத்தி விடுகின்றன. பெண் மக்கள் தாம், ஆண் மக்களைப்போலச் சமவுரிமை உடையவர் களாக இருத்தல் வேண்டுமானால் அவள் கணவன் உள்ளிட்ட எம்மனிதர் பொருட்டும் ஒப்பனை செய்து கொள்ள மறுத்தல் வேண்டும்[17] என்னும் காந்தியடிகளின் அறிவுரை வள்ளலாரின் கருத்துக்கு வலுவூட்டுகிறது.

திருவருட்பாவில் ஏறக்குறைய 130 பாடல்களில் வள்ளலார் பெண்களை இழித்துக் கூறியுள்ளார். அப்படியிருக்க வள்ளலா ரின் பெண்ணியக் கோட்பாடு மிக உயர்வானது எனக் கூறலாமா? என்ற ஐயமும் எழுகிறது. வள்ளலார் பெண்களை இகழ்ந்தது என்பது துறவுநிலைக்கு எதிரான பெண்களையே தவிர, ஒட்டுமொத்தப் பெண் சமூகத்தை அன்று. திருவொற்றியூர் வடியுடையம்மனைத் தரிசிக்க அங்கிருந்த நெல்லிக்காய் பண்டாரம் வீதிவழியாக அவர் செல்லும்போது அங்கிருந்த வேசியர் சிலர் மாப்பிள்ளைசாமியாகிய அவரை – இது வள்ளலாரின் அழகால் அவருக்கு வந்த பெயர் – கையைப் பிடித்து இழுத்தும் சரசவார்த்தைகள் கூறியும் சேட்டை செய் திருக்கின்றனர்.[18] இத்தகு சூழலில்தான் அவர் பெண்களை இழிவாகப் பாடியிருக்கிறார் என்பது குறிப்பிடத்தக்கது. மட்டுமன்றி அருணகிரிநாதர், பட்டினத்தார் போன்றோர் பெண்களை இழித்துப் பாடியதைக் கண்டு இவரும் அவர்களது தாக்கத்தால் இதுபோன்ற பாடல்களைப் பாடியிருக்கலாம் என்பர்.[19] எனினும் தொடக்க காலத்தில் தாம் எழுதிய அனைத் துமே தமது அற்ப அறிவால் எழுதியவை[22] என்று வள்ளலாரே குறிப்பிட்டிருப்பதால் பின்னாளில் அவரது ஞானவாழ்வில் குறிப்பிட்டதை முன்கொண்டு இவற்றைப் புறந்தள்ளலாம்.

சான்றுக் குறிப்புகள்

1. இரா. நெடுஞ்செழியன் (மொ.ஆ.), சமுதாய விடுதலை, 1971, பக்.112 – 113
2. பெண், இளமைக்காலத்தில் தந்தையின் பாதுகாப்பிலும் திருமணத்திற்குப் பின்பு கணவனின் பாதுகாப்பிலும்

மூப்பு காலத்தில் மகனின் பாதுகாப்பிலும் இருக்க வேண்டும் என்பது மனுநீதிக் கோட்பாடு *(மனு.9/93)*

3. தொல்காப்பியம், பொருள், அகத்திணையியல், நூற்பா: *27, 28, 33*

4. Abbe J.A. Dubois, Character Manners and Customs of the People of India and of their Institutions Religious and Civil, 1992, P.176

5. ஆண்களோடு பெண்களும் சேர்ந்து கல்விகற்ற முறையை கிறித்துவம்தான் முதலில் அறிமுகப்படுத்தியது என்பர். இது தவறு. இப்பணியை முதன்முதலில் மேற்கொண்டது சமணம். ஆண்களிடத்தில் பெண்களும், பெண்களிடத்தில் ஆண்களும், இருபாலரும் சேர்ந்தும் பள்ளிகளில் தங்கி கல்வி பயின்றதைக் கழுகுமலைக் கல்வெட்டுகள் தெரிவிக்கின்றன. விரிவான தகவலுக்குக் காண்க: வெ. வேதாசலம் எழுதிய கழுகுமலையில் சமண்பள்ளி, கல்வெட்டு – காலாண்டிதழ், த.அ. தொல்லியல் துறை, சென்னை, *1982.*

6. திருவருட்பா, உரைநடைப்பகுதி, (உபதேசக் குறிப்புகள்), *1978, ப.322*

7. கி. சுப்பிரமணியன், நீர்மேல் மலர்ந்த நெருப்பு, *2004, ப.71*

8. திருவருட்பா உரைநடைப்பகுதி, (உபதேசக் குறிப்புகள்), *1978, ப.259*

9. மேற்படி, *ப.259*

10. வே. ஆனைமுத்து (ப.ஆ.), பெரியார் ஈ.வே.ரா. சிந்தனைகள், *1974, ப.130*

11. ஆண்கள் பெண்களை அடித்தால் பெண்களும் திருப்பி அடிக்க வேண்டும் என்றும் ஆண் இரண்டு வைப்பாட்டி வைத்துக் கொண்டால் பெண் மூன்று ஆசை நாயகர்களை வைத்துக்கொள்ள முற்பட வேண்டும் என்றும் உண்மையான பெண் விடுதலைக்குப் பிள்ளைபெறும் தொல்லை அடியோடு ஒழிய வேண்டும் என்றும் பெரியார் கூறினார்.

12. மணிமேகலை, ஊரலருரைத்த காதை, *பா.எண்.41 – 48*

13. வீரபிரம்மங்கார், (பிற குறிப்புகள் இல்லை). மறைமலையடிகள் நூலகத்தில் இந்நூல் உள்ளது.

14. திருவருட்பா உரைநடைப்பகுதி, 1978, ப.430

15. வே. ஆனைமுத்து (ப.ஆ.), முன் சுட்டியது, ப.128

16. திருவருட்பா உரைநடைப்பகுதி, (பேருபதேசம்), 1978, ப. 358

17. திரு.வி. கல்யாணசுந்தரனார், மனித வாழ்க்கையும் காந்தியடிகளும், 1969, ப. 175

18. இது குறித்த தகவலை ஊரன் அடிகள் எழுதிய இராமலிங்க அடிகள் வரலாறு மற்றும் அவர் பதிப்பித்த திருவருட்பா பதிப்பு முன்னுரைகளில் காண்க.

19. காண்க: ராஜ்கௌதமன் எழுதிய கண்மூடி வழக்கமெல்லாம் மண்மூடிப்போக, 2001, ப.64 மற்றும் K. Subramaniyan எழுதிய The Sun and the Moon, 2002, றி.100

20. ஊரன் அடிகள், இராமலிங்க அடிகள் வரலாறு, 1971, ப. 355

(2002, 31 மே, 1, 2 ஜூன் ஆகிய நாட்களில் கோவையில் நடந்த வள்ளலார் ஆன்மநேய ஒருமைப்பாடு மூன்றாவது மாநாட்டில் சன்மார்க்க அன்பர்கள் மத்தியில் விவாதித்த பேச்சின் விரிவாக்கம்.)

# வள்ளலாரின் பொருளாதாரச் சிந்தனைகள்

பொருளாதாரத்தைக் குறிக்கும் ஆங்கிலச் சொல்லான Economics என்பது ஐகோனோமியா (oikonomia) என்னும் கிரேக்கச் சொல்லிலிருந்து பிறந்தது. ஐகோனோமியா என்னும் சொல் 'குடும்ப நிர்வாகம்' எனப் பொருள்படும். ஆனால் கிரேக்கர்கள் இச் சொல்லை குடும்ப நிர்வாகத்தை மட்டும் குறிப்பிடும் குறுகிய பொருளில் உபயோகிக்கவில்லை. நாட்டு நிர்வாகத்தையும் அதனுள் அடக்கி ஒரு பரந்த பொருளில் இச்சொல்லைக் கையாண்டனர். இதன் காரணமாகத்தான் பொருளாதாரம் நெடுங்காலமாக அரசியல் பொருளாதாரம் (Political Economy) என்னும் பெயரில் அழைக்கப்பெற்று வந்தது.[1] அண்மைக் காலத்தில்தான் பொருளாதாரத்தை அரசியலிலிருந்து வேறுபடுத்தித் தனியானதோர் இயலாக அமைத்தனர்.

பொருளாதாரத்திற்கு எனத் தனியானதொரு வரையறையை எவரும் முன்வைக்க இயலவில்லை. சிலர் செல்வத்தை (wealth) அடிப்படையாகக் கொண்டது என்றும் சிலர் அது மனிதனுடைய பொருள்சார் நலத்தை (material welfare) அடிப்படையாகக் கொண்டது என்றும் சிலர் கிடைப்பருமையை (scarcity) அடிப்படையாகக் கொண்டது என்றும் வரையறுத்தனர்.

இனி, வள்ளலாரின் பொருளாதாரக் கோட்பாட்டினைச் சற்று ஆராய்வோம். ஆன்மநேய ஒருமைப்பாட்டிற்கு ஏற்ப தம்மை தகவமைத்துக் கொண்ட வள்ளலாரின் கோட்பாடுகளில் பொருளாதாரத்தை அதிகமாக எதிர்பார்ப்பது முடியாத ஒன்று. எனினும் அவரது பொருளியல் தன்மைகளை அவரது படைப்புகளின் வாயிலாக ஓரளவுக் காண இயலும்.

ப. சரவணன்

## நியாயமான வழியில் பொருள் ஈட்டல்

பொருளை ஈட்ட வேண்டிய நெறிமுறைகள் என்று ஒன்று உண்டு என்பதை நமது இலக்கியங்கள் வரையறுத்திருக்கின்றன. நல்வழியில் மட்டுமே பொருளை ஈட்ட வேண்டும்; அல்வழியில் கூடாது என்பதை அவ்விலக்கியங்கள் கூறுகின்றன. ஆனால், பொருள் எவ்வாறு ஈட்டப்படுகிறது; எவ்வாறு செலவிடப்படு கிறது என்பதைத்தான் பொருளாதாரம் கூறவேண்டுமே தவிர, எந்த வழியில் ஈட்ட வேண்டும்; எந்த வழியில் செலவிட வேண்டும் என்று கூறுவது பொருளாதாரத்தின் நோக்கமன்று என்று தற்காலத்தியப் பொருளாதாரம் கூறுகிறது.

வள்ளலார் நமக்குக் கூறியுள்ள பொருளாதாரக் கொள்கை இலக்கியங்கள் சுட்டிக்காட்டிய முறையையே அன்றி, தற் காலத்திய முறையன்று. அவர் ஜீவகாருண்ய ஒழுக்கத்தில் கூறியுள்ள இக் கொள்கையின் கருத்தைப் பின்வருமாறு கூறலாம்:

> முற்பிறப்புகளில் செய்த வினைப்பயன் பிற்பட்ட பிறவி களில் அனுபவிக்கப் படத்தக்கவை. அது சஞ்சிதம் எனப் படும். அதில் இப்பிறவியில் அனுபவிக்கப் படத்தக்கவை என ஒதுக்கப்பட்டவை பிராரர்த்தம் எனப்படும். இப் பிறவியில் செயலாற்றும்போது அச்செயல்களால் ஏற்படக் கூடிய பயன்கள் ஆகாமியம் எனப்படும். ஆகாமியம் என்னும் தலைப்பில் வரக்கூடியவற்றை அடுத்த பிறவி யில் அனுபவிக்க வேண்டும். இக்கருத்தை சாத்திரங்கள் கூறுகின்றன. இப்பிறவியில் செயல்கள் பல புரிந்து ஆகாமியத்தைத் தேடிக்கொள்ளக்கூடாது என்பது விதிமுறை. ஆனால் 'தெய்வ அருள் நியதியின்படி கொடுப்பிக்கின்ற ஆகாரம் மட்டில் ஜீவித்துத் தேகத்தை வைத்திருக்கக் கூடாமையாலும், தங்கள் முயற்சியாலும் அறிவாலும் சுதந்திரத்தாலும் சம்பாதிக்கின்ற ஆகாமிய ஆகாரத்தால்' தாமும் உண்டு தக்கவர்களுக்கு உதவ வேண்டும்.[2]

நியாயமான வழியில் பொருளை ஈட்ட வேண்டும் என்ற உறுதிப்பாடு வள்ளலாருக்கு இருந்தது என்பது இதன் மூலம் புலப்படும்.

## ஆடம்பரமற்ற வாழ்க்கையும் அடுத்தவருக்கு உதவும் மனப்பான்மையும்

உண்பதும், உடுப்பதும், துய்ப்பதும் என்பன பற்றித் திருக்குறள் கூறுகிறது. உண்பது, உடுப்பது என்பன உணவு,

உடை ஆகியவற்றைக் குறிக்கும். துய்ப்பது என்பது அவசியமான தேவைப் பொருளைக் குறிக்கும். எனவே ஆடம்பர வாழ்க்கைக்குத் திருவள்ளுவர் ஆதரவு தரவில்லை எனலாம். அடுத்தவருக்கு உதவுவதற்காகவே ஆடம்பர வாழ்க்கையைத் தவிர்க்க வேண்டும் என கூறுகிறார் என்று நாம் கொள்ளவேண்டும். வள்ளலார் இக்கருத்தை மிக அழுத்தமாக வற்புறுத்துகிறார். ஆடம்பர வாழ்க்கையினால் வரும் தீமையையும் பிறருக்கு உதவுவதால் ஏற்படும் நன்மையையும் அவர் பல இடங்களில் எடுத்துக் கூறியுள்ளார். அவரது படைப்புகளில் இதைப் பரக்கக் காணலாம்.

## பொருள் உற்பத்தி

பொருள் உற்பத்தி குறித்து – குறிப்பாக உழவு பற்றித் திருக்குறள் கூறுகிறது. உழவு குறித்து வள்ளுவர் தனி அதிகாரமே படைத்துள்ளார். ஆனால் அன்பையும் அருளையும்பற்றிக் கூறவந்த வள்ளலாரிடம் அது குறித்து விரிவாக எதிர்பார்க்க முடியாது. எனினும் திருவருட்பாவில் ஆங்காங்கே வள்ளலார் பேசியுள்ளார்.

> காடுவெட்டி நிலந்திருத்தி காட்டெருவும் போட்டுக்
> கரும்பைவிட்டு கடுவிரைத்துக் களிக்கின்ற உலகீர்
> (திரு.5567)

என்பதில் நிலத்தைத் திருத்தி வீட்டில் சேகரிக்கப்படும் உர மல்லாமல் காட்டெரு அதாவது தழையுரம், பசுந்தாள் உரம் இடுவதைப் பற்றிக் குறிப்பிடுகிறார். நெற்பயிரோடன்றிக் கரும்பை யும் குறிப்பிட்டுள்ளார். அருட்பெருஞ்ஜோதி அகவலில் வித்தும் விளைவும் என்னும் தலைப்பில் (வித்திய லொன்றாய் விளைவியல் பலவாய்...) எடுத்துக் கூறப்பட்டுள்ள கருத்துக்கள் வேளாண்மை உற்பத்திப் பொருட்களைப் பற்றிக் குறிப்பிடு கின்றன. அதுமட்டுமன்றி தொழில்துறைப் பொருள்கள் அத்தனைக்கும் அது பொருந்துவதாக உள்ளது.[3] பொருள் உற்பத்தி செய்யவேண்டும் என்று சொல்லும்போது அதற்கான கருவிகளையும் வழங்க வேண்டும் என்று கூறுகிறார் வள்ளலார். எல்லாவற்றிற்கும் மேலாக "உழுது உண்ண நிலமில்லாத உழவர் களுக்கும் நிலம் அளிக்க வேண்டும்"[4] என்று அவர் கூறுவது பத்தொன்ப தாம் நூற்றாண்டின் மாபெரும் பொருளாதாரக் கொள்கையாகும். இதன் மூலம் கம்யூனிஸ்டுகளின் முன்னோடி யாக அவர் திகழ்ந்தார் என்றே கூறவேண்டியிருக்கிறது.

## பொருளாதார நீதி

பொருள் உற்பத்தியிலும் பொருளை நன்முறையில் ஈட்ட வேண்டும் என்றும் கூறும் வள்ளலார் பொருளாதாரத்தில்

நீதி தவறக்கூடாது என்கிறார். பண்டைக் காலத்தில் பண்ட மாற்று முறையேயிருந்தது. நெல்லும் உப்பும் சரிநிகரான மதிப்புடையவையாக இருந்தன. நெல்லைக் கொடுத்து உப்பும் உப்பைக் கொடுத்து நெல்லும் பெற்றுக் கொள்வதை அகநானூறு கூறுகிறது (அகம்.149). தானிய வகையிலும் கூலி கொடுக்கப் பட்டதாகத் தெரிகிறது. இதில் முறை தவறக்கூடாது. அறவழியி லேயே செல்ல வேண்டும் என்பதை மநு முறைகண்ட வாசகத்தில் எதிர்நிலைக் கூற்றாக வள்ளலார் பேசுகிறார். மநுநீதிச் சோழன் தன்மகன் செய்த முறையற்ற செயலுக்கு வருந்திப் புலம்பும் போது, தான் இன்னின்ன பாவங்களைச் செய்தேனோ என்று 46 பாவங்களைப் பட்டியலிடுகிறான். அதில்,

"வேலையிட்டுக் கூலி குறைத்தேனோ"
"கல்லும் நெல்லும் கலந்து விற்றேனோ"

என்னும் வரிகள் இடம் பெறுகின்றன. இவை பொருளாதாரத்தில் இருக்கக் கூடாத அநீதிகள். எனவே வள்ளலார் அன்றைய சமுகத்தில் நிலவிய அறமற்ற பொருளாதாரத்தைச் சாடுவதோ டன்றி பொருளாதார நீதியை வலியுறுத்துகிறார் எனலாம். பொருளாதாரம் மக்கள் எல்லாரிடமும் எவ்வாறு அமைந்து வளம் தரவேண்டும் என்பதை,

உள்ளலே னுடையா ருண்ணவும் வறியார்
　　உறுபசி யுழந்துவெந் துயரால்
வள்ளலே நெஞ்சம் வருந்தவும் படுமோ
　　மற்றிதை நினைத்திடுந் தோறும்
எள்ளலே னுள்ள மெரிகின்ற துடம்பும்
　　எரிகின்ற தென்செய்வே னந்தோ
கொள்ளலே னுணவுந் தரிக்கிலே னிந்தக்
　　குறையெலாந் தவிர்த்தரு ளெந்தாய்　　(திரு.5382)

என அருட்பாவில் அறிவித்துள்ளார்.

## வட்டிக் கொடுமை

சமுதாயத்தில் காணப்படும் பொருளாதார ஏற்றத்தாழ்வு காரணமாக, நல்ல செல்வ வளம் மிக்க மேட்டுக்குடியினர் மேன் மேலும் செல்வத்தைப் பெருக்கிக் கொண்டிருக்க, வறியவர் களோ வாழ்க்கையை நடத்துவதற்கே இயலாத வறுமைநிலையை அடைகின்றனர். ஆனால் வாழ்க்கையை நடத்தித்தீரவேண்டிய கட்டாயத்தினால் செல்வர்களிடம் அவர்கள் கடன் வாங்கும் நிலைக்குத் தள்ளப்படுகிறார்கள். 'கடன்' வட்டிக்குத் தரப் படுகிறது. வட்டி என்பது, "உற்பத்திச் சாதனங்களில் ஒன்றாகிய மூலதனத்திற்கு அல்லது முதலுக்குக் கிடைக்கும் ஊதியம்."[5] அது நிகரவட்டி, மொத்த வட்டி என்றெல்லாம் கணக்கிடப்

படுகிறது. போர்க்காலங்களிலும் பஞ்சகாலங்களிலும் வாணிகம் செய்யும் பொருட்டு மக்கள் வட்டிக்குக் கடன் வாங்கினர். அவ்வட்டியை பொலிசை அல்லது பலிசை, தர்மப் பொலிசை என்று கல்வெட்டுகள் கூறுகின்றன.[6] இந்த வட்டியால் வாழ்க்கையை இழந்தவர்கள் உண்டு. சிலபோது கடன் வாங்கியவர்கள் அப்போதைக்கு அப்போது வட்டித்தொகையை மட்டும் செலுத்த முதலீடு மட்டும் தீர்க்கப்பெறாமல் அப்படியே இருக்கும். இதனை 'முதல்வாடாக்கடன்'[7] என்று கல்வெட்டுகள் தெரிவிக்கின்றன.

இப்படி வட்டி கட்டியே வாழ்கையை ஓட்டும் வறியவர்கள் என்றாவது ஒருநாள் வட்டித் தொகையைக்கூடச் செலுத்த முடியாத நிலைக்கு ஆளாகும்போது அவர்களது உடைமைகள் முதலுடன் கூடிய வட்டிக்கு ஈடாகப் பறித்து கொள்ளப்படும். வறுமையின் காரணமாகத் தம்மிடம் கடன் வாங்கும்போது சிறிது பொருளைக் கொடுத்துவிட்டு அதற்குப் பதிலாகக் கடும் வட்டி வாங்கி, வஞ்சனையால் வறியவர்களைச் சுரண்டிவாழும் இத்தகு மேட்டுக்குடியினரை திருமூலர் 'பாதகர்' என்றும் 'அழகுபெறாதவர்' என்றும் 'பயன் உணராதவர்' என்றும் வன்மையாகக் கண்டிக்கிறார். மேலும் மனிதர்கள் – குறிப்பாக வறியவர்கள் – அனைத்து வல்லமைகளையும் கொண்டு விளங்கும் இறைவனை மனதார எண்ணி வணங்கி இவ்வுலகத் துன்பங்களிலிருந்து விடுதலை பெற்று உய்வதற்குப் பதிலாக அழிந்து போகின்ற நிலையற்ற யாக்கையைப் பேணும் சிற்றவாவினால் பிறரிடம் சென்று கடனுக்கு நெல்லைப் பெற்று உணவாக்கி உண்டு மகிழ்வதிலேயே தம் மனத்தைச் செலுத்துகின்றனரே என்றும் கழிவிரக்கம் கொள்கிறார்.[8]

திருமூலர் வழிவந்த வள்ளலாரும் இந்த வட்டிக் கொடுமையை எண்ணிக் கண்ணீர் உகுக்கிறார். அக்காலத்தி லிருந்த சமுதாயச் சிக்கல்களைச் சுட்டும் அருட்பாவின் ஆற்றாமைப் பதிகத்தில் இதனைக் காணலாம். அதில் வட்டி பெற்ற முறையைப்பற்றி,

> பணமிலார்க்கு இடுக்கண் புரிந்துணுஞ் சோற்றுப்
> பணம்பறித் துழல்கின்ற படிறேன் ... (திரு.3291)

என்று குறிப்பிடப்பட்டுள்ளது.

ஏழைகளிடம் உண்பதற்கு மட்டுமான அளவே பணம் இருக்க, அதைக்கூட வட்டிக்கு ஈடாகப் பெற்றுக் கொண்டு வாழும் மேட்டுக் குடியினர் அம்பலக் கூத்தனை நினையாத உள்ளம் படைத்தவர்கள் என்று மேற்சுட்டிய பாடல் கூறுகிறது.

மேலும் வட்டிக்குப் பணம் கொடுத்து ஏழைகளின் வீட்டைக் கவர்ந்த கொடியவர்களையும் திருவருட்பாவில் காணலாம்.

வட்டியே பெருக்கிக் கொட்டியே ஏழை
மனைகவர் கருத்தினேன் ... (திரு.3351)

என்பது அப்பாடல்.

எனவேதான், தமது ஜீவகாருண்ய ஒழுக்கத்தில் உடுப்பதற்கு வஸ்திரமில்லாமலும், இருப்பதற்கு இடமில்லாமலும், உழுவதற்கு நிலமில்லாமலும் பொருந்துவதற்கு மனைவியில்லா மலும், விரும்பியபடி செய்வதற்குப் பொருள் முதலிய வேறு வேறு கருவிகளில்லாமலும் துன்பப்படுகின்ற சீவர்களுக்கு அவ்வவற்றைத் தரவேண்டும்[9] என்றார்.

அருளே வடிவான வள்ளலாரின் மனம் சமூகத்தின் சிறுமைகளைக் காணும்போது சீற்றம்கொள்கிறது. அது அறம் சார்ந்த சீற்றம் என்பது கவனத்தில் கொள்ளத்தக்கது. 'உலகர்க்கு உய்வகைக் கூறல்' என்னும் பதிகத்தில் இச்சீற்றத்தைக் காணலாம். அதில், "எட்டிபோலவும் கொட்டி போலவும் கிளைத்து வாழும் ஏ! பித்துலகீரே! நீங்கள் பட்டினி கிடப்போர்க்கு பழங் கஞ்சியைக்கூட வழங்க நினைக்கவில்லை (கொடுப்பது அப்புறம்; நினைக்கக்கூட இல்லையாம்). பெட்டிமேல் பெட்டி வைத்து ஆளும் நீங்கள் மற்றவரது வயிற்றுப் பெட்டியை நிரப்ப முனையாதது ஏன்? ஆனால் ஏழைகளிடமிருந்து வட்டிமேல் வட்டி பெறக்கூடிய வழிமுறைகளை மட்டும் அறிந்திருக்கிறீர்கள்"[10] இது சரியா? முறையா? தருமமா? என்று ஒலிக்கிறது வள்ளலா ரின் குரல்.

சான்றுக் குறிப்புகள்

1. ஜி. சிதம்பரம், பொருளாதாரம், 1968, ப.2

2. வள்ளலார் ஜீவகாருண்ய ஒழுக்கத்தில் கோடிட்டுக் காட்டிய பொருளாதாரக் கொள்கையை முத்துசாமிப் பிள்ளை இவ்வடிவில் கூறியுள்ளார்.

3. ஜி.எம். முத்துசாமிப்பிள்ளை, வள்ளலார் தந்த தெய்வத் தமிழ், 1968, ப.97

4. திருவருட்பா உரைநடைப்பகுதி (ஜீவகாருண்ய ஒழுக்கம்), 1978, ப.65

5. ஜி. சிதம்பரம், முன்சுட்டியது, ப.240

6. கி. சுவாமிநாதன், *தமிழ்நாட்டு சமுதாய பண்பாட்டு வரலாறு*, 1997, ப.211

7. அ. கிருட்டிணன், *கல்வெட்டில் வாழ்வியல்*, 1991, ப.67

8. *திருமந்திரம்*, பா.எண்.2048

9. *திருவருட்பா உரைநடைப்பகுதி (ஜீவகாருண்ய ஒழுக்கம்)*, 1978, ப.65

10. ஊரன்அடிகள் (ப.ஆ), *திருவருட்பா*, 1972, பா.எண்.5561

(சென்னைப் பல்கலைக்கழகம் – தமிழ் மொழித்துறை 2007இல் நடத்திய பன்னாட்டுக் கருத்தரங்கத்தில் அளிக்கப்பட்டது.)

# வள்ளலார் பார்வையில் அரசியல்

சமுதாய அமைப்பிலும் நடைமுறையிலும் புற நிலையில் ஆதிக்கம் செலுத்திக்கொண்டிருப்பது அரசியலே யாகும். 'ஆட்சி' என்னும் எந்திரமே அரசியலால்தான் இயக்கப்படுகிறது. ஆட்சியும் அதனை இயக்கும் அரசியலும் இல்லையானால் சமுதாயம் என்பது இயக்கமற்ற ஜடப் பொருளாகக் கிடக்கும். ஆன்மிகம், பண்பாடு போன்ற அகநிலைக் கூறுகள்போல நுட்பம் உடையதன்று, அரசியல்; அது புறநிலைச் செயற்பாடு கொண்டது.[1]

'உடம்பை வளர்க்கும் உபாயம் அறிந்தே உடம்பை வளர்த்தேன் உயிர்வளர்த்தேனே' என்பார் திருமூலர். உயிராக்கத்திற்கு உடல் வளமும் தேவை என்பதைத் திருமந்திரம் வற்புறுத்துவதைப்போலச் சமுதாயம் என்னும் பெருநிலையமைப்பின் உடல்போல் அமைந்து, புறநிலை ஆதிக்கம் செலுத்தும் அரசியல் பெரிதும் போற்றப்பட வேண்டிய ஒன்றே.

அரசியல் உலகில் வள்ளலார்

சமுதாய வாழ்வில் அரசியல் என்னும் அமைப்பு பழங்காலந்தொட்டே இயங்கி வருகிறது. அந்தந்தச் சூழலுக் கேற்ப அரசியல் நடைபெற்றுவருவதை உலகெங்கும் காணமுடிகிறது. முடியாட்சியும் குடியாட்சியும் இங்கே மாறிமாறித்தான் செயல்பட்டிருக்கின்றன. எந்த ஆட்சி நிகழினும், 'மக்களின் நலனே தலையாய குறிக்கோளாக இருக்க வேண்டும்' என்பது அரசியல் அரிச்சுவடி. "அரசு, மனிதனுடைய முக்கியத் தேவைகளை நிறைவு செய்வதற் காக இருக்கிறது. அதோடு மனிதனுடைய நல்வாழ்க்கையைக் குறிக்கொண்டு அது தொடர்ந்து இயங்குகிறது"[2] என்று அரிஸ்டாட்டில் கூறுவது இந்த அர்த்தத்தில்தான்.

நவீன நோக்கில் வள்ளலார்

வள்ளலாரும் மனித நேயத்தை முதன்மைப்படுத்தித்தான் அரசியலில் சில அதிர்வலைகளை ஏற்படுத்தியுள்ளார். சமூக – சடங்காசாரங்களைக் கண்டித்த சித்தர்கள்கூட அரசியல் குறித்துக் கருத்து கூறாது ஒதுங்கிய நிலையில், வள்ளலார் அரசியல் சித்தாந்தங்களை ஆழமாகக் குறிப்பிட்டுள்ளார். எனவேதான் ம.பொ.சி. வள்ளலாரைப் பின்வருமாறு மதிப்பிடுகிறார்:

> "இந்த இருபதாம் நூற்றாண்டிலும் அருளுணர்வு பெற்ற சான்றோர் உலகியலிலிருந்து – குறிப்பாக அரசியலிலிருந்து முற்றிலும் ஒதுங்கியிருக்கவே விரும்பு கின்றனர். இந்தக் கொள்கை அடிகளாருக்கு உடன்பாடன்று. உயிர்களுக்குத் தொண்டுசெய்யாமல், தன்னுடைய பிறவிப்பணி தீர்ப்ப தொன்றையே குறிக்கோளாகக் கொண்டு உலகியலிலிருந்து ஒதுங்கி நிற்பது சுயநலமே . . .
>
> கருணையே வடிவாய்ப் பிறர்களுக் கடுத்த
> கடுந்துயர் அச்சமா திகளைத்
> தருணநின் அருளால் தவிர்த்தவர்க் கின்பம்
> தரவும்வன் புலைகொலை இரண்டும்
> ஒருவிய நெறியில் உலகெலாம் நடக்க
> உஞற்றவும் அம்பலந் தனிலே
> மருவிய புகழை வழுத்தவும் நின்னை
> வாழ்த்தவும் இச்சைகாண் எந்தாய். (திரு.3407)
>
> இவையலால் பிறிதோர் விடயத்தில் இச்சை
> எனக்கிலை இவையெலாம் என்னுள்
> சிவையொடும் அமர்ந்த பெருந்தயா நிதிநின்
> திருவுளத் தறிந்தது தானே. (திரு.3409)

இந்தப் பாடல்களால், பிறர்நலம் – உயிர்க்குலத்தின் பொது நலம் கருதிய அடிகள் உலகியலோடும் உறவு கொண்டார்"[3] என்பது புலனாகும்.

## இறை அரசு

வள்ளலார் ஒரு பற்றற்ற துறவியாக இருந்தபோதும் தமது தாய்நாட்டின்மீது மிக்க பற்றுடையவராகவே காணப்பட்டார். ஆன்ம நேய ஒருமைப்பாட்டுரிமை உலகில், நாட்டுப்பற்றுக்கு இடமுண்டா என்றால் 'உண்டு' என்றே விடையிறுக்கிறார், வள்ளலார். ஆனால் உலக ஒருமைப்பாட்டுக்குத் தடையாக நாட்டுப்பற்று அமையக் கூடாது என்பது அவரது எண்ணம்.

"அகிலமாம் சகோதரத்துவத்தின் மூலக்கருத்தின் சாரத்தை ஒத்துக்கொண்டு இந்தியாவில் 'சகோதர அறம்' நிலைநாட்டப் பெறல் வேண்டும்" என்று சித்திவளாகத்தில் வள்ளலார் உபதேசித் தார் என்பர்.[4] ஆனால் அவர் அதற்கப்பால் சென்று எந்த

ஒரு அரசியல் கட்சியையும் சார்ந்து செயல்படவில்லை. அரசியலில் ஆதாயமோ, புகழோ தேடி அவர் செல்லவில்லை. ‘உலகெலாம் பெரியவர் பெரியவர் எனவே சிறக்கவும் ஆசை யில்லை’ (திரு.3400) என்பது அடிகளின் வார்த்தை. அவர் விரும்பியதெல்லாம் இறைவனது ஆட்சியையே; பிற இன்பங்களையன்று என்பதை,

இவ்வுல கதிலே இறையர சாட்சி
இன்பத்தும் மற்றையின் பத்தும்
எவ்வள வெனினும் இச்சைஒன் றறியேன்
எண்ணுதோ றருவருக் கின்றேன் (திரு.3398)

என்னும் பாடல்வரிகள் உணர்த்துகின்றன. இறை ஆட்சியே அவரது உள்ளக்கிடை என இதன் மூலம் நாம் துணியலாம்.

### கருணையிலா ஆட்சி

வள்ளலார் வாழ்ந்த காலம் ஆங்கில ஏகாதிபத்தியம் இந்தியாவை அரசாண்ட காலம். அவர்களின்கீழ் பாளையக் காரர்களும், ஜமீன்தார்களும் தமிழகத்தில் உதிரி உதிரியாகத் தங்கள் அதிகாரத்தைச் செலுத்திவந்தனர். சுரண்டலை மட்டுமே நோக்கமாகக் கொண்டிருந்த ஆங்கில அரசில் நன்மையைக் காட்டிலும் அளவுக் கதிகமான தீமைகளே விளைந்தன. அரசியல் ஆதாயத்துக்காகக் கொலையும் வரிச் சுமையும் கணக்கின்றி விரிந்தன. பஞ்சத்தின் கோரப்பிடியில் மக்கள் சிக்கித்தவித்தனர். வறுமை அவர்களை வாட்டியது. ஆனாலும் அவர்கள்மீது கொஞ்சமேனும் கருணையோ, பரிவோ இவ்வரசு காட்டவில்லை.

1857இல் வடக்கே ஒரு சிப்பாய்க் கலகம் என்றால், தெற்கே அதற்கு முன்பே தோன்றிய தென்னிந்திய விடுதலைப் புரட்சி (1801), வேலூர்க் கலகம் (1806) என்று தொடர்ச்சியான புரட்சி களால் பாரதம் ரணகளப்பட்டது. கயத்தாற்றில் கட்டபொம்மன் தூக்கிலிடப்பட்டதிலிருந்தே தமிழகத்தில் வெள்ளையரை வெளி யேற்றும் மாபெரும் விடுதலைப் புரட்சி தோன்றிவிட்டது என்பர். “உலகில் இன்ப வாழ்க்கை என்பது விடுதலையின் முழுமையான இன்பத்தைக் காண்பதுதான்.”[5] அடிமை நாட்டில் மடமையும் வறுமையும் ஒழிய வேண்டுமானால் மண்டிவளரும் அடிமைத்தனம் ஒழிக்கப்பட வேண்டும் என்னும் சித்தாந்தத் தால்தான் வள்ளலாரும் ஆங்கிலேயர் ஆட்சியை ஒழிக என்று பாடினார்.

கொலைகாரர்கள், கொள்ளையர்கள், மக்களைச் சுரண்டு வோர், சுயநலமிக்கோர் முதலிய துன்மார்க்கிகள் அரசியலில்

இடம் பெறுவதில் வள்ளலாருக்கு உடன்பாடில்லை. மக்களுக்குத் தீங்குசெய்யும் கொடுங்கோலர்கள் ஒழிய வேண்டும் என்பதே அவரது எண்ணம். கருணை காட்டாத ஆட்சி ஒழிந்த பின்பு, நாட்டை ஆளக் கூடியவர்கள் அன்பு, கருணை, இரக்கம் முதலியவற்றை உயிர்களிடத்தே காட்டக்கூடிய சன்மார்க்கிகளே என்பதையும் வள்ளலார் பகுத்துக்காட்டுகிறார். நெற்றிப்பொட்டில் அறைந்தாற் போல அவர் இப்படிப் பாடுகிறார்:

கருணையிலா ஆட்சி கடுகி ஒழிக
அருள்நயந்த நன்மார்க்கர் ஆள்க – தெருள்நயந்த
நல்லோர் நினைத்தநலம் பெறுக நன்றுநினைந்து
எல்லோரும் வாழ்க இசைந்து.

(திரு.5618)

'கருணையிலா ஆட்சி கடுகி ஒழிக' என்று வள்ளலார் கூறுவது ஆங்கிலேயர் ஆட்சியையன்று. அதைப் பொதுவாகவே கொள்ள வேண்டும் என்பார் ம.பொ.சி. அவர் இவ்வாறு எழுதுகிறார்: அடிகளார் காலத்தில் தமிழகம் உள்ளிட்ட பாரத நாடு முழுவதிலும் ஆங்கிலப் பேரரசே ஆதிக்கம் செலுத்தியது. அதனால், கருணையிலா ஆட்சி கடுகி ஒழிக! என்று அடிகளார் கூறியதை ஆங்கிலப் பேரரசுக்கே பொருத்திப் பேசினர் அரசியல்வாதிகள். அது ஓரளவுதான் உண்மை. அடிகளார் உலகம் முழுவதையுமே தம் தாயகமாகக் கருதினார். அதனால் அடிகள் எழுப்பிய கோஷம் உலகநாடுகள் அனைத்துக்கும் பொதுவானது எனக் கொள்ளவேண்டும்.[6]

ம.பொ.சி.யின் கூற்றை வழிமொழிவதுபோல மா.பா.குருசாமியும் 'கருணையிலா ஆட்சி' என்று அடிகள் கூறுவதை ஆங்கிலேயர் ஆட்சி என்று கொள்ள இடமில்லை. பொதுவாகவே கொள்ள வேண்டியிருக்கிறது[7] என்று எழுதுகிறார்.

ம.பொ.சி., மா.பா.கு. ஆகியோர் கூற்றுகள் பொருத்தமாக இல்லை. வள்ளலார் சென்னையில் வாழ்ந்தபோதும், சென்னையைவிட்டு அகன்று கிராமப்புறங்களில் வாழ்ந்தபோதும் அங்கிருந்த சிற்றதிகாரக் கேடர்களின் கொடுங்கோன்மையும் எதேச்சதிகாரப் போக்குமே அவரை இப்படிப் பாடவைத்தது. எனவே வள்ளலார் சுட்டுவது ஆங்கிலேய ஆட்சியையே எனத் துணியலாம்.

## நடுநிலை அரசியல்

ஆட்சியாளருக்கு நடுவுநிலைமை வேண்டும். அரசாள்வோருக்கு அது மிக மிக முக்கியம். அதிகாரம் கிடைத்து விட்டது என்பதற்காக ஆட்சியாளர்கள் மக்களை ஆட்டிப் படைக்கக் கூடாது. ஆனால் வள்ளலார் காலத்தில் நடுவுநிலைமை

குன்றியே இருந்தது தெரிகிறது. நடுநிலைமை தவறிய ஆட்சியர்களை வள்ளலார் 'சிற்றதிகாரக் கேடர்கள்' என்று சற்றுக் கடுமையாகவே கூறுகிறார். இக்கேடர்களின் ஆட்சி மறைந்து சன்மார்க்க ஆட்சி மலரவேண்டும் என்பதே அவரது ஆவல்.

நடுநிலை இல்லாக் கூட்டத்தைக் கருணை
  நண்ணிடா அரையரை நாளும்
கெடுநிலை நினைக்கும் சிற்றதி காரக்
  கேடரைப் பொய்யலால் கிளத்தாப்
படுநிலை யவரைப் பார்த்தபோ தெல்லாம்
  பயந்தனன் சுத்தசன் மார்க்கம்
விடுநிலை உலகநடை யெலாங் கண்டே
  வெருவினேன் வெருவினேன் எந்தாய்

(திரு.3474)

என்று இறைவனை அவர் வேண்டுவது, அரசியலில் அவருக்கிருந்த நடுநிலை உள்ளத்தைப் படம்பிடித்துக் காட்டுகிறது.

## ஆட்சியாளன் – தகுதிகள்

சிற்றதிகாரக் கேடர்களின் எதேச்சதிகாரப் போக்கால் நாடு இழிநிலைக்குச் செல்லும். எனவேதான் நடுநிலை அரசை கட்டமைக்க முயல்கிறார் வள்ளலார். அதோடு ஆட்சியாளனுக்குரிய தகுதிகள் சிலவற்றையும் அவர் வகுத்துள்ளார்.

தான் எழுதிய மநு முறைகண்ட வாசகத்தில், மநுநீதிச் சோழனை முன்னிறுத்தி அரச பண்புகளாக அவர் குறிப்பிடுவன வருமாறு: அரசன் கலைகளில் வல்லவன்; கேள்வியறிவு உடையவன்; உயிர்களிடத்து அன்பு பூண்டவன்; வேதம் யாகம் காப்பவன்; இரப்போர்க்கு மனமுவந்து ஈபவன்; படைமுதலான ஆறங்கங்களையும் உடையவன்; குற்றத்திலிருந்து நீங்கியவன்; சிற்றினம் சேராதவன்; பெரியோரைச் சூழ்ந்து ஒழுகுபவன்; தன்வலி துணைவலி மாற்றான்வலி இவற்றைக் கணித்துக் காலமும் இடமும் கருதிச் செயல்படுபவன்.[8]

வள்ளலார் பட்டியலிட்டுள்ள இவையும் பிறவும் திருக்குறளில் அரசியலில் வருவன. நல்ல அரசனின் தன்மைகளைத் திருக்குறள் கூற, அவற்றைச் சோழ மன்னனின்மீது ஏற்றி ஆட்சியாளர் இருக்க வேண்டிய நிலைக்குப் பருப்பொருள் வடிவம் கொடுக்கிறார், வள்ளலார்.

தம் குடிமக்கள் மீது உயிரிரக்கம் கொண்டதால் மன்னனே தாய்; துன்பங்களிலிருந்து இன்பம் தருவதால் அவனே தந்தை; நல்வழி காட்டுவதால் ஆசிரியன்; மக்களுக்கு வரும் இடையூறுகளைப் போக்கிப் பிழை செய்வோரைத் தண்டிப்பதால் அவனே

தெய்வம்; துன்பம் வரும்போது விரைந்து வந்து உதவுவதால் நண்பன்; குடிமக்களைக் காப்பதால் மன்னனே உயிர் என வரும் குறிப்புகள் அரசனின் பொறுப்புகளைச் சுட்டுவதோடு தாய், தந்தை முதலானவர்களின் கடமைகளையும் காட்டுகின்றன. 'மன்னன் உயிர்த்தே மலர்தலை உலகம்' (புறம்.186) என்ற புறநானூறும் 'உயிரெலாம் உறைவதோர் உடம்பும் ஆயினான்' (கம்ப. பால. அரச.10) என்று கம்பராமாயணமும் கூறுகின்ற கருத்துக்கள் இங்குப் புதுவடிவம்[9] பெறுகின்றன.

## நீதிக்கொடி

கொடியின் வரலாறு மிகப்பழங்காலந்தொட்டே இருந்து வருகிறது. முடியுடை வேந்தர் மூவரும் தத்தமக்கு ஓர் அடையாள மாகக் கொடியைக் கொண்டிருந்தனர். முடிக்கு உரிய சிறப்பு கொடிக்கும் உண்டென்பர். அரசன் வெளியே வரும்போது கொடியும் உடன்வரும் அரச சபையிலும் கொடி விளங்கும்.

போர்ப்படைகளும் தனிக்கொடி உண்டு. போர் வீரர்கள் கொடி பிடித்திருப்பதும் உண்டு. பாடிவீட்டின்மேல் கொடியைப் பறக்க விட்டிருப்பர். இக்காலத்தும் படைகளுக்குக் கொடிகள் இருப்பதைக் காணலாம். நமது நாட்டில் முப்படைகளுக்கும் தனித்தனியே கொடிகள் உண்டு.

அரசர்களுக்கு மட்டுமன்றித் தெய்வங்களுக்கும் கொடிகள் உண்டு. சிவபெருமானுக்கு ரிஷபக்கொடி திருமாலுக்குக் கருடக் கொடி முருகனுக்குச் சேவற்கொடி. துறவிகளுக்கும் கொடி உண்டு. துறவியர் கொடி காவிக்கொடி. பற்றுகளை வென்றோம் என்பதற்கு அடையாளமாகத் துறவிகள் காவிக்கொடி பிடிக் கின்றனர்.[10] இக் காலத்தே கட்சிகளுக்கும், ரசிகர் மன்றங்களுக்கு மெனக் கொடிகளுக்குப் பஞ்சமில்லை.

எனவே, கொடி ஒருவரின்/ஒன்றன் தனிப்பட்ட ஆளுமை யைப் பிரதிபலிக்கிறது எனலாம். அதனால்தான் வள்ளலாரும் சன்மார்க்கிகள் ஆட்சி நடைபெற வேண்டும் என்பதை அறிவிக்கு முகமாக நீதிக் கொடியைப் பறக்க விட்டார். அருளுள்ளம் கொண்ட சன்மார்க்கிகள் நாட்டை ஆளும்போது மட்டுமே அச்சமும் பயமுமின்றி மக்கள் அனைவரும் அமைதியாக வாழமுடியும் என்பதை உணர்ந்ததால்தான்,

அச்சந் தவிர்த்தே அருளிற் செலுத்துகின்ற
விச்சை அரசே விளங்கிடுக – நச்சரவம்
ஆதிக் கொடியஉயிர் அத்தனையும் போய்ஒழிக
நீதிக் கொடிவிளங்க நீண்டு (திரு.5617)

என்று பாடியருளினார். இதற்கு முன்னோட்டமாகவே மஞ்சள் வெள்ளை கொண்ட ஒரு சன்மார்க்கக் கொடியை வள்ளலார் அமைத்தார். சித்திவளாகத்தில் *22 – 10 – 1873* அன்று அக் கொடியைக் கட்டிய பின்பே தமது பேருபதேசத்தை அவர் நிகழ்த்தினார் என்பது குறிப்பிடத்தக்கது.

சுதந்திரம் – சமத்துவம் – சகோதரத்துவம் என்னும் கோட்பாடு பத்தொன்பதாம் நூற்றாண்டில் ஐரோப்பாவில் ஒலித்தது. இக்கோட்பாடே சன்மார்க்கத்திற்கும் உகந்தது. இது அரசியலில் எப்போது வருமெனில், 'ஒத்தாரும் உயர்ந்தாரும் தாழ்ந்தாரும் எவரும் ஒருமையுளராகி உலகியல் நடத்த வேண்டும்' *(திரு. 4082).* அப்போதுதான் இந்நிலை வரும். வள்ளலாரின் குறிக்கோளும் இதுவாகவே இருந்தது.

உலகியலில் அனைவரும் ஒன்றுகூடி அரசியல் புரிய வேண்டும் என்பதே வள்ளலாரது ஆவல். அரசியலில் அருளாட்சியை விரும்பியவர் அவர். பின்னாளில் இவ்வாட்சி அமையும் என்பதை முன்கூட்டியே அறிவிக்குமுகமாக 'அருளாட்சி பெற்றேன் என்று அறையப்பா முரசு' *(திரு. 5295)* என்று பாடுகிறார். முன்னரசும் – பின்னரசும் – நடுவரசும் போற்ற இறைவனே அதை தனக்கு அளித்ததாகவும் *(திரு.4156)* அவர் இறும்பூதெய்துகிறார்.

இழந்த அரசை மீண்டும் எய்துவதுதான் முறை. ஏனெனில் முன்பு அதைப் பறித்தவர்களிடம் நேர்மையில்லை" என்பார் ரூசோ. ஆம். கருணையும் நேர்மையும் கலந்திருந்த ஆட்சியை பறித்துக் கொண்டவர்களிடமிருந்து சன்மார்க்கத்தின் வாயிலாக அதை மீண்டும் கைப்பற்றத்தானே வேண்டும்.

## சான்றுக் குறிப்புகள்


1. ப. மகாலிங்கம், திரு.வி.க.வின் சமுதாய நோக்கு, 1999, ப.201

2. எஸ்.கே. பாஸ்கல் கில்பர்ட், சமூகவியலின் அடிப்படைக் கோட்பாடுகள், ஜெ. நாராயணன் (மொ.ஆ.), 1964, ப.137

3. ம.பொ. சிவஞானம், வள்ளலார் கண்ட ஒருமைப்பாடு, 2001, பக்.402 – 403

4. வள்ளலார் சித்திவளாகத்தில் இக்கூற்றை முன்மொழிந்த தாகத் தொழுவூரார் சுட்டுகிறார் என, ம.பொ.சி. கருத் துரைக்கிறார். ஆனால் அவர் இதற்குச் சான்றேதும்

காட்டவில்லை. வள்ளலார் தொடர்பான வேறு நூல்களிலும் இச்செய்தி இருப்பதாகத் தெரியவில்லை.

5. பாரதிதாசன், முல்லைக்காடு, 1948, ப.11
6. ம.பொ.சி., முன்சுட்டியது, ப.398
7. மா.பா. குருசாமி, வள்ளலார் ஓர் அறிமுகம், 1977, ப.135
8. வீதிவிடங்கன் கன்றைத் தேறேற்றிக் கொன்றபிறகு அதை நியாயப்படுத்தும் மந்திரிகளுக்கும் அரசனுக்குமிடையே நடக்கும் வாக்குவாதத்தில் இப்பண்புகளைக் காணலாம்.
9. கி. சுப்பிரமணியன், நீர்மேல்மலர்ந்த நெருப்பு, 2004, ப.127
10. ஊரன் அடிகள், இராமலிங்க அடிகள் வரலாறு, 1971, ப.491
11. ரூசோ, சமூக ஒப்புநெறி, 1964, பக்.5 – 6

# ஆன்மநேய ஒருமைப்பாடு - ஓர் அலசல்

ஆன்மா – உயிர்; நேயம் – இரக்கம்; ஒருமைப்பாடு – உயிர்களைச் சமமாகப் பாவிக்கும் உணர்ச்சி. அதாவது உயிர்கள்மீது இரக்கங்கொள்ள இரக்கங்கொள்ள அந்த உயிரோடு நமக்கு ஒரு தொடர்பு ஏற்படுகிறது. அப்படிப் பட்ட தொடர்பு வளர வளர நமக்கு ஒருமைப்பாட்டு உணர்ச்சி கிடைக்கிறது. தாய்க்குத் தன் குழந்தைமீது இருக்கிற நேயம் தாயும் சேயும் வேறல்ல என்று கூறு மளவிற்கு ஒருமைப்பாட்டை அமைத்துக் கொடுப்பதைப் போன்றது அது. அப்படிப்பட்ட ஒருமைப்பாட்டு உணர்ச்சி உயிர்களிடத்திலெல்லாம் வளர வேண்டுமானால் உயிர் இரக்கம் வளர்ந்தால்தான் முடியும். ஜீவகாருண்ய ஒழுக்கம் என்று வள்ளலார் கூறுவதும் இதைத்தான்.[1] ஆன்ம நேய ஒருமைப்பாட்டு உணர்ச்சியைப் பெறுவதற்கு வள்ளலார் வகுத்த தத்துவத்தில் குறிக்கோள், வழி, கருவி ஆகிய மூன்றும் இன்றியமையாது இடம்பெறு கின்றன என்பர். அவருடைய குறிக்கோள் ஆன்மநேய ஒருமைப்பாடும் மரணமிலாப் பெருவாழ்வும். இக் குறிக்கோளை அடைவதற்கு உரிய வழி உள்ளத்தில் இரக்கத்தை வளர்த்துக் கொள்வது. இரக்கம் என்னும் அவ்வழியில் நடப்பதற்கு நமக்குக் கருவியாக இருப்பது அருட்பெருஞ்ஜோதி. இனி, அருட் பெருஞ்ஜோதி என்னும் மகாமந்திரத்தைக் கருவியாகக் கொண்டு, மனத்திலே உயிர் இரக்கம் என்னும் வழியைக் கண்டு, ஆன்மநேய ஒருமைப்பாடு என்னும் குறிக்கோளை அவர் அடைந் ததைப் படிப்படியே காண்போம்.

## அருட்பெருஞ்ஜோதி என்னும் மகாமந்திரக் கருவி

ஒரு புதிய முயற்சியில் ஈடுபட்டு ஒரு புதிய பாதையில் நாம் நடக்கும் பொழுது நமக்கு வெளிச்சம் வேண்டும்; கையில் கருவிகள் வேண்டும். வள்ளலார் நமக்கு வழங்கியிருக்கும் வெளிச்சமும் கருவியும் அருட்பெருஞ்ஜோதி என்னும் அந்த முழக்கம்தான். கையில் நாம் வைத்துக் கொள்ளுகின்ற வெளிச்சம் கூட ஒரு கருவிதான்.

'அருட்பெருஞ்ஜோதி' என்னும் தொடரில் அருள், பெரும், ஜோதி ஆகிய மூன்று சொற்கள் இணைந்துள்ளன. பெரும் என்பது இரண்டு பொருளைக் குறிப்பதற்காகப் பயன்படுத்தப் பட்டுள்ளது. 'அருள்' என்பதும் 'சோதி' என்பதும் இணையான பெருவடிவம் பெற்றது. அருள், ஜோதி ஆகிய இருமையை இணைக்கும் ஒருமையைக் குறிக்கப் 'பெரும்' என்ற சொல் பயன்படுத்தப்பட்டுள்ளது. பெரும் என்பது பெருநெறி. பெரு நெறியாவது பெருமை பொருந்திய நெறி. உண்மைப் பெருநெறி, ஒழுக்கம் முதலியவற்றைக் குறிக்கும்.

### அருள்

வள்ளலாரின் சன்மார்க்கக் கோட்பாட்டிற்கு அரண் செய்யும் குறிப்பிடத்தக்க கூறுகளுள் அருள் என்பது ஒன்று. அவருக்கு முன்னிருந்த இறைநெறியாளர்கள் தங்களது கோட் பாடுகளை அன்பின் அடிப்படையில் அமைக்க, இவரோ அருளை அடிப்படையாகக் கொண்டு அமைத்தார். ஆனால் அருளுக்கு அடிப்படை அன்பு என்பது குறிப்பிடத்தக்கது. வள்ளலாரும் இது குறித்துப் பேசியுள்ளார்.[2]

தொல்காப்பியத்தில், வாகைத் திணையில் "அருளொடு புணர்ந்த பக்கமும் (தொல்.புறத்.17) என அருளுக்கு ஒரு சிறு இடம் தரப்பட்டுள்ளது. மனிதனுக்கு இருக்க வேண்டிய ஒரு குணமாக அது கருதப்பட்டது. திருவள்ளுவரும் 'அருள் இல்லார்க்கு அவ்வுலகம் இல்லை' (குறள், 247) என்று குறிப்பது கவனிக்கத்தக்கது.

மனிதனுக்குத் தேவையான குணமாகக் கூறப்பட்ட அருள், இறைவனிடத்தில் இருப்பதாகப் பக்திநெறியாளர்கள் குறிப்பிட் டனர். சான்றாக மாணிக்கவாசகர் "அருளுடைச் சுடரே, அளிந்த தோர் கனியே" (திருவாசகம், பிடித்த பத்து, 4) என்றும் "ஆண்டான் எங்கோன் அருள்வழி யிருப்ப" (திருவாசகம், கீர்த்தித் திருவகவல், 40) என்றும் இறைவனின் அருள் தன்மையைக் குறிப்பிடுவதைக் காண்க. தாயுமானவரும்,

ப. சரவணன்

> அருளாகி நின்ற சுகம் ஆகாமல் ஐயோ
> இருளாகி நிற்க இயல்போ பராபரமே (தா.பா.239)

என்று, இறைவனின் அருள்நிலையை அடையாமல் இருள் நிலையில் தடைப்பட்டிருக்கும் மனிதனின் இயல்பைக் கூறி அதற்கான காரணத்தையும் பின்வருமாறு கூறுகிறார்:

> அருளால் எவையும் பார் என்றான் – அத்தை
> அறியாதே சுட்டி என் அறிவாலே பார்த்தேன்
> இருள் ஆன பொருள் காண்பது அல்லால் – கண்ட
> என்னையும் கண்டிலன் என்னேடி தோழி. (தா.பா. 320)

இயற்கை உண்மையை அறிவால் அறியமுடியாது; அருளால் அறியலாம் என்று தாயுமானவர் கூறுகிறார். ஆனால் வள்ளலார் அறிவையும் ஒதுக்கிவிடாமல் அருளறிவு, கலையறிவு என இரண்டாக பிரித்து அருளறிவை ஏற்கிறார்.[3] அருளறிவை வள்ளலார் ஏற்க மற்றொரு காரணம் உலகியல் சிந்தனைக்கு அப்பாற்பட்டுச் சுய சிந்தனையாய் விளங்குவதாகும் என்பர்.

> அருளுடையர் எல்லாரும் சமரசசன் மார்க்கம்
> அடைந்தவரே ஆதலினால் அவருடனே கூடித்
> தெருளுடைய அருள்நெறியில் களித்து விளையாடி
> செழித்திடுக, வாழ்களனச் செப்பிய சற்குருவே
> (திரு.4164)

என்று வள்ளலாரும் இறைவனின் அருள் தன்மையை விதந் தோதுகிறார். வள்ளலார் கட்டமைத்த சன்மார்க்க நெறிக்கு அருள் என்பதே அடித்தளம். அவ்வாறு அருளுக்கு அவர் சிறப்பிடம் அளித்தமைக்குக் காரணம் அருளில் அன்பு, அருளறிவு, உயிர் இரக்கம் போன்ற கோட்பாடுகள் அடங்கி யிருப்பதே. "அன்பு ஒருபாற்பட்டது; அருள் பொதுமைப்பாற் பட்டது"[4] என்னும் வரிகள் இங்கு ஒப்பிடத்தக்கன. அருள் என்பது கொல்லாமை நெறி உட்பட அமைந்த பொதுநெறி என்பதை வள்ளுவரும், "அருளல்லது யாதெனில் கொல்லாமை கோறல், பொருளல்லாது அவ்வூண் தினல்" (குறள்.253) என்று கூறுவதை நோக்குக.

அருள் என்பது குறித்து ஜீவகாருண்ய ஒழுக்கத்திலும்[5] உபதேசக் குறிப்பிலும்[6] வள்ளலார் விரிவாகவே பேசியிருக்கிறார். மேலும் தர்மம் என்பதை அருள் என்பதோடு தொடர்புபடுத்தி அவர் பேசியிருப்பதும் கவனிக்கத்தக்கது.[7] தாம் அடைந்த பேரின்ப நிலைக்குக் காரணம் அருளே என்பதை,

> "என்னை யேறாநிலைமிசை யேற்றிவிட்டது யாதெனில்
> தயவு. தயவு என்னும் கருணைதான் என்னைத் தூக்கி

விட்டது. அந்தத் தயவுக்கு ஒருமை வரவேண்டும். அந்த ஒருமை இருந்தால்தான் தயவு வரும். தயவு வந்தால்தான் பெரியநிலைமேல் ஏறலாம்"[8]

என்று வள்ளலார் பேருபதேசத்தில் கூறுவது ஆழ்ந்து நோக்கத் தக்கது. அருளும் தயவும் வெவ்வேறானது அல்ல. அருள், தயவு, கருணை என்பவை ஒரு பொருளையே குறிக்கும்.[9]

## ஜோதி

'அருட்பெருஞ்ஜோதி' என்னும் தொடரில் அருள் வேறு, ஜோதி வேறு அல்ல. இரண்டும் ஒன்றுதான். அருளால் பெறுகின்ற வெளிச்சம் அருட்பெருஞ்ஜோதியாகக் குறிக்கப் படுகிறது. அருள் என்னும் உணர்ச்சியால் வெளிச்சத்தைப் பெறுகின்றபோது, அருள் உணர்ச்சியும் அந்த வெளிச்சமும் ஒன்றாகவே ஆகிவிடுகிறது. எனவேதான் அருளால் பெறப் பட்ட அந்த உள்ளொளியின் அசைவைப் புறத்தே காட்டும் போது, அதனை நடனம் என்றும் நடராசர் என்றும் விளக்கம் தந்தார், வள்ளலார்.[10] மேலும் நம் உள்ளத்தே தோன்றும் அருள் ஒளியே கடவுளின் தன்மையுமாம், என்பதால் அக்கடவுளின் திருவருளை, சிறுவெளிச்சத்தைக் கொண்டு பெருவெளிச்சத்தைப் பெறுவதுபோல, சிறிய தயவாகிய ஜீவதயவைக்கொண்டு பெருந்தயவாகிய கடவுளருளைப் பெறவேண்டும்[11] என்கிறார்.

அருள் உணர்ச்சியும் அதனால் பெறப்பட்ட வெளிச்சமும் ஒன்றான பிறகு அதனை வெறும் "ஜோதி" என்றோ "அருள்" என்றோ குறிப்பது அர்த்தமற்றது. எனவே அதன் முழுக்கருத்தை விளக்குவதற்கு அருளையும் ஜோதியையும் ஒன்று சேர்த்து, அது மற்றதிலிருந்து வேறுபட்டது என்பதைக் காட்ட "பெரும்" என்னும் சொல்லைப் பயன்படுத்தி அருட்பெருஞ்ஜோதி என்னும் தொடரை வள்ளலார் உருவாக்கினார். அந்த ஜோதியின் தன்மையை விளக்குவதற்காகவே 'அருட்பெருஞ்ஜோதி அகவல்' என்னும் பாமாலையை இயற்றினார். அருளும் ஜோதியும் வேறானதல்ல என்பதை நிரூபிப்பதற்கு இந்த அகவலிலேயே ஆதாரம் உள்ளது. எவ்வாறெனில்,

அருட்பெருஞ்ஜோதி அனுபவத்தைப் பெறவேண்டுமானால், 'வெளி' என்னும் ஐந்தாம் பூதத்திலுள்ள உயிர்வெளி, அயவெளி, கலைவெளி, அலர்வெளி, சுத்தநல்வெளி, துரிஅறுபரவெளி, பரம்பரவெளி, பராபரவெளி, பெருவெளி, பெருஞ்சுகவெளி என்னும் பல்வேறு படிநிலைகளைக் கடந்து செல்லவேண்டும்.[12] இதில் பராபரவெளி என்பது அருளையும் ஒளியையும் ஒன்று என்பதைப் படம்பிடிக்கிறது. அது:

கடவுள் வெளியாகிய பரம்பரநிலையே, இரு கூறாகிப் பரம், அபரம் என இரண்டு நிலைகளாய்ப் பிரிந்து பராபர வெளியென விளங்குவதாம். இந்தப் பிரிவு சொல்லளவில் தானே யொழிய இரண்டுபடக் காண்டற்கிலையாம். அருள் ஒளியில் அருளும் ஒளியும் இரண்டாகச் சொல்லளவில் தோன்றினாலும் அது குண – குணியாக உள்ள ஒன்றேயாம். அருள் – குணம்; ஒளி – அருட்குணத்தை யுடையது – குணி எனப்படுவதாம். பரம் – அருளாக உள்ளிருந்து விளங்க, அபரம் ஒளியாகப் புறத்திலிருந்து இலங்குவது. அகமும் புறமும் நீக்கமற நிரம்பிய கடவுள் தான், இன்று பராபர வெளியில் அருளாயும் ஒளியாயும் விளங்கிக் கொண்டுள்ளார்.[13]

அருளே ஒளி; ஒளியே அருள் என்பதை இந்தப் பராபர வெளி விளக்கம் உணர்த்துகிறது. இதையெல்லாம் தாண்டி வள்ளலார் அருட்பெருஞ்ஜோதி அனுபவத்தை அடைந்ததை "அருட்ஜோதி ஆனேன் என்று அறையப்பா முரசு" என்பன போன்ற பாடல்களில் கூறியிருப்பதால் அறியலாம்.

### தனிப்பெருங்கருணை

உண்மைப் பெருநெறி ஒழுக்கமாகிய கருணை நெறியை அருட்பெருஞ்ஜோதி ஆண்டவர் தனக்குத் தெரிவித்ததாகக்கூறி, அதற்குச் சான்றாக "கருணையும் சிவமே பொருளெனக் காணும் காட்சியும் பெறுக" (திரு. 5303) என்னும் அருட்பாப் பாடலையும் வள்ளலார் காட்டுகிறார்.[14] இக்கருணை நெறியின் அடிப்படையிலேயே உயிரிரக்கம் என்னும் கொள்கையையும் அக்கொள்கையை விளக்குவதற்காக ஜீவகாருண்ய ஒழுக்கம் என்னும் நூலையும் வள்ளலார் அருளிச் செய்தார். (இது குறித்து, ஆன்மநேய ஒருமைப்பாடு என்னும் குறிக்கோளை அடைவதற்கு வள்ளலார் கண்ட வழியான உயிர் இரக்கம் என்னும் பின்வரும் பகுதியில் விரிவாகக் காண்க.)

### உயிர்இரக்கம்

ஜீவகாருண்யம் என்பதை வள்ளலார் நல்ல தமிழில் 'உயிர் இரக்கம்' என்கிறார். நெஞ்சில் உள்ள ஈரத்தின் காரணமாக உயிர்கள் மீது ஏற்படுகின்ற மன நெகிழ்ச்சிதான் உயிர்இரக்கம். மற்ற உயிர்க்கு ஒரு நோக்காடு ஏற்படும்பொழுது 'ஐயோ' என்று மனத்தில் ஏற்படுகின்ற ஒரு நெகிழ்ச்சி; இந்த நோக்காட்டைத் தீர்க்க நாம் என்ன செய்யலாம் என்ற துடிப்பு. அதுதான் இரக்கம்.[15]

தமிழர் சிந்தனை மரபுப்படி விலங்குகள், பறவைகள் மட்டுமல்லாமல் புல், பூண்டு, செடிகொடிகளும் உயிர்கள்தான். அவற்றிற்கு நோக்காடு வந்தாலும் இரக்கம் ஏற்படவேண்டும். அதுதான் உயிர் இரக்கம். அதனால்தான் 'வாடிய பயிரைக் கண்டபோதெல்லாம் வாடினேன்' (திரு.3471) என்று வள்ளலார் பாடுகிறார். மனித அறிவின்பயனே இரக்கம்தான்; அந்த இரக்கம் இல்லையென்றால் அறிவால் பயனில்லை. 'அறிவினான் ஆகுவ துண்டோ பிறிதின்நோய், தன்நோய்போல் போற்றாக் கடை' (குறள்.315) என்ற குறளின்மூலம் வள்ளுவர் உணர்த்துவதும் இதைத்தான்.

எல்லா உயிர்களிடமும் நேயம் கொள்ள வேண்டும் என்ற கருத்து பழங்காலத்திலேயே ஆங்காங்கே சிறுசிறு பொறிகள் போல் நிலவிவந்த கருத்துதான். முல்லைக்குத் தேர் கொடுத்த பாரி, மயிலுக்குப் போர்வை தந்த பேகன் முதலியோர் உயிர்கள் மீது இரக்கம் கொண்டவர்கள்தான். 'கொல்லான் புலாலை மறுத்தானைக் கைக்கூப்பி, எல்லா உயிரும் தொழும்' (குறள்.260) என்று வள்ளுவர் பாடியபொழுது அங்கும் மற்ற உயிர்கள்மீது கொள்ளுகிற இரக்கம் உணரப்பட்டிருக்கிறது. என்றாலும் இந்த உயிர் நேயத்திற்கு மிகப்பெரிய அளவில் வடிவம் கொடுத்தவர் வள்ளலார்.[16] உயிர் இரக்கத்தில் அவருக்கு ஏற்பட்ட ஈடுபாடுதான் மநு முறைகண்ட வாசகத்தையும், ஜீவகாருண்ய ஒழுக்கத்தையும் படைக்கச் செய்தது.

அரசன் எல்லா மக்களையும் சமமாகப் பாவிக்க வேண்டும் என்ற கருத்தை மிகத் தெளிவாகப் புனைந்துரை நெறியில் விளக்குகிற கதையே மநு முறைகண்ட வாசகம். கன்றின்மீது தவறுதலாகத் தேர் ஏற்றிக் கொன்ற தனது மகனை அதேபோலத் தேர்ஏற்றிக் கொல்ல வேண்டும் என்று மநுநீதிச் சோழன் கூறும்போது, அதுகேட்ட மந்திரிகளுள் ஒருவன், "மிருகம், பட்சி முதலான மற்ற உயிர்களுக்கு மனிதர்களால் கொலை நேரிட்டால் அந்த உயிர்களின் தரத்துக்கும் அவரவர் குணா குணங்களுக்கும் செய்கைகளுக்கும் காரணங்களுக்கும் தக்கபடி யறிந்து பிராயச்சித்தஞ் செய்விக்கக் கடவரென்றும் பொதுவாக அறநூல்களில் விதித்திருக்கப்பட்ட விதியை இன்று கன்றின் கொலைபற்றி நீர் செய்விக்க எண்ணிய அபூர்வமான விதி விலக்குகிறது" என்றும் கூறுகிறான். அதுகேட்ட அரசன் உயிர்கள் அனைத்தும் ஒன்றே என்னும் கருத்தைப் பின்வருமாறு மந்திரிக்கு உரைக்கிறார்:

> மந்திரியே! அறிவின் உயர்வு தாழ்வுகளைப்பற்றிப் புண்ணிய பாவங்கள் ஏறிக்குறையுமென்று பூர்வபாகத்திற் சொல்லிய சுருதி – உத்தரபாகத்தில் பரமேசுவரன்

> ஆன்மாக்கள்தோறும் விகற்பமில்லாமல் நிறைந்திருக்கின்ற படியால், மாயையின் காரியமாகி வேறுபட்ட அறிவை நோக்காமல், அப்பரமேசுவரனை நோக்கி எல்லா உயிர் களையும் சமமாக எண்ணி நடக்கவேண்டும் என்ற உத்தரபாகத்தின்படி பிறப்பு, குணம், சாதி, தொழில் முதலான விகற்பங்களை நாடாது உயிர்க்கொலை யினிடத்துச் சமானமாகத் தண்டிப்பதே தகுதி.[17]

'எத்துணையும் பேதமுறாது எவ்வுயிரையும் தம்முயிர்போல்' (திரு.5297) எண்ணும் பொதுமைப் பண்பு வள்ளலாரிடம் ஆழமாக வேரூன்றியிருந்தது, மநு முறைகண்ட வாசகம் மூலம் வெளிப்படுகிறது. மேற்சுட்டிய சிறுபகுதி அதனை உறுதி செய்கிறது.

அடுத்து, சமரச சுத்த சன்மார்க்கக் கொள்கைகளுள் ஒன்றான உயிர் இரக்கப் பண்புகளைத் தெளிவாக விளக்கும் ஜீவகாருண்ய ஒழுக்கத்தைச் சற்று ஆய்வோம். இந்நூல், ஏழு பிரிவாக அமைந்தது என்றும் தற்போது கிடைப்பவை மூன்று பகுதிகள் மட்டுமே என்றும் கூறுவர். எனினும் இந்த நூல் 1867க்கு முன்னரே எழுதப்பட்டு 1869வரை முற்றுப்பெறாது இருந்தது என்பதை இறுக்கம் ரத்தின முதலியார் சாலை சண்முகம்பிள்ளைக்கு எழுதிய கடிதத்தால் அறியலாம்.[18] மேலும், 1867இல் வடலூரில் தருமச்சாலை நிறுவப்பட்ட போது "ஜீவகாருண்ய ஒழுக்க விளம்பரம்" என்னும் பெயரில் இந் நூலின் சில பகுதிகள் மட்டும் படித்துக்காட்டப்பட்டன என்பதும் குறிப்பிடத்தக்கது.

'ஜீவகாருண்ய ஒழுக்கம்' நூலின் முதல்பகுதி, ஜீவகாருண் யத்தைப் பற்றிய பொது விளக்கத்தைக் கூறுகிறது. இரண்டாம் பகுதி, ஜீவகாருண்யப் பேறுகளைப் பேசுகிறது. மூன்றாம் பகுதி, முதலிரண்டு பகுதிகளில் கூறப்பட்ட செய்திகளுடன் முற்பிறப்புக் கொள்கைகளைக் கூறுகிறது.

வள்ளலார், ஜீவகாருண்ய ஒழுக்கம் என்னும் சொல்லுக்கு விளக்கம் தரும்போது, "சீவர்களுக்குச் சீவர்கள் விஷயமாக உண்டாகின்ற ஆன்ம உருக்கத்தைக் கொண்டு வாழ்தல்"[19] என்று கூறுகிறார். அதாவது, சீவன் இரக்க உணர்வை வாழ்க்கை யில் கைக்கொள்ள வேண்டும் என்பது அவரது எண்ணம். எனவேதான் சுத்த சன்மார்க்க நெறியில்கூட உயிர் இரக்கத்திற்கு முக்கியத்துவம் அளித்து "ஜீவகாருண்யமே சன்மார்க்கம்; அல்லாத வழி துன்மார்க்கம்"[20] என்று குறிப்பிடுகிறார்.

கடவுளின் அருளைப் பெறவேண்டுமானால் உயிர் இரக்கத் தால் மட்டுமே முடியும். வேறு எதனாலும் முடியாது என்கிறார்

வள்ளலார். சீவன்கள்மீது இரக்கம் கொள்ளும் பண்பே மோட்சம் என்னும் வீட்டைத் திறக்கும் சாவி என்பதை, "சீவகாருண்யம் என்கிற திறவுகோலைக் கொண்டுதான் மோட்சமாகிய மேல் வீட்டுக் கதவைத் திறந்து கொண்டு உள்ளே புகுந்து எக்காலத்தும் அழியாத இன்பத்தை அனுபவித்து வாழவேண்டும்"[21] என்று அவர் கூறுகிறார்.

ஒருவர் கடவுளை வழிபடுபவராக யிருந்தாலும் உயிர் இரக்கப் பண்பு இல்லையெனில் அவர்கள் எவ்விதப் பலனையும் அடைய மாட்டார்கள் என்றும் உலக இன்பங்களைத் துய்த்து வாழும் இல்லறத்தாரும் உயிர் இரக்கப் பண்பினைப் பெற்றவராக இருப்பின், அவர்களும் இறையருளைப் பெறுவார்கள் என்றும் வள்ளலார் கூறுகிறார். இவ்விதப் பண்புடையோரை யோகிகள், ஞானிகள், கடவுளைக் கண்டவர்கள் எனப் புகழ்வதோடு, இவர்கள் வணங்கத் தக்கவர்கள் என்றும் கருத்துரைக்கிறார்.[22] எனவேதான் 'அருளுடையார் எல்லாரும் சமரச சன்மார்க்கம் அடைந்தவரே' என்று தம்முடைய சன்மார்க்க நெறிக்கு உரியவர்கள் உயிர்இரக்கம் கொண்டவர்கள் என்பதைத் தெளிவு படுத்துகிறார்.

எவ்வுயிரையும் தன்னுயிர்போல் நினைத்து இரங்குகின்ற பண்பு இயல்பாக அமைய வேண்டும். அப்படி அமையவில்லை யென்றால் ஆண்டவனிடம் வரமாவது கேட்க வேண்டும்.

> எவ்வுயிரும் என்னுயிர்போல் எண்ணி இரங்கவும்–நின்
> தெய்வ அருட்கருணை செய்யாய் பராபரமே
> (பராபரக்கண்ணி.65)

என்று தாயுமானவர் வேண்டுவதைக் காண்கிறோம்.

வள்ளலாரும் எவ்வுயிரையும் தன்னுயிர்போல நினைத்து ஒழுகுவதைப் பலவகையாலும் பகர்கிறார். உயிர்களுக்கு இரக்கங் காட்டி இரக்கங்காட்டி இரக்கத்தின் வடிவமாகவே அவர் ஆகிவிட்டார் என்பதை "இரக்கமே வடிவாம் வடலூரான்" என்று வண்ணச்சரபம் தண்டபாணி சுவாமிகள், தமது வினாப் பதிகத்தில் கூறியதைக் கொண்டு தெளியலாம்.

இரக்கத்தையும் தன்னையும் ஒன்றாகவே இருத்தி வாழ்விக்கவே இறைவன் தன்னை அனுப்பியதாகவும் *(திரு.3509)* இரக்கம் நீங்கில் என் உயிரும் நீங்கும் என்று இறைவனிடம் வள்ளலார் முறையிடுவதையும் *(திரு. 3506)* திருவருட்பாவால் அறியலாம். உலகில் எனக்கு அமைந்த வாழ்க்கை இரக்கம் பற்றியதே தவிர வேறொரு வகையாலும் இல்லை *(திரு.3508)* என்கிறார். எனவேதான் மற்றவர் துயரால் வருந்திக் கண்ணீர் விட்டபோது அதைக் கண்டு இவரும் கண்ணீர் விட்டார்

(திரு.3466). மனிதர்கள் மட்டுமல்லர் காணுறு பசுக்கள் கன்றுகளாதி கதறியபோதும் (திரு.3469), வாடிய பயிரைக் கண்டபோதும் (திரு.3471) அவரின் வாட்டம் அதிகரித்தது. இப்படிப் பிற உயிர்களின் துயரத்திற்காக வருந்திய வள்ளலார் "கோழை உலக உயிர்த்துயரம் இனிப்பொறுக்க மாட்டேன், கொடுத்தருள் நின்அருள் ஒளியைக் கொடுத்தருள் இப்பொழுதே" (திரு.3803) என இறைவனை இறைஞ்சுகிறார்.

வள்ளலாரின் உயிர் இரக்கம் மக்களோடு மட்டும் நிற்க வில்லை; பசுக்கள் முதலிய மாக்களோடு மட்டும் நிற்கவில்லை; ஓரறிவு உயிர்களாகிய பயிர்களோடு மட்டும் நிற்கவில்லை; உயிரற்ற சடப்பொருளாகிய மண்ணாங்கட்டிவரை நீண்டது. அது குறித்த ஒரு கர்ணபரம்பரைக் கதை வருமாறு:

> ஒருமுறை ஜீவகாருண்யத்தைப் பற்றிச் சில அன்பர்கள் நெடுநேரம் வாசாஞானமாய் (மனத்தில் பிடிப்பு இல்லாமல் வாயளவில்) பேசிக் கொண்டிருந்தனர். அதனைக் கண்ட வள்ளலார் ஜீவகாருண்யம் எவ்வளவு தூரம் பரந்துள்ள தென்று அறிவீர்களா? என்று கேட்டுவிட்டு ஒரு கதையைக் கூறினார். தெருவில் பெரியோர் இருவர் சென்றனர். ஒருவர் கால்பட்டு ஒரு மண்கட்டி உடைந்து போயிற்று. அதைக் கண்டு மற்றவர் மூர்ச்சையானார். மூர்ச்சை தெளிந்து எழுந்த பின் முன்னவர் காரணம் கேட்க, அவரோ, உமது கால்பட்டு அழகிய இம்மண்கட்டி உடைந்து இயற்கை நிலை குலைந்து விட்டதே என்று வருந்தினேன். மூர்ச்சையாயிற்று என்பார். இதுதான் ஜீவகாருண்யத்தின் எல்லை என வள்ளலார் விளக்கி யருளினார்.

மக்கள் முதல் மண்ணாங்கட்டிவரை இரக்கம் காட்டுவதே வள்ளலாரின் ஜீவகாருண்யம். இரங்குகின்றவர்களுக்கே இறைவன் சீரும் சிறப்பும் வழங்கியருள்கின்றான் என்பதை, "ஆரே என்னினும் இரங்குகின்றார்க்குச், சீரே அளிக்கும் சிதம்பர சிவமே" (அகவல்.963 – 64) என்று அருட்பெருஞ்ஜோதி அகவலில் வள்ளலார் சுட்டிக் காட்டுவதால் தெளியலாம்.

### சான்றுக் குறிப்புகள்

1. பொற்கோ, தமிழக வரலாற்றில் வள்ளலார், 2004, ப.37
2. திருவருட்பா உரைநடைப்பகுதி (உபதேசக் குறிப்புகள்), 'சுத்த சன்மார்க்க சத்திய ஞானாசாரம்' என்னும் பகுதியைக் காண்க, 1978, ப.313
3. "பத்து ஆள்சுமை ஒரு வண்டி பாரம். நூறு வண்டிச்சுமை ஒரு சூல்வண்டி பாரம். சூல்வண்டி ஆயிரங் கொண்ட

நூல்களை ஒரு ஜென்மத்தில் ஒருவன் அதிதீவிர ஜீவ முயற்சியால் படிக்கச் சிறிய உபாசனைச் சகாயத்தால் முடியும். அப்படிப்பட்டவன் ஆயிரம் ஜென்மம் எடுத்துப் படிக்கும் கலையறிவை ஒருவன் அருள் முன்னிடமாகச் சுத்த சிவநோக்கத்தால் அறியத் தொடங்கினால், ஒரு கணத்தில் படித்துக் கொள்ளலாம். இது சத்தியம்" என்று வள்ளலார் தமது உபதேசக் குறிப்பில் கூறியுள்ளார். *(காண்க: தி.உ.பகுதி, 1978, ப.298).*

4. வை. இரத்தினசபாபதி, சிதம்பரம் இராமலிங்கரின் சித்திவளாகம், *1983, ப.87*

5. திருவருட்பா உரைநடைப்பகுதி, *1978, ப.51*

6. திருவருட்பா உரைநடைப்பகுதி – 'ஆன்ம இயற்கையாகிய தயாமூலதன்மம்' என்னும் பகுதியைக் காண்க. *ப.315*

7. கற்பபேத மென்பது கடவுள் இடப வாகனாரூபராய் உலகத்திலெழுந்தருளிக் காட்சி கொடுத்தருளுங் காலம். இடப மென்பதற்குப் பொருள் தர்மசொரூபம். தர்மமென்பது காருண்யம். தயவு, அருள், ஆதலால் அருள்வடிவமான ஆன்மாலய உலகமான தேகத்தின் அனுபவஞானம் தோன்றுதல் *(காண்க: தி.உ.பகுதி, 1978, ப.274).*

8. திருவருட்பா உரைநடைப்பகுதி *(பேருபதேசம்), 1978, ப.356*

9. மேற்படி, *ப.359*

10. மேற்படி, 'ஞானசபையும் நடராசரும்' என்னும் உபதேசக் குறிப்பைக் காண்க, *ப.249*

11. மேற்படி, அருள்நெறி என்னும் உபதேசக் குறிப்பைக் காண்க, *ப.343*

12. வள்ளலார் அருட்பெருஞ்ஜோதி அகவலில் கூறியுள்ள "வெளிவகை விரி" என்னும் பகுதியை நோக்குக.

13. சரவணானந்தா, அருட்பெருஞ்ஜோதி அகவல் உரை விளக்கம், *1974, ப.399*

14. திருவருட்பா உரைநடைப்பகுதி *(பேருபதேசம்), 1978, ப.356*

15. பொற்கோ, முன்சுட்டியது, *ப.45*

16. மேற்படி, *பக்.28 – 29*

17. ப. சரவணன் *(ப.ஆ.)*, மநு முறைகண்ட வாசகம், *2005, ப.63*

18. ஆ. பாலகிருஷ்ண பிள்ளை (ப.ஆ), திருவருட்பா திருமுகப்பகுதி, 1959, பக்.127-129

19. திருவருட்பா உரைநடைப்பகுதி (ஜீவகாருண்ய ஒழுக்கம்), 1978, ப.52

20. மேற்படி, ப.52

21. மேற்படி, பக்.70-71

22. புலவர் வ. ஞானப்பிரகாசம், திருவருட்பா ஒரு கைவிளக்கு, 2000, ப.100

# மநு முறைகண்ட வாசகம்: வள்ளலார் வளர்த்த உரைநடை

தமிழில் செய்யுள் வடிவ இலக்கியங்கள் இருந்த அளவிற்கு உரை(நடை) இலக்கியங்கள் வழக்கில் இருந்ததாகத் தெரியவில்லை. ஆனால் அத்தகு நூல்கள் இருந்தன என்பதற்கான குறிப்பைத் *தொல்காப்பியம்* சுட்டுகிறது.[1] செய்யுள் நூல்களுக்குத் துணை நூல்களாகவும் சார்பு நூல்களாகவுமே இந்த உரைநூல்கள் தமிழில் தோற்றம் பெற்றன என்பர். சொல்லப்பட்ட/சொல்லிவரும் அழுத்தமான விடயங்களை அடுத்தடுத்த தலைமுறைக்குத் தொடர்ச்சியாகக் கடத்த வேண்டிய கடப்பாடு சமூகத்திற்கு இருந்தது. ஆனால் அவற்றை எளிதில் பதிவு செய்வதற்கான கருவிகள் இல்லாததால், அவை வாய்மொழியாகவே பேணப்பட்டு வந்தன. செய்தி மறந்து போகாமல் இருக்கவே அவை எதுகை மோனையுடன் கூடிய பா வடிவில் வழங்கி வந்தன. தமிழ்ச் சூழலில் மட்டுமன்று. உலக வரலாற்றிலும் இதே நிலைதான்.

வாய்மொழியாக வழங்கிவந்த விடயங்கள் நாகரிக முன்னேற்றத்தின் ஒரு படியாகக் கற்களிலும் தோல்களிலும் ஓலைகளிலும் பதிவாகத் தொடங்கின. செய்திகள் முதன் முதலில் கல்லில் வெட்டப்பட்டுத்தான் (கல்வெட்டு) பாதுகாக்கப்பட்டன. அப்படி வெட்டப்பட்ட செய்திகள் வாய்மொழியாக வழங்கிவந்த பா வடிவத்திலிருந்து சற்று மாறுபடத் தொடங்கின.[2] ஓலையில் பதிவு செய்யப்பட்ட விடயங்கள் பா மற்றும் உரை இரண்டும் கலந்தனவாக இருந்தன. சங்க இலக்கியத்தில் சில பாடல்கள் உரைபோலவே காணப்படுகின்றன.[3] நமக்குத் தெரிந்த, மிகவும் பரிச்சயமான *சிலப்பதிகாரம்* இடையிடையே உரை பயின்று வருவதால் 'உரையிடையிட்ட பாட்டுடைச்

செய்யுள்' என்றே கூறப்படுகிறது.[4] ஆனால் முழுக்க முழுக்கத் தெளிவான ஒரு உரை நூல் என்று கூறும்போது நமக்குச் சான்று பகர்வது *இறையனார் களவியல்* உரையே. பல்லவர் காலத்தில் எழுதப்பட்டிருக்கலாம்[5] என்று கருதப்படும் இந்நூலே தமிழின் முதல் உரைநடை நூல் என்பது பெரும்பாலானோரால் ஒப்பமுடிந்த முடிவு. இக் களவியல் உரை, தமிழ் உரைநடை வளர்ச்சியில் ஒரு மைல்கல். அடுத்து வரப்போகின்ற பெரிய உரையாசிரியர்க்கெல்லாம் வழிகாட்டியாகவும் வடமொழியும் தமிழும் கலந்து நின்று 'ஈடு' போன்ற மணிப்பிரவாள நடைக்கு வித்திட்டதோ[6] என்று எண்ணுமளவிற்கும் செல்கிறது என்று குதூகலிப்பார் அ.மு.ப.

உரை வளர்ச்சியில் அடுத்தகட்டமாக மணிப்பிரவாளநடை வருகிறது. மணி – முத்து; பிரவாளம் – பவளம். மணியும் பவளமும் கலந்தாற்போல வடமொழியும் தமிழும் கலந்து எழுதப்பட்ட உரை என்பது இதன் பொருள். ஆழ்வார்கள் அருளிய திவ்வியப் பிரபந்தத்திற்கு இயற்றிய வியாக்கியானங்கள் இந்நடையில் அமைந்தவை. சங்ககாலத்தே வடமொழித் தொடர்பு இருப்பினும் பல்லவர் காலத்தில் அச்செல்வாக்கு பெருகியது. அதன் விளை வாகக் கல்வெட்டுகளிலும் இலக்கியங்களிலும் தமிழில் வட மொழிச் சொற்களையும் சொற்றொடர்களையும் கலந்து எழுதும் மரபு பெருகிற்று. இவற்றினின்று முகிழ்ந்ததே மணிப்பிரவாள நடை. பல்லவர் காலத்தில் எழுந்த *ஸ்ரீபுராணம், சத்திய சிந்தாமணி* போன்றவை மணிப்பிரவாள நடையில் எழுந்த நூல்களாகும். சமணர் காலத்தில் தோற்றம் பெற்ற மணிப்பிரவாள நடையைப் பிற்காலத்தில் வைணவர்கள் வளர்த்தனர்.[7] மணிப்பிரவாளத்தில் அமைந்த வைணவ நூல்கள் இரு பெரும் உரைநடைப் பிரிவுகளைக் கொண்டமைந்தது. ஒன்று : திவ்வியப் பிரபந்தத்திற்கு அமைந்த வியாக்கியானங்கள். மற் றொன்று: வைணவப் பெரியோர்களின் வரலாற்றைக் கூறும் நூல். உரைநடை வளர்ச்சியில் இந்த இருவகைப் போக்குகள் முக்கியமானவை.

மணிப்பிரவாளத்தைத் தொடர்ந்து உரையை வளர்த்ததில் உரையாசிரியர்களின் பங்கு தனித்துக் குறிப்பிடத்தக்கது. இளம்பூரணர், சேனாவரையர், பரிமேலழகர் உள்ளிட்ட பதின்மர், அடியார்க்குநல்லார், நச்சினார்க்கினியர், பேராசிரியர் முதலிய உரையாசிரியர்களின் 'உரை'நடை தனித்தனியாக மதிப்பிட வேண்டிய ஒன்று.[8] *இறையனார் அகப்பொருளுரையைத்* தழுவியே இவர்களது உரை அமைந்துள்ளது என்பர். உரை யாசிரியர்களின் நடையை, புலவர் நடை என்றும் காலத்திற் கேற்ற நடையெனினும் கற்ற புலமைக்கேற்ற நடை என்றும்

கற்பவர் தகுதிக்கேற்ற நடை என்றும் கூறுவர்.[9] இலக்கிய இலக்கணங்களை விளக்கவும் தத்துவக் கொள்கைகளைத் தர்க்கரீதியாக விளக்கவும் வேண்டிய இன்றியமையாமை ஏற்பட்டதால் தமிழ் உரைநடையில் ஒருவித மாற்றம் காணப்பட வேண்டிய நிலை உருவாயிற்று. உரையாசிரியர்கள் அதனை மேற்கொண்டார்கள். தடைவிடை எழுப்பித் தர்க்கரீதியில் உரை எழுதிய முறைமை ஆசிரிய – மாணவப் போக்கில் உள்ளது. எனவே இதனைக் 'கற்பிக்கும்முறை உரைநடை'[10] என்று மதிப்பிடு கிறார் நா.வா.

இனி, உரைநடை வளர்ச்சியின் 'கொடுமுடி'யாகத் திகழும் தற்கால உரை குறித்துச் சிறிது ஆய்வோம். உரை, ஓர் அறிவியல் பூர்வமாக அணுகப்பட்டது ஐரோப்பியர்களின் வகைக்குப் பின்புதான். கல்வெட்டு/சாசனம் இவற்றில் அமைந்த உரை நடை, மணிப்பிரவாள உரைநடை, உரையாசிரியர்களின் உரைநடை ஆகியன சிறிது சிறிதாக வழக்கொழிந்து வந்த நிலையில் மக்களது பேச்சு மொழியில் தங்களது மதத்தைப் பிரசாரம் செய்ய ஐரோப்பியப் பாதிரிமார்கள் விழைந்தனர். இந்த நடை தமிழுக்குப் புதிதானது. பேச்சுவழக்கிலுள்ள மொழியை ஆதாரமாகக்கொண்டு எழுகின்ற நடை எதுவோ அதுதான் சிறந்தது என்பதை அவர்கள் நன்கு அறிந்தனர். அதனால் பொதுமக்கள் பேசும் தமிழிலுள்ள சொற்களையும் இலக்கண அமைதிகளையும் பயன்படுத்தித் தமிழுக்கு ஒரு புதிய நடையிலே தம் கருத்துக்களை வெளியிடத் தொடங்கினர்.[11] உரைநடை வடிவத்தை (உரைகளும் பிறவும் எழுதப்பட்டு வந்த நிலையிலிருந்து) விரிவாக்கி ஒரு தனி இலக்கிய வடிவமாக மாற்றி அமைத்த பெருமை ஐரோப்பிய பாதிரிமார்களுக்கே உரியது.[12] பத்தொன்பதாம் நூற்றாண்டில் இந்த உரைநடை இலக்கியம் பரவலாகியது. இந்நூற்றாண்டில் தமிழ் அடைந்த சிறப்புகளில் முதன்மையானது வசன நூல்கள் வளர்ச்சியடைந்த தாகும்[13] என்பார் மயிலை சீனி.

தமிழில் இன்று கிடைக்கக்கூடிய உரைநடை நூல்களில் ஆகப் பழமையானது இராபர்ட் – டி – நொபிலியின் நூல்களாகும். எனினும் தமிழ் உரைநடையில் எழுதிய வேறு சில பாதிரிமார்கள் குறித்தும் நம்மால் அறிய முடிகிறது.[14] வீரமாமுனிவரின் உரைநடைப் பங்களிப்பும் எழுத்துச் சீர்திருத்தமும் நம்மால் மறக்கமுடியாதவை. உரைநடை வளர்ச்சியில் ஐரோப்பியர் களின் பங்களிப்பிற்கு எந்தவிதத்திலும் சோடைபோகாதது தமிழர்களின் பங்களிப்பு என்பதையும் இங்கே நினைவூட்டுவது அவசியம். ஆறுமுக நாவலர், சி. குமாரசாமி முதலியார், கரோல் விசுவநாத பிள்ளை, அ. சதாசிவம் பிள்ளை, சி. வை. தாமோதரம்

பிள்ளை, நா. கதிரைவேற் பிள்ளை முதலிய யாழ்ப்பாண தமிழர்களும் 'விநோதரசமஞ்சரி' வீராசாமி செட்டியார், தாண்டவராய முதலியார், இராமலிங்க அடிகளார், மாயூரம் வேதநாயகம் பிள்ளை, ராஜமையர்[15] முதலிய தமிழகத் தமிழர் களும் உரைநடை வளர்ச்சியில் ஒரு புதிய சகாப்தத்தைத் தோற்றுவித்தவர்கள்.

அதில் இராமலிங்க அடிகளாரின் *மநு முறைகண்ட வாசகம்* குறித்துத் தனித்து ஆய்வோம்.

1854ஆம் ஆண்டு, ஆகச்சிறந்த அறிஞர் குழாமாய்த் திகழ்ந்த சாத்திர விளக்கச் சங்கத்தார் பலருக்கும் பயன்படும்படி[16] ஒரு நூலை எழுதித் தருமாறு வள்ளலாரைக் கேட்க, அவரும் அதற்கு இணங்கி மநுநீதிச் சோழனின் ஆட்சிச் சிறப்பை ஜீவகாருண்ய நோக்கில் எழுதித்தந்தார். இந்நூலைக் காஞ்சிபுரம் – மகாவித்துவான் சபாபதிப் பிள்ளை கேட்டுக் கொண்டதற் கிணங்க வள்ளலார் எழுதியதாகவும் ஒரு குறிப்புண்டு.[17] வள்ளலாரின் மொழிப் புலமையையும் தர்க்க அறிவையும் இந்நூலில் ஒருங்கே காணலாம். வள்ளலாரின் இந்த நூலுக்குத் தோற்றுவாய், சேக்கிழார் அருளிய *பெரியபுராணம்*. இதில் இடம்பெறும் 'மநு நீதிகண்ட புராண'த்தையே (சில பதிப்புகளில் திருநகரச் சிறப்பு) வள்ளலார் உரைவடிவில் ஆக்கித் தந்தார்.

பலருக்கும் பயன்படும்படியாக, பல்வேறு விடயங்கள் இருந்த போதிலும், வள்ளலார் மநுநீதிச் சோழனின் வரலாற்றை ஏன் தெரிவு செய்தார் என்னும் கேள்வி நம்மிடையே எழுகிறது. ஆன்மநேய ஒருமைப்பாட்டுரிமைக்கு அடிப்படையான ஜீவ காருண்யம் மநுவின் வரலாற்றில் இருப்பதாலேயே வள்ளலார் அதைத் தெரிவு செய்தார். வாய்மொழிக் கதையாடலாக மட்டு மன்றி இலக்கியங்கள் பலவற்றிலும் மநுநீதிச் சோழன் கதை இடம்பெற்றுள்ளது. கறவை முறை செய்தோன்,[18] மகனை முறைசெய்த மன்னவன்,[19] கறவைக் கன்றூர்ந்தானைத் தந்தையு மூர்ந்தான்,[20] மையல்கூர் சிந்தனை யாவிற்கு முற்றந் திருத்தேரின் மைந்தனை யூர்ந்த மநுவோனும்,[21] மருளும் பசுவொன்றின் மம்மர்நோய் தீர உருளும் திருத்தே ரூர்வோன்,[22] ஒட்டி அறவாழி மைந்தன் மேலூர்ந்தோன்,[23] மகவிரதத் துருளியினோர் சுரபிதுயர் தணித்திடுவோன் மகிழ்வுற்றூர்ந்தும்[24] என்றெல்லாம் மநுவை இலக்கியங்கள் பதிவு செய்துள்ளன. உரையாசிரியர்களும் இதற்கு விலக்கல்லர்.[25] இன்றைய புதுக் கவிதைவாணர்களும் மநுவை முன்னிறுத்தி முரண்கவிதை படைத்திருப்பது சுட்டத் தக்கது.[26] இன்னும் அச்சேறாத மநுநீதிச் சோழன் கதைகளும் உண்டு.[27] இது தவிர மப்பேடு சிவன் கோயில் கோபுர நுழைவாயில் சுவற்றிலும், தஞ்சை மாவட்டம் திருபுவனம்

கடம்பவனேஸ்வரர் கோயில் உண்ணாழியின் கிழக்குப் பக்கச் சுவரிலும் புடைப்புச் சிற்பங்களாகச் செதுக்கப்பட்டுள்ளன.[28] இவற்றோடு தேவிகாபுரம், பழவேற்காடு முதலிய இடங்களிலும் இது குறித்தச் சிற்பங்கள் உண்டு. தமிழகத்தில் மட்டுமன்றி ஆந்திர – கர்நாடக எல்லைக் கோட்டில் அமைந்துள்ள லெபாக்ஷி வீரபத்திரர் ஆலயத்தின் ரங்கவிலாஸ மண்டப விதானத்தில் தீட்டப்பட்டிருக்கும் ஓவியத்தின் வாயிலாகத்[29] தமிழகத்துக்கு அப்பாலும் மநு கதை பரவியிருப்பதை அறியலாம். இப்படிக் காலங்காலமாக இக்கதை நம்மிடையே தொடர்கிறது. எனவேதான் எத்துணையும் பேதமுறாது எவ்வுயிரையும் தம் முயிர்போல் எண்ணும் வள்ளலாரின் மனம், மநுவின் விடயத்தை நாடியது.

மநுநீதிச் சோழனின் கதைக்கு இந்திய வரலாற்றில் மிகப் பெரிய இடமுண்டு. அரசனைப் பற்றிப் பேசுகின்ற எந்த நூலுள்ளும் 'மநு' என்ற சொல்லை மறவாமல் குறிப்பிடுவதுண்டு. மனித ஒழுக்கத்தைப் பற்றிப் பேசுகின்ற எந்த நூலும் மநுநீதி என்ற சொல்லைத் தவறாமல் குறிப்பிடுவதைக் காண்கிறோம். இதில் வேடிக்கை என்னவென்றால் மநுநீதிச் சோழன் ஒரு சமநீதிச் சோழனாக வாழ்ந்திருந்துங்கூட மநுநீதியைப் பற்றிப் பேசுபவர்கள் சமநீதிக்கு எதிராகப் பேசுகிறார்கள் என்பதுதான்.[30] ஆனால் வள்ளலார் அக்கதையை நன்கு உள்வாங்கிச் சற்று விரித்து *மநு முறைகண்ட வாசகம்* என்னும் உரைநடை நூலை எழுதினார். பத்தொன்பதாம் நூற்றாண்டின் ஆகச் சிறந்த உரைநடை நூல் என்னும் தகுதியை இது எய்தியது.[31]

பெரியபுராணத்தில் இடம்பெறும் 'மநு நீதிகண்ட புராணம்' என்னும் தலைப்பையே வள்ளலார் 'மநு முறைகண்ட வாசகம்' என மாற்றி அமைத்துள்ளார். இதில் வரும் முறை, வாசகம் என்னும் சொற்கள் நீதி, புராணம் என்பதன் மாற்றுச்சொற்கள் என்பது வெளிப்படை. "முறைசெய்து காப்பாற்றும் மன்னவன் மக்கட்கு, இறையென்று வைக்கப்படும்" என்னும் திருக்குறளை மனத்தில் கொண்டே வள்ளலார் இச்சொல்லை அமைத்திருக்கலாம் என்பது பலரது கருத்து. ஆனால் இதில் வரும் வாசகம் என்னும் சொல் ஆழ்ந்து கவனிக்கத்தக்கது. உரை வளர்ச்சியில் தனது பங்களிப்பை மெய்ப்பிப்பதற்காகவே அவர் இச்சொல்லை அமைத்திருக்கிறார். எவ்வாறெனில் வாசகம் – வசனம் – உரை என்பன ஒருபுடைச் சொற்கள்.[32] மநு முறைகண்ட உரை, மநு முறைகண்ட வசனம், மநு முறைகண்ட வாசகம் என்று மூன்றாக இத்தலைப்பை அமைக்கலாம். எனினும் 'மநு முறைகண்ட வாசகம்' என்னும் தலைப்பே எவ்வித நெருடலுக்கும் இடமின்றிப் பொருத்தமாக இருக்கிறது. அதாவது

'மநு, நீதிகண்ட முறைமையின் உரைநடை வடிவம்' என்னும் அர்த்தத்தில் இத்தலைப்பை விளங்கிக் கொள்ளலாம்.

மநு முறைகண்ட வாசகத்தின் உள்ளடக்கத்தை நாம் பின்வருமாறு பகுக்கலாம்.

1. சோழர்கள் தொடர்ச்சியாய் ஆட்சிசெய்த திருவாரூர் நகரத்தின் சிறப்பு.
2. மநுநீதிச் சோழனின் ஆட்சிச் சிறப்பு.
3. புத்திரப்பேறு இல்லாது மநுச்சோழன் வருந்தித் தியாகராசப் பெருமானிடத்தில் முறையிடுதலும் பின்பு அவனருளால் பேறு உண்டாதலும்.
4. மநுச்சோழனின் மகனான வீதிவிடங்கன் தந்தையின் அனுமதிபெற்றுச் சிவதரிசனம் செய்யப் புறப்படுதல்.
5. வீதிவிடங்கனைக் கண்டு பெண்கள் காமுறுதலும் ஆண்கள் அவனது அழகு பெருமையை வருணித்தலும்.
6. பசுக்கன்று தேர்க்காலில் அகப்பட்டு உயிர் விடுதலும் தாய்ப்பசு ஆராய்ச்சி மணியடித்து முறையிடுதலும்.
7. ஆராய்ச்சிமணியின் ஓசையைக் கேட்டு மநுச்சோழன் விடயமறிதலும், தன் மகனை அதேபோலத் தேர்க்காலில் இட்டுக் கொல்ல முடிவெடுத்தலும்.
8. முற்பிறப்பில் நான்செய்த பாவமே இப்பிறப்பில் இப்படி யானதோ என்று கூறி மநுநீதிச் சோழன் 43 பாவங்களைப் பட்டியலிடுதல்.
9. மகனைக் கொல்ல வேண்டும் என்னும் மன்னனின் முடிவு தேவையற்றது; அதற்குப் பரிகாரம் செய்தால் போதுமானது என்று அமைச்சர்கள் முறையிடுதலும் அதனைத் தர்க்க ரீதியாக மநு மறுத்தலும்.
10. தண்டனையை நிறைவேற்றும் பொறுப்பை மநுநீதிச் சோழன் கலாவல்லபன் என்னும் மந்திரியிடம் ஒப்படைத்து அனுப்ப அதனைத் தாங்கவொணாத அவன் தனது உடைவாளால் உயிர் போக்கிக் கொள்ளுதல்.
11. மந்திரியின் உயிருக்கு ஈடாக மநு தன்னுயிரைக் கொடுக்கத் துணிதல்.
12. மநுநீதிச் சோழன் தண்டனையை நிறைவேற்றுதலும் தேவர்களும் மற்றவர்களும் சூழத் தியாகராசப் பெருமான் எழுந்தருளிக் கன்று, மகன், கலாவல்லபன் ஆகியோரை உயிர்ப்பித்தலும்.

13. மநுநீதிச்சோழன் இறைவனைப் போற்றுதலும் மந்திரி, மகன் ஆகியோரை வாழ்த்துதலும்.

பெரியபுராணத்தை அடியொற்றியே மேற்கண்ட பகுப்பு களில், இக்கதையை வள்ளலார் அமைத்திருந்தபோதிலும் கதைப்போக்கில் சிற்சில மாற்றங்களையும் அவர் செய்திருக் கிறார். அவை: மன்னன் மகன் வீதியுலாச் சென்றதாகப் பெரியபுராணம் கூற, அவன் சிவதரிசனம் செய்யச் சென்றதாக மநு முறைகண்ட வாசகம் கூறுகிறது. கன்றை இழந்த தாய்ப் பசுவின் துயர் கண்ட பின்னரே, பிராயசித்தம் காண வீதிவிடங்கன் சென்றதாகப் பெரியபுராணம் கூற, கன்று இறந்து கிடக்கும் இடத்தைவிட்டு வீதிவிடங்கன் சென்ற பின்னரே தாய்ப்பசு அவ்விடத்திற்கு வந்தது என்று மநு முறைகண்ட வாசகம் கூறுகிறது. இளவரசனுக்குப் பதிலாகத் தனது உயிரை மாய்த்துக் கொண்ட அமைச்சன் கலாவல்லபனுக்கு ஈடாக மநு தனது உயிரைத் தரத் துணிந்த செய்தி பெரிய புராணத்தில் இல்லை. வாசகம் அதனைக் கூறுகிறது. இத்தகு சிற்சில மாற்றங்களால் மநுநீதிச் சோழனின் கதை மேலும் பொலிவடைகிறது. எனவேதான், இராமலிங்க சுவாமியின் மநு முறைகண்ட வாசகம் பெரியபுராணத்திற்கண்ட சரிதமே யாயினும், இவ்வசனத்தின் சுவை, முதனூற் சுவையினும் விஞ்சியிருக்கிறது[33] என்கிறார் செல்வக்கேசவராய முதலியார்.

மன்னன் மகனின் வீதியுலா சிவதரிசனமாக மாற்றப்பட்ட தற்குக் காரணம் வள்ளலாரின் சைவப்பற்றே. (தொடக்க காலத்தில்.) தாய்ப் பசுவின் துயரை வீதிவிடங்கன் கண்ணுறாதபடி அமைத்திருப்பது வள்ளலாரின் உயிரிரக்கமே. கலாவல்லபனுக்கு ஈடாக, மநு தனது உயிரைத் தர முனைந்தது அனைத்து உயிர்களையும் அவர் சமமாகப் பாவித்தது. கதை மாற்றத்திற்கு இவையே அடிப்படை என்று தோன்றுகிறது. எவ்வுயிரையும் தம்முயிர்போல் எண்ணிச் சமமாகப் பாவிக்கின்ற பண்பை உணர்த்துவதே இக்கதையின் நோக்கம். மேலும் வள்ளலாரே சொல்வதைப்போல, "நாம் வேண்டி ஒருயிரைப் பிறப்பிப்பதற்குச் சுதந்திரமில்லாதபடியால் நாம் வேண்டி ஒருயிரை இறப்பிப் பதற்கும் சுதந்திரமில்லை; இறப்பிப்பதற்கும் பிறப்பிப்பதற்கும் இறைவனே சுதந்தரமுள்ளவன் என்று எண்ணாமல் ஆகாமியத் தால் கொலை செய்வதனால் மீளாநரகம் நேரும் என்றறிந்து கொள்வீர். ஆதலால் எவ்வுயிர்களிடத்துங் கொலைப்பாதகத்தைச் சமமாகக் கொள்ள வேண்டும்."[34]

எல்லா உயிர்களையும் சமமாகப் பாவிக்கின்ற மனப்பாங்கு உயிர்கள் மீது இரக்கம் கொள்ளும்போது மட்டுமே வரும். அந்த உயிர் இரக்கத்தின் மேன்மையைத்தான் ஆட்சியாளனான

மநுநீதிச் சோழனின் வாயிலாக வள்ளலார் புலப்படுத்துகிறார். சேக்கிழாரும் மநுநீதிச் சோழனின் வரலாற்றைத் திருவாரூர் நகரச்சிறப்பில் கொண்டு வந்து புகுத்தியதன் நோக்கம் தமிழர் அறநெறி, வைதீக அறநெறியிலிருந்து முற்றிலும் மாறுபட்டது என்பதை மெய்ப்பிக்கவேயாம்.[35] எனவேதான் எல்லோருக்கும் தெரிந்த ஒரு கதையைக் கொண்டு உவமைகளோடு கூடிய பழமொழிகளையும் பயன்படுத்தி உயிரிரக்கத்தைப் போதித் துள்ளார்[36] வள்ளலார். அத்துடன் அந்தந்தப் பிரிவுக்கேற்பப் பேச்சு மொழியாகவும் இலக்கிய வருணனையாகவும் மொழியைத் திறம்படக் கையாண்டுள்ளார். மக்களுக்கு ஆர்வமூட்டக் கூடிய வகையில் ஓரங்க நாடகம்போல உரையாடல்கள் அமைந்துள்ளன. ஒரு முறை படிக்கும்போதும் கதைமாந்தரே நேரில் பேசுவது போன்ற உணர்வு எழுகிறது. வருணனைப் பகுதிகளை நீக்கி விட்டுப் பார்த்தால் ஆசிரியரின் இடையீடின்றிக் கதைமாந்தர் ஒருவர்க்கொருவர் பேசிக்கொள்ளும் தொடர்ச்சி தெரிகிறது. இது புதிய உத்தி. தமிழ் உரைநடையில் அந்தக் காலத்தில் ஒரு புதிய வகையைக் காட்டிய முதல்வர் அவர். அன்றைய நாடோடி இலக்கியம் இவ்வாறுதான் இருந்தது. இரவு நேரங் களில் மக்கள் முன் கதைகளை இப்படி நாடகங்களாக்கிச் சொல்லியிருக்கின்றனர். அதற்கு இந்த வடிவம் மிகவும் ஏற்றது. தருக்க முறையில் அரசனும் அமைச்சரும் மாறிமாறிப் பேசும்போது புலப்படுத்தும் நீதி மக்கள் நெஞ்சில் ஆழமாகப் பதியும்வண்ணம் இந்த வடிவம் பயன்பட்டிருக்கும்.[37] மநு நீதிச் போழன் நாடகம் தஞ்சாவூர் மாவட்டத்தில் நாடக வடிவில் நடிக்கப்படுகிறது. கும்பகோணம் ஆண்டாங்கோயிலில் சித்ரா பௌர்ணமியைத் தொடர்ந்து ஐந்து நாட்களிலிருந்து ஒன்பது நாட்கள் வரை நடத்தப்பட்டு வருவதும் கவனத்தில் கொள்ளத்தக்கது.

பத்தொன்பதாம் நூற்றாண்டில் 'வாசகப்பா' என்னும் பெயரோடு ஒருவகை நாடகம் இருந்ததாகத் தெ.பொ.மீ. குறிக்கிறார். பாட்டைப் பொருளுணர்ந்து அறிய முடியாத எளிய மக்களுக்கு உரை கலந்த கருத்தைக் கூறுவது அதன் நோக்கம். வாசகம் என்பது உரைநடை; பா என்பது பாட்டு; . . . பாட்டும் வாசகமுமாக வருவது வாசகப்பா என்னும் நாடகம்.[38] இந்த அடிப்படையில் மநு முறைகண்ட வாசகம் 'வாசகப்பா' நாடக வகையைச் சார்ந்தது என்று சொல்வதும் முற்றிலும் பொருந்தும். மன்னனின் ஆட்சிமுறை, வீதிவிடங்களின் வளர்ப்பு முறை, உயிர்க்கொலை – பசிக்கொலை ஒப்பீடு, மநுமுறைகண்ட வாசகம் உரை நடையாக இருந்தபோதும், அது பாட்டின் சந்தத்தோடு இருக்கும் விதம் ஆகியன இந்த நூற்றாண்டில் திறனாய்வு செய்திருப்பதும் குறிப்பிடத்தக்கது.[39]

மநு முறைகண்ட வாசகம் நீண்ட வாக்கியங்களையும் பத்திகளையும் கொண்ட உரைநடை நூலாகத் திகழ்கிறது. இடையிடையே வடமொழிச் சொற்களும் விரவியுள்ளன. திட்பமும் நுட்பமும் கொண்ட தருக்கநடையும் இதில் உண்டு. கல்வெட்டு மொழி நடையின் தாக்கத்தை வள்ளலாரின் உரைநடையில் காணலாம். ஆனால், இவரது நடை இலக்கண வரம்புடையது. கற்றோர் விரும்பும் சொற்களில் பொருட்செறிவுடன் காணப்படுகிறது என்பர்.[40] நாவலரது உரைநடைக்கும் வள்ளலாரின் உரைநடைக்கும் அடிப்படையில் சிறு வேறுபாடு மட்டுமே உண்டு. வள்ளலார் நீண்ட வாக்கியங்களை அமைத்திருக்க, நாவலர் சிறுசிறு வாக்கியங்களைக் கொண்டு உரை எழுதியுள்ளார். கிறித்துவப் பாதிரிமார்களின் தொடர்பு, அச்சு எந்திரங்களின் வருகை, பத்திரிகைகளின் தோற்றம் முதலிய வற்றை நாவலரின் பின்புலத்தோடு வைத்துப்பார்த்து அவரது உரைநடையை நாம் மதிப்பிட வேண்டியிருக்கிறது. ஆனால் வள்ளலாருக்கு நேரிடையாக அத்தகுப் பரிமாணங்கள் இல்லை. எனினும் கவித்துவத்தோடு விளங்கிய அவர் உரைநடையில் பெரிய வீச்சைக் காட்டியிருப்பது நமக்கு வியப்பளிக்கிறது. பத்தொன்பதாம் நூற்றாண்டு உரைநடை இலக்கியத்தில் ஒரு திருப்புமுனையாக மநு முறைகண்ட வாசகம் அமைந்தது எனில் அது மிகையன்று.

தொடர்ந்து மநு முறைகண்ட வாசகத்தின் பதிப்பு விவரங் களையும் சற்று ஆராய்வது நன்மை பயக்கும். தனி நூலாக வெளியான பதிப்புகள் மட்டும் இங்குச் சுட்டிக் காட்டப்படு கின்றன.

இந்நூலை முதன்முதலில் பாளையம் சுப்பராய செட்டியார் சென்னையில் சாத்திர விளக்கச் சங்கத்தாருக்குச் சொந்தமான வித்தியானந்த அச்சுக்கூடத்தில் ஆனந்த வருடம் (1854) பதிப் பித்தார். ஏறத்தாழ 32 ஆண்டுகள் கழித்து 1886இல் மதராஸ் ரிப்பன் அச்சியந்திரசாலை இந்நூலை இரண்டாம் பதிப்பாக வெளியிட்டது. இதே பதிப்பகம் 1898இல் மூன்றாம் பதிப்பை யும் 1910இல் நான்காம் பதிப்பையும் 1924இல் ஐந்தாம் பதிப்பையும் வெளியிட்டது. அடுத்து, சைவசித்தாந்த நூற்பதிப்புக் கழகம் 1925, 1927, 1952 ஆகிய ஆண்டுகளில் மநு முறைகண்ட வாசகத்தை வெளியிட்டுள்ளது. 1969இல் சென்னை சமர சுத்த சன்மார்க்கச் சங்கமும் இந்நூலை வெளியிட்டுப் பெருமை சேர்த்தது. 'வள்ளலார் வரிசை'யில் மநு முறைகண்ட வாசகத்தை 1998இல் வெளியிட்ட மணிவாசகர் பதிப்பகம் அண்மையில் ஏழாம் பதிப்பாக (2002) இந்நூலை வெளியிட்டுள்ளது.

முதல் பதிப்பைப் பார்த்து முழுவதையும் ஒப்புநோக்கி ஒரு செம்பதிப்பை (2005) வெளியிட்ட பெருமை சந்தியா பதிப்பகத்தைச் சாரும்.

## சான்றுக் குறிப்புகள்

1. தொல். செய்யுளியலில் வரும் பின்வரும் நூற்பாக்களைக் காண்க; பாட்டு உரை நூலே வாய்மொழி பிசியே (நூற்.75), ... உரைநடை வகையே நான்கு என மொழிப (நூற்.166), தொன்மைதானே உரையொடு புணர்ந்த யாப்பின் மேற்றே (நூற்.229).

2. தமிழ்ப்பிராமி கல்வெட்டுகள் தொல்காப்பியர் காலத்துக்கு முற்பட்டது என்பர்; பேரா.தெ.பொ.மீ. குகைக் கல்வெட்டி லுள்ள வாக்கியங்கள் கருத்து – கருத்து விளக்கம் என்னும் அமைப்பைக் கொண்டவை என்பார்.

3. செய்தியை நேரிடையாகக் கூறும்போது வரும் பாடல் வரிகளும், எதுகை மோனையின்றி வரும் பாடல்களும், ஓரங்க நாடகம்போல் வரும் பாடல்களும் உரைநடை போலவே அமைந்திருப்பதைச் சங்க இலக்கியத்தில் பரக்கக் காணலாம்.

4. 'இவ் ஆறு ஐந்தும் உரையிடையிட்ட பாட்டுடைச் செய்யுள், உரைசால் அடிகள் அருள மதுரைக் கூலவாணிகன் சாத்தன் கேட்டனன்' என்னும் சிலப்பதிகாரப் பதிகத்தின் ஈற்றுப் பகுதியைக் காண்க.

5. இதிலுள்ள மேற்கோள் பாடல்கள் கி.பி.710 – 765 வரை அரசாண்ட அரிகேசரி பராங்குச மாறவர்மனைப் பற்றி யிருப்பதால், களவியலுரை எட்டாம் நூற்றாண்டைச் சார்ந்தது என்றும் கூறுவர். காண்க: சு.சக்திவேல், நூற்றாண்டுத் தமிழ் உரைநடை, 1985, ப.31

6. அ.மு. பரமசிவானந்தம், தமிழ் உரைநடை, 1959, ப.99

7. சு. சக்திவேல், நூற்றாண்டுத் தமிழ் உரைநடை, 1985, ப.35

8. இந்த உரையாசிரியர்கள் குறித்த முனைவர்பட்ட ஆய்வுகள் பெரும்பாலும் நிகழ்த்தப்பட்டுள்ளன.

9. சு. சக்திவேல், முன்சுட்டியது, ப.37

10. நா. வானமாமலை, உரைநடை வளர்ச்சி, 1978, ப.28

11. வி. செல்வநாயகம், உரைநடை வரலாறு, 2000, ப.67

12. மயிலை சீனி. வேங்கடசாமி, கிறித்தவமும் தமிழும், 1936, ப.23

13. பத்தொன்பதாம் நூற்றாண்டில் தமிழ் இலக்கியம், 1962, ப.122

14. ஆர்னோ லேமன் மொழிபெயர்த்துள்ள சீகன்பால்கின் கடிதங்கள் இதற்குச் .சான்று பகர்கின்றன. விரிவான தகவலுக்குக் காண்க: கா. மீனாட்சிசுந்தரம், ஐரோப்பியர் தமிழ்ப்பணி, 2003, ப.389. இத்துடன் *Flos Sanctorum* என்னும் தமிழ்நூலும் *Doctrina Christiana* என்னும் தமிழ்நூலும் நொபிலியின் காலத்திற்கு முற்பட்டது என்னும் மயிலை சீனி.யின் கருத்தும் இணைத்துப் பார்க்கத் தக்கது.

15. தமிழ் உரைநடை வரலாறு குறித்து எழுதிய அத்தனை நூல்களிலும் இவர்களது உரைநடைகள் எடுத்துக்காட்டப் பட்டுள்ளன.

16. வள்ளலார், சிறுவயது மாணவர்களுக்கான துணைப்பாட நூலாக இதனை எழுதித் தந்ததாகவும் குறிப்பு உண்டு.

17. கலைக்களஞ்சியம், தொகுதி – 2, 1955, ப.68

18. சிலப்பதிகாரம், கட்டுரைகாதை, அடி: 58. இத்துடன், கண்ணகி பாண்டியனிடம் வழக்குரைக்கும்போது, தான் பிறந்த சோழநாட்டின் சிறப்பில், வாயிற் கடைமணி நடுநா நடுங்க/ஆவின் கடைமணி உகுநீர் நெஞ்சுசுடத் தான் தன்/அரும்பெறற் புதல்வனை ஆழியில் மடித்தோன் . . . என்று மநுநீதிச் சோழனைக் குறிப்பிட்டிருப்பதைக் காண்க.

19. மணிமேகலை, சிறைசெய் காதை, அடி: 210

20. பழமொழி, பா.எண். 3

21. விக்கிரம சோழனுலா, அடி: 3 – 4

22. குலோத்துங்க சோழனுலா, அடி: 2

23. இராசராச சோழனுலா, அடி: 3

24. அரிசமய தீபம், 8:1

25. இறைகாக்கும் வையகம் எல்லாம் அவனை, முறைகாக்கும் முட்டாச் செயின் (குறள். 547) என்னும் குறளுக்கு உரை எழுதும் பரிமேலழகர், "முட்டாமற் செலுத்தியவாறு மகனை முறை செய்தான் கண்ணும் தன் கை குறைத்தான் கண்ணும் காண்க" என்று மநுநீதிச் சோழனை முன்னிறுத்தி உரை யெழுதியுள்ளார்.

26. காவல் நிலையத்திற்கும்/நீதிமன்றத்திற்கும்/ஏனிந்தச் சிவப்புச் சின்னம்?/கன்றைக் கொன்ற/மகனை/தேர் ஏற்றிக் கொல்லாமல்/மணி அடித்த/பசுவையே கொல்லும்/மநுநீதிச் சோழர்கள்/மலிந்துவிட்டதால்/பசுக்கள் வடித்த செந்நீரே/சிவப்பாய் இங்கே/சிந்தியுள்ளதோ? ர. குணசீலன் (தொ.ஆ.), அடையாளம் நூலில் சந்திரசேகரன் எழுதியுள்ள காவல் நிலையம் என்னும் கவிதை, 1991, ப.33

27. தஞ்சை சரசுவதி மகால் நூல்நிலையத்தில் உள்ள தேரூர்ந்த சோழபுராணம், தேரூர்ந்த சோழன் கதை, தியாகராசர் குறவஞ்சி ஆகிய மூன்று சுவடிகள் இன்னும் அச்சேறவில்லை என்று ஆ.பாலகிருஷ்ண பிள்ளை தமது திருவருட்பா வசனப்பகுதி முன்னுரையின் இரண்டாவது அடிக்குறிப்பில் தெரிவிக்கிறார். (இதில் தியாகராசர் குறவஞ்சி தற்போது அச்சேறியுள்ளது.)

28. நடன காசிநாதன், தமிழர் தெய்வங்கள், 2003, ப.146

29. Lepakshi, a pubication of Andra Pradesh Lalitkala Academy, Plates xii & xiii மேற்கோள்: நடன காசிநாதன், மேலது, பக்.146 – 147

30. பொற்கோ, தமிழக வரலாற்றில் வள்ளலார், 2004, பக்.34 – 35

31. வள்ளலார், உரைநடையில் பலவற்றை எழுதியிருப்பினும் உரைநடை வரலாற்றை எழுதும் பலரும் அவரது உரைநடைச் சான்றுக்கு மநு முறைகண்ட வாசகத்தை மட்டுமே எடுத்துக் காட்டியிருப்பதைக் காண்க.

32. வசனம் என்னும் வடமொழி, சொல் என்றும் வாக்கியம் என்றும் பொருள்படும். வாசகம் என்னும் வடமொழி, வசனம் என்னும் பொருட்டு, இவ்விரண்டும் கவியின் வேறாகிய சொன்னடையை உணர்த்தும். வசனித்தல் என்பது பேசுதல் என்றவாறு. கவிதையும் வசனமும் வடமொழியில் முறையே பத்தியம், கத்தியம் என்று வழங்கும். பத்தியமாவது, பாதங்களால் நடைபெறுவது. கட்டுரைப் போலியும், செய்யுட்போலியுமாக வருவது கத்தியம், கவியின் வேறாய சொன்னடை தமிழில் உரை எனப்படும். உரை என்பது பேச்சு என்பதற்கும் வியாக் கியானம் என்பதற்கும் வழங்கும் வார்த்தை, பேச்சு என்னும் பொருளில் உரை என்பது உலக வழக்கு. விரிவான தகவலுக்குக் காண்க: திருமணம் செல்வக்கேசவராய முதலியார், தமிழ்வியாசங்கள், 1945, பக்.71 – 72.

33. திருமணம் செல்வக்கேசவராய முதலியார், தமிழ்வியாசங்கள், 1945, ப.15
34. மநு முறைகண்ட வாசகத்தில் வள்ளலார் கூறியிருப்பது.
35. அ.ச. ஞானசம்பந்தன், பெரியபுராணம் ஓர் ஆய்வு, 1999, பக்.302 – 312
36. ஏறக்குறைய இதில் எண்பத்து மூன்று பழமொழிகள் காணப்படுகின்றன.
37. கி. சுப்பிரமணியன், நீர்மேல் மலர்ந்த நெருப்பு, 2004, ப.215
38. தெ.பொ. மீனாட்சி சுந்தரன், நீங்களும் சுவையுங்கள், 1952, ப.155
39. கி. சுப்பிரமணியன், முன் சுட்டியது, பக்.126 – 129
40. சு. சக்திவேல், முன்சுட்டியது, ப.107

(இக்கட்டுரை நான் பதிப்பித்த மநு முறைகண்ட வாசகம் (சந்தியா பதிப்பம், 2005) நூலின் முன்னுரையாக இடம்பெற்றுள்ளது; சற்று விரிபடுத்தப்பட்டுள்ளது.)

## வள்ளலாருக்கு எதிரான கலகக் குரல்

ராஜ் கௌதமனை முன்வைத்துச் சில குறிப்புகள்

―――

### 1

வள்ளலாரைப் பற்றி (1823 – 1874) அண்மைக் காலமாக தமிழ்ச் சூழலில் பெரிதும் பேசப்பட்டும் எழுதப் பட்டும் வருகிறது. கடந்த நூற்றாண்டின் இறுதிகளில் தோன்றிய சில இசங்கள்கூட – தலித்தியம், பெண்ணியம் போன்றவை – வள்ளலாரின் கருத்துக்களைச் சுட்டிக் காட்டத் தவறவில்லை. அதே சமயத்தில் அவற்றிற்கு நேர் எதிராகவும் அவ்வப்போது சில பிரச்சினைகள் மேற்கிளம்பிக் கொண்டுதான் இருக்கின்றன. வள்ளலார் தாம் வாழ்ந்த காலத்திலேயே எதிர்கொண்ட அருட்பா x மருட்பா போராட்டம் தொடங்கி 1987இல் ஜட்ஜ் பலராமையா எழுதி வெளியிட்ட 'வள்ளலார் மறைவு சித்தியா மரணமா?' என்பதுவரை இந்தப் பிரச்சினையைக் கணக்கில் கொண்டு பார்த்தால் இதன் ஊடாட்டம் நன்கு விளங்கும். அந்த வரிசையில் வெளிவந்துள்ள மேலும் ஒரு நூல்தான் ராஜ்கௌதமன் எழுதியிருக்கும் 'கண்மூடி வழக்கம் எல்லாம் மண்மூடிப்போக...' (தமிழினி வெளியீடு, 2001). தலித் பண்பாடு, அறம்/அதிகாரம், புதுமைப்பித்தன் என்ற பிரம்மராக்ஷஸ் போன்ற விமர்சன நூல்களை வெளியிட்டுத் தனக்கென ஒரு விமர்சனப் பார்வையை உருவாக்கிக்கொண்ட ராஜ்கௌதமன் இந்த நூலின் வாயிலாக அதை இழந்திருக்கிறார் என்றே

சொல்லத் தோன்றுகிறது. வள்ளலார் குறித்த அவரது அபிப்பிராயம் என்ன என்பதை ஆராய்வதைவிட நூலினுள் அவர் எழுதியிருக்கிற சில முரண்களுக்கு முடிவு காண்பதே முக்கியம். வள்ளலார் குறித்து ஆய்வில் ஈடுபட்டுள்ள என் போன்றவர்களுக்கு இது அவசியமும்கூட. எனவே, அந்த நூலை முன்வைத்து சில விவரணங்களைத் தருகிறது இக் கட்டுரை.

திருவருட்பா ஆறாம் திருமுறை, திருவடிப்புகழ்ச்சியில் இடம்பெறும் ஒன்பதாவது பாடலின் ('கலையுரைத்த கற்பனையே' என்று தொடங்கும் பாடல்) ஒரு அடியையே ராஜ்கௌதமன் தனது நூலுக்கு தலைப்பாக இட்டிருக்கிறார். (வள்ளலார் எடுத்துரைத்த சீர்திருத்தங்கள் பலவற்றை நூலினுள் காணலாம் என்று புரட்டிப் பார்க்கும் வாசகர்கள் பொறுத் தருள்வாராக!) அதற்குக் கீழேயே 'சி. இராமலிங்கம்' என்று பெயரிட்டிருப்பதைப் பார்க்கும்போதுதான் கௌதமனது விஷமத்தனம் தெளிவாகவே விளங்குகிறது. 'இராமலிங்கரைப் பற்றி சற்று வித்தியாசமான பார்வையில் எழுதவேண்டும் என்ற குறிக்கோளில் இந்த நூல் உருவாக்கப்பட்டுள்ளது' (ப.7) என்று முன்னுரையில் ராஜ்கௌதமன் எழுதியிருப்பதைப் படிக்கும்போதே அந்த வித்தியாசம் என்னவென்பதை நாம் உணர்ந்து கொள்ளலாம். எந்த ஒன்றையும் கட்டுடைத்துப் பார்ப்பதிலேயே கவனம் செலுத்திவரும் கௌதமன் வள்ளலாரை யும் அவரது படைப்புகளையும் கட்டுடைக்க விரும்பியதால் வந்த வினை இது.

இந்த நூலின் மைய இழையாக ஓடும் விடயத்தைப் பின் வருமாறு பகுத்துக் கொள்ளலாம்.

- வள்ளலாரை ஒரு சைவத் தேசியவாதியாக அடையாளப் படுத்துவது.
- வள்ளலாரை தலித்துகளுக்கு எதிராகச் சிந்திப்பது.
- சமரச சுத்த சன்மார்க்கத்தை விளக்குவது.
- வள்ளலாரது அற்புதங்களையும் மறைவையும் கேள்விக் குள்ளாக்குவது.

எல்லாவற்றையும் கடந்த நிலைக்குத்தாம் சென்றதை வள்ளலார் தமது பேருபதேசத்தின் மிகத் தெளிவாகச் சுட்டிய போதிலும், ஆன்மீகத் துறையில் ஒரு நவீனமயமாக்கத்தை ஏற்படுத்தி அதைச் சைவக் கட்டுக்கோப்புக்குள் அடக்கிச் செயல்பட்டார் வள்ளலார் என்ற தொனியில் பேசுவது

வள்ளலாரையும் சன்மார்க்கத்தையும் ராஜ்கௌதமன் விளங்கிக் கொள்ளாமையையே உணர்த்துகிறது.

பத்தொன்பதாம் நூற்றாண்டில் இராமலிங்கர் சைவத் தமிழ் தேசியத்துக்கு எதிராகச் செயல்படவில்லை (ப.48) என்றும் நீரணிந்து ஒளிர் அக்கமணி (உருத்திராக்கம்) தரித்து உயர் சைவநெறி நின்று ... நின்னடி பூசை செய்து வாழுகின்ற ஓர் மெய்ச் செல்வ வாழ்க்கையில் விருப்பமுடையேன் என்று ஒரு சைவசமயவாதியின் வழக்கமான இலட்சியத்தையே போற்று கிறார் (ப.92) என்றும் இன்னும் பல இடங்களில் மரபான தோத்திரப் பாடலை வள்ளலார் கைவிடவில்லை என்றும் வித்துவச் சேட்டையினூடாக சைவத்தைக் கைவிடாத ஒரு சைவ – தமிழ் – தேசியவாதியாக வள்ளலாரை அடையாளப் படுத்துகிறார் ராஜ்கௌதமன்.

மேட்டுக்குப்பம் – சித்திவளாகத்தில் சன்மார்க்கக் கொடியை முதன் முதலில் ஏற்றி அங்குக் குழுமியிருந்த மக்களிடம் வள்ளலார் ஆற்றிய உரையின் தொடக்கம் எடுத்த எடுப்பி லேயே இப்படித் தொடங்குகிறது: ‘இங்குள்ள நீங்கள் எல்லவரும் இதுவரைக்கும் இருந்ததுபோல் இனியும் வீண் காலம் கழித்துக் கொண்டிராதீர்கள் ...’ வீண்காலம் கழித்தல் என்று வள்ளலார் குறிப்பிடுவது சமய/மதங்களில் உழன்று கொண்டிராதீர் என்பதாகும். மேலும் சமயங்கள் குறித்தும் சடங்காசாரங்கள் குறித்தும் புராண இதிகாசங்கள் குறித்தும் வள்ளலார் என்ன அபிப்பிராயம் கொண்டிருந்தார் என்றும் அவரது பேருபதேசத்தில் தெளிவாகவே குறிப்பிட்டிருக்கிறார்.

‘... வேதம், ஆகமம், புராணம், இதிகாசம் முதலிய கலைகள் எதனிலும் லக்ஷியம் வைக்க வேண்டாம். ஏனென்றால், அவை களில் ஒன்றிலாவது குழூஉக்குறி யன்றித் தெய்வத்தை இன்னபடி என்றும் தெய்வத்தினுடைய உண்மை இன்னதென்றும் கொஞ்சமேனும் புறங்கவியச் சொல்லாமல் மண்ணைப் போட்டு மறைத்துவிட்டார்கள் ... இதுபோல் சைவம் வைணவம் முதலிய சமயங்களிலும் வேதாந்தம் சித்தாந்தம் முதலிய மதங்களிலும் லக்ஷியம் வைக்க வேண்டாம் ... ஏனெனில், அவைகளில் – அவ்வச் சமய மதங்களிலும் – அற்பப் பிரயோஜனம் பெற்றுக் கொள்ளக்கூடுமேயல்லது, ஒப்பற்ற பெரிய வாழ்வாகிய இயற்கையுண்மை என்னும் ஆன்மானுபவத்தைப் பெற்றுக் கொள்கின்றதற்கு முடியாது ... நான் முதலில் சைவ சமயத்தில் லக்ஷியம் வைத்துக் கொண்டிருந்தது இவ்வளவென்று அளவு சொல்ல முடியாது ... அப்படி லக்ஷியம் வைத்ததற்குச் சாக்ஷி வேறே வேண்டுவதில்லை. நான் சொல்லியிருக்கிற – திருவருட்பா வில் அடங்கியிருக்கிற – ஸ்தோத்திரங்களே போதும் ... ஏன்

அவ்வளவு மிகுந்த அழுத்தம் எனக்கு அப்போதிருந்ததென்றால் அப்போது எனக்கு அவ்வளவு கொஞ்சம் அற்ப அறிவாக இருந்தது. இப்போது ஆண்டவர் என்னை ஏறாத நிலை மேலேற்றியிருக்கின்றார். இப்போது எல்லாவற்றையும் விட்டு விட்டதினால் வந்த லாபம் இது.'

சைவத்தின்மீது தான் வைத்திருந்த பற்றினையும் பின்பு அதைக் கடந்ததையும் அருட்பாவிலும் வள்ளலார் பதிவு செய்திருக்கிறார். (இயல்வேதாகமங்கள் புராணங்கள் இதிகாசம், இவை முதலா இந்திரசாலங்கடையா உரைப்பார் . . . போன்ற பாடல்களைக் காண்க.) தனது நிலையென்ன என்பதைத் தெளிவாக அறிவித்தபின்னும் வள்ளலாரை மீண்டும் மீண்டும் ஒரு சைவதேசியவாதியாக இனங்காண்பது அபத்தம். இதோடு வள்ளலாரை தமிழ் தேசியவாதியாகவும் கூறி தமிழ் தொடர்பான அவரது கருத்து நிலையையும ராஜ்கௌதமன் குறிப்பிட்டிருக் கிறார். திருமூலர் தமிழ்தேசியம் பேசியது போலவே வள்ளலாரும் பேசவேண்டிய தேவை அன்றைய தமிழ்ச் சூழலில் இருந்தது. சுருக்கமாகச் சொல்வதானால் தமிழ்த்தேசியத்தை சைவதேசிய மாக உருவெடுக்காமல் தடுத்தவர் வள்ளலார். (தமிழ் தேசிய வாதிகள் இதையும் மறுக்கக்கூடும்.)

## 2

பெரியபுராணத்தைக் கட்டுடைத்துப் பார்த்ததைப்போல திருவருட்பாவையும் சற்று உடைத்துப் பார்க்க ராஜ்கௌதமன் முயன்றிருக்கிறார். ஆனால் இதிலும் அவர் தோல்வியையே கண்டிருக்கிறார். 'இராமலிங்கர் பெரியபுராணத்தில் இடம் பெற்ற நாயன்மார் பலரைப்பற்றிக் குறிப்பிட்டுள்ளார். சில நாயன்மார் வாழ்க்கைச் சம்பவங்களோடு தம்மைப் பிணித்துப் பார்க்கவும் செய்துள்ளார். அவர் குறிப்பிடும் நாயன்மாரில் திருநாளைப்போவார் என்னும் நந்தனார் மட்டும் இடம்பெறாதது வியப்பாகவும் சற்று நெருடலாகவும் இருக்கிறது. 63 நாயன்மார் களையுமா கொண்டுவர முடியும் என்று எளிதாக இதனை மறுத்துவிடலாம். ஆனாலும் இறுதியில் நெருடத்தான் செய்கிறது' (ப.90) என்று போகிறபோக்கில் கேலியாக இதைச் சுட்டும் கௌதமன் வள்ளலாரை தலித்துகளுக்கு எதிராகச் சித்திரிக் கிறார்.

திருநாளைப்போவார் பற்றிய குறிப்பு திருத்தொண்டத் தொகையில் தான் முதன்முதலில் காணப்படுகிறது. நம்பியாண்டார் நம்பி தமது திருத்தொண்டர் திருவந்தாதியில் 'நாவலர் புகழ்த் தில்லை அம்பலத்தானருள் பெற்றுநாளைப்

போவானவனாம் ...' என்னும் பாடலில் அவரது ஊர் (ஆதனூர்), சாதி (புலையன்), தில்லைக்குப் போனது, தில்லை மூவாயிரர் வணங்கியது முதலியவற்றைச் சுட்டிச் செல்கிறார். நம்பி ஒரு விருத்தத்தில் கூறிய செய்தியை விரித்து ஏழு விருத்தங்களில் பாடியவர் சேக்கிழார். இவர்களை அடியொற்றியே வள்ளலாரும் தமது அருட்பாவில் திருநாளைப்போவார் எனும் நந்தனாரைப் பற்றிப் பாடியுள்ளார். திருவருட்பா இரண்டாம் திருமுறை 'நெஞ்சுறுத்த திருநேரிசை'யின் நான்காம் பாடலாக அமைந்துள்ள அப்பாடல் வருமாறு:

> வருநாள் உயிர்வாழும் மாண்பறிவோம் நெஞ்சே
> ஒருநாளும் நீவேறொன்றுன்னேல் – திருநாளைப்
> போவான் தொழுமன்றில் புண்ணியனை ஒற்றியில்தாய்
> ஆவான் திருவடிஅல் லால்.

திருநாளைப்போவார்பற்றி வள்ளலார் பாடியிருந்தும் அதனை மறைத்துப் பாடவில்லை என்று கௌதமன் சுட்டி யிருப்பது திட்டமிட்ட சதியாகவே படுகிறது. பெரியபுராணத்தி லாவது மேல் – கீழ் வரிசையில் நந்தனாரைக் குறிப்பிட்டிருக் கிறார்கள் என்று சொல் மனம் வந்த கௌதமனுக்கு திருவருட்பா வில் அதனை அடியோடு மறைக்கவே தோன்றுகிறது. ஏனெனில் மேல்கீழ் வரிசை முறைகளுக்கெல்லாம் அப்பாற்பட்டது திருவருட்பா. எனவேதான் இந்தச் சதி.

திருவருட்பாவையும் அதனையொட்டிய ஆய்வுநூல்களை யும் ஆழ்ந்து படித்திருக்கும் கௌதமனுக்கு இச்செய்தி கண்ணில் படாமல் போயிருக்க நியாயமில்லை. ஒருகால் அவர் அப்படிச் சொன்னால் அதுதான் நமக்கு நெருடலாக இருக்கும். மேலும் 'புலையன்' என்ற சொல்லாட்சியையும் வள்ளலார் பல இடங் களில் கையாளுகிறார். தேவார ஆசிரியர்கள் இச்சொல்லாட்சி யைக் கையாளுவதற்கும் (ஆவுரித்துத் தின்றுழலும் புலைய ரேனும் ...) வள்ளலார் கையாளுவதற்கும் நிரம்ப வித்தியாசம் இருக்கிறது. மரபான சைவத்தில் இல்லாத பல புதுமைகளை வள்ளலார் கையாண்டிருக்கிறார். அதில் இதுவும் ஒன்று. 'புலை' என்னும் சொல்லை வள்ளலார் 'கீழான' என்னும் பொருளில் ஆண்டிருப்பதாகவே தெரிகிறது. அவரைப் பொறுத்தவரை நால்வருணத்திற்கு உட்பாதவர்களை மட்டும் புலையர் என்று கூறவில்லை; உட்பட்டவர்களையும் புலையர் என்றே கூறியிருக்கிறார்.

தொடக்க காலத்தில் சைவப்பற்றாளராக இருந்த வள்ளலார் திருநீறு அணியாத எல்லோரையும் புலையர் (கீழானவர்) என்றே கண்டித்திருக்கிறார். 'போற்றி நீறிடாப் புலையரைக் கண்டால்/போக போக நீர் புலமிழந் தவமே/ நீற்றின் மேனியர்

தங்களைக் கண்டால் / நிற்க நிற்க அந்நிமலரைக் காண்க . . .' (சிவபுண்ணியத் தேற்றம் – 988) என்னும் பாடல் இதனை உறுதிப்படுத்துகிறது. இவற்றோடு திருநீறு அணியாதவர்களைத் திட்டுவதற்காகவே கடையர், சிறியர், பேயர், நாய், ஈனநாய், மூடர் என்ற சொற்களையும் இப்பகுதியில் வள்ளலார் கையாண் டிருக்கிறார். எனவே, வள்ளலார் 'புலை' என்ற சொல்லைக் கீழான என்னும் பொருளில் கையாண்டிருக்கிறாரேயன்றி சாதியில் கடைநிலையில் உள்ளவர்களைக் குறிப்பதற்காக அன்று. இராவணனுக்காக கும்பகருணன் உயிர்துறக்கும்போது என்னுடைய மரணம் கீழானது (புலையுறு மரணம்) என்றாலும் எனக்கு அது புகழ்தருவது என்று வீடணனைப் பார்த்துச் சொல்வதாக (புலையுறு மரணம் எய்தல் எனக்கிது புகழதேயால்) கம்பர் கூறியிருப்பதையும் இத்துடன் இணைத்துப் பார்க்கலாம்.

## 3

'சுத்த சன்மார்க்கம்: தோற்றமும் மறைவும்' எனும் தலைப்பில் பதினைந்து பக்கத்தில் எழுதியிருக்கும் ராஜ்கௌதமன் தோற்றம் வளர்ச்சி மறைவு என்ற படிமுறையில் எதையும் விளக்கவில்லை. மாறாக வள்ளலார் சபையை மூடிவைத்தமை, தருமச்சாலையில் நடந்த திருட்டு விடயங்கள், தங்க நகைகளை பங்கிட்டுக் கொண்டமை, டானிஷ் மிஷனரி ஜெர்னல் வள்ளலாரை ஒரு மோசடிப் பேர்வழி என்று வருணித்தமை ஆகிய செய்திகள் பற்றியே இப்பகுதியில் எழுதிச் செல்கிறார். சன்மார்க்க நெறியைக் குறித்து விளக்கவந்த தலைப்பில் சாதாரண செய்திகளையே கௌதமன் விளக்கியிருக்கிறார். என்றாலும் அதில் அவர் குறித்திருக்கும் சில முரண்களுக்கு விடைகாண்போம்.

'தருமச் சாலையில் சாதுக்களிடையே பகை, வன்மம், வாய்ச்சண்டை, சகிப்பின்மை, அக்கிரம வார்த்தைகள் ஆகிய வற்றைக் கண்டித்து இவற்றைக் கொண்டுள்ளவர்கள் இங் கிருப்பது அநாவசியம் என்றும், அவர்களை வெளியேற்றுவது ஒவ்வொருவரது கடமை என்றும் கட்டளையிட்டார்' (ப.127) வள்ளலார் என்று கௌதமன் எழுதியிருக்கிறார். அவர் சொல்வதைப்போலச் சாதுக்களுக்குள் சண்டை ஏற்பட்டது என்று சுட்ட சிறுகுறிப்புகூட இல்லை. 25–11–1872இல் வெளி யிட்ட பரஸ்பரம் பழகுவதற்கான எச்சரிப்புப் பத்திரிகையில் 'சாது' என்ற வார்த்தையை வள்ளலார் ஓரிடத்திலேயும் பிரயோகிக்கவில்லை. மட்டுமன்றி, சாலையிலிருந்து 'மனக்கலப்பு மருவாதவர்களுக்கு'த்தான் இந்த எச்சரிக்கை விடப்பட்டிருக் கிறது. சாதுக்கள் உணர்வு குறித்தும் – சாதுக்கள் தொடர்பு அவசியம் வேண்டும் என்று இறுக்கம் இரத்தின முதலியாருக்கு

எழுதிய கடிதத்திலும் வள்ளலார் குறிப்பிட்டிருப்பது கவனிக்கத் தக்கது. சாலையிலும் சபையிலும் தங்கியிருந்த சாதாரண மக்களிடையே ஏற்பட்ட சிறுபிணக்காகவே இதைக்கொள்ள வேண்டும். ஜீவகாருண்ணியத்தையே தமது இலட்சியமாகக் கொண்டிருந்த வள்ளலாருக்கு அந்தச் சிறுசண்டையில்கூட நாட்டமில்லை. எனவேதான் அப்படியிருப்பவர்கள் வெளியேற வேண்டுமென்றார்; மறுத்தால் வெளியேற்ற வேண்டும் என்றார்.

அடுத்து 'சாதுக்கள் ஞானசபை வழிபாட்டை இராமலிங்கர் கூறிய புதிய முறையில் நடத்தவில்லை' (ப.127) என்றும் கௌதமன் குறிப்பிடுகிறார். புதிய முறைக்கு எதிரானது என்று அவர் குறிப்பிடுவது பழைய விக்கிரக வழிபாட்டையே. கௌதமன் இப்படியெல்லாம் எழுதுவதற்கு எவ்விதச் சான்றாதாரமும் இல்லை. சொல்லப்போனால் ஞானசபை வழிபாட்டை சாதுக்கள் நடத்தவே இல்லை. சாதுக்களுக்கு அதில் தொடர் பில்லை. ஞானசபை வழிபாட்டை யார் நடத்த வேண்டும் எப்படி நடத்த வேண்டும் என்பதை 18–07–1872இல் வள்ளலார் தெளிவாகவே வரையறுத்திருக்கிறார். அவ்விவரம் வருமாறு:

'இன்று தொடங்கி அருட்பெருஞ்சோதி ஆண்டவரது அருட்பெருஞ்சித்தி வெளிப்படும்வரைக்கும் ஞானசபைக்குள்ளே தகரக் கண்ணாடி விளக்கு வைத்தல் வேண்டும்... தகரக் கண்ணாடி விளக்கு வைக்குங் காலத்தில் தகுதியுள்ள நம்மவர்கள் தேகசுத்தி கரணசுத்தியுடையவர்களாய் திருவாயிற்படிப் புறத்தி லிருந்துகொண்டு விளக்கேற்றி, பன்னிரண்டு வயதிற்கு உட்பட்ட சிறுவர் கையில் கொடுத்தாவது எழுபத்திரண்டு வயதிற்கு மேற்பட்ட பெரியர் கையில் கொடுத்தாவது உட்புற வாயில் களுக்குச் சமீபங்களில் வைத்து வரச் செய்விக்கவேண்டும்... நாலு நாளைக்கு ஒரு விசை தூசு துடைக்கப் புகும்போது நீராடி சுத்த தேகத்தோடு கால்களில் வத்திரம் சுற்றிக்கொண்டு புகுந்து முட்டிக்காலிட்டுக் கொண்டு தூசு துடைக்கச் செய்விக்க வேண்டும்... விளக்கு வைக்கும்போதும் தூசு துடைக்கும்போதும் நம்மவர்களில் தேர்ந்தவர்கள் புறத்தில் நின்று பரிசுத்தராய் மெல்லெனத் துதி செய்தல் வேண்டும். யாவரும் யாதொரு காரியம் குறித்தும் தற்காலம் உள்ளே போதல் கூடாது.'

வழிபாட்டிற்கு சிறுவரையாவது/பெரியவரையாவது கொண்டு வழிபாட்டை நடத்தவேண்டும் என்று வள்ளலார் திட்டவட்டமாக கூறியுள்ளார். அதோடு வேறு எவரும் உள்ளே போகக்கூடாது என்ற எச்சரிக்கையையும் விடுத்துள்ளார். எனவே வழிபாடு நடத்துவதிலும் சாதுக்களுக்குச் சம்பந்த மில்லை என்பது தெளிவு. மேலும் வள்ளலாரது காலத்தில் சபைக்குள் விக்கிரக வழிபாடு நடந்ததாலேயே அவர் சபையை

மூடினார் என்று எழுதுவதற்கும் எந்த ஆதாரமும் இல்லை. சபையில் தற்போதுள்ள படிகலிங்கத்தைக் கொண்டே கௌதமன் இந்த முடிவுக்கு வருவதாகத் தெரிகிறது. இந்த லிங்கத்தை வள்ளலாரது மறைவிற்குப் பின் சபையில் பிரதிஷ்டை செய்தவர் ஆடூர் சபாபதி சிவாசாரியார். இதற்குக் கால்கோள் இட்டவர் வள்ளலாரின் பக்தை பொன்னு ஞானாம்பாள் என்ற கருத்தும் உண்டு. (இந்தச் சபாபதி குருக்கள் செய்த அட்டூழியங்களை வடலூர் டிரஸ்டிகள் மறுப்பு (1896) என்னும் நூலில் விரிவாகக் காண்க.)

தொடர்ந்து, சாலைக்குரிய தங்கநகைகள் வள்ளலாருக்குத் தெரியாமல் புதுவை கு. சதாசிவ செட்டியார் வாயிலாகப் பங்கிடப்பட்டது குறித்து கௌதமன் எழுதியிருப்பது குறித்து ஆராய்வோம்.

தொழுவூர் வேலாயுத முதலியார் சென்னையில் தங்கியிருந்த காலத்தில் வடலூரிலிருந்து வருபவர்கள் தங்களது மனம் போனவாறு பேசுவதால் உண்மை நிலை என்னவென்று அறிய சண்முக சரணாலய சுவாமிகளுக்கு மடல் ஒன்றை எழுதினார். மக்கள் மனம் போனவாறு பேசுவது என்பது பிரணவதேகம் கொண்ட வள்ளலார் அடிக்கடி தோன்றி மறையும் நிகழ்ச்சியாகும். எனவேதான் அதை அறிய இயலாத மனக்குழப்பத்திலிருக்கும் தொழுவூரார் நம் ஬ெருமான் தற்போது எங்கு உள்ளார் என்று கேட்டு கடிதம் எழுதுகிறார். இக்கடிதத்தின் தொடர்ச்சியாக புதுவை வேலுமுதலியார் கு. சதாசிவ செட்டியாரிடம் கொடுத்த நகை அதற்கான வட்டி ஆகியவற்றை எழுதிய இவ்விடயத்தை சந்நிதானத்திற்க (வள்ளலாருக்கு) தெரியாமல் பார்த்துக் கொள்ளும்படியும் வேண்டுகோள் விடுத்திருந்தார்.

'சந்நிதானத்திற்குத் தெரியாமல் பார்த்துக் கொள்ளவேண்டியது' என்ற வரியைக் கண்ட கௌதமன் சாலைக்குரிய நகைகள் வள்ளலாருக்குத் தெரியாமல் அவரது சீடர்களால் பங்கிட்டுக் கொள்ளப்பட்டன என்று முடிவு கட்டுகிறார். தருமச்சாலை என்பது அன்னம்பாலிக்கும் இடம். அங்கு அரிசியும் தானியங்களும் இருக்க வாய்புண்டே தவிர ஆபரணங்களுக்கு இடமில்லை. காதில் துளையிடுவதோ பொன் நகைகள் அணிவதோ கூடாது என்றும் கண்ணாடி பொருந்திய தகர விளக்கையே வழிபாட்டிற்குப் பயன்படுத்த வேண்டும் என்றும் கண்டிப்புடன் கூறிய வள்ளலாரிடம் பொன் நகைகள் இருத்தல் எங்ஙனம்? உருவ வழிபாட்டிலாவது மூலவருக்கோ/உற்சவருக்கோ நகைபூட்டுவது உண்டு. ஞானசபையில் அதற்கும் இடமில்லை. எனவே கௌதமன் எண்ணுவதைப்போல நகைக்கும் சாலைக்கும் தொடர்பில்லை. அப்படியானால் தொழுவூரார் குறிப்பிடும்

நகை தொடர்பான விடயம் எது என்று கேள்வி எழலாம். அதற்கான தீர்வு இதோ:

*1867*இல் சத்திய தருமச்சாலை ஏற்படுத்தப்பட்ட தொடக்க காலத்தில் அது அன்பர்களின் உதவியாலேயே பெரிதும் இயங்கியது. சன்மார்க்க அன்பர்கள் பலர் அரிசியோ, தானியமோ, பணமோ கொடுத்துதவினார்கள். சிலர் தங்களது நகைகளையும் கொடுத்தார்கள். அப்படிப்பட்ட நகைகள்தாம் அடகுவைக்கப்பட்டன. அதற்கான வட்டி குறித்துதான் தொழுவூரார் கடிதத்தில் குறிப்பிட்டிருந்தார். இந்த விடயம் வள்ளலாருக்குத் தெரிந்தால் அவர் வருத்தப்படுவார் என்பதால் தான் அவரது சீடர்களுக்குள்ளேயே இந்த விடயம் இருக்கட்டும் என்றும் சந்நிதானத்திற்குத் தெரிய வேண்டாம் என்றும் தொழு வூரார் சரணாலய சுவாமிகளுக்கு வேண்டுகோள் விடுத்தார். இதோடு தொடர்புடைய செய்தியை கூடலர் அப்பாசாமி செட்டியார் புதுவை இரத்தின செட்டியார்க்கு எழுதிய கடிதத்திலும் *(22–10–1871)* காணலாம்.

4

கௌதமனின் நூலில் ஆங்காங்கே வள்ளலாரது அற்புதங்கள் கேலியாகச் சுட்டப்பட்டிருக்கின்றன. அவை ஒவ்வொன்றிற்கும் விடையிறுப்பது இச்சிறு கட்டுரையில் இயலாது. தனிநூலே எழுதவேண்டும். எனினும் பிரதானமாகச் சுட்டப்பட்ட ஒரே ஒரு விடயத்திற்க விடை காண்போம்.

பழமொழிமேல் வைத்துப் பிரிவு கூர்தல் என்னும் பதிகத் தில் 'நீர்சொரிந்தொளி விளக்கெரிப் பவன்போல் . . .' என்னும் ஒரு பாடல் இடம் பெறுகிறது. அடுத்து அருள்நிலை விளக்கம் என்னும் பதிகத்தில் 'மெய்விளக்கே விளக்கல்லால் . . . சென்ன நகர் நண்பர்களே செப்பக்கேளீர்/நெய்விளக்கே போன்றொரு தண்ணீர் விளக்கும் எரிந்ததுசந் நிதியின் முன்னே' என்னும் ஒரு பாடல் இடம்பெறுகிறது. இந்த இரண்டு பாடல்களையும் ஒப்பிட்ட கௌதமன் 'முன்பு வீண்வேலைக்கு உவமையாகக் கையாண்ட ஒன்று பின்பு அற்புதச் செயலாக மாறிவிட்டது' *(ப.86)* என்று எழுதிச் செல்கிறார்.

ஞானிகள் சமூக நிகழ்வுக் குற்றங்களைத் தம்மீது ஏற்றிக் கூறி அதிலிருந்து தம்மைக் காக்குமாறு இறைவனை வேண்டுவதை தன்னை இழித்துக் கூறல் என்பர். எனவே இங்கு வீண்வேலை என்பது உலகத்தாருக்கே அன்றி வள்ளலாருக்கு அன்று. சந்நிதி முன் விளக்கு எரிந்தது வள்ளலாரது தனிப்பட்ட செயலன்று. அப்படிச் செய்தது இறையருள். 'விளக்கு எரிந்தது' என்றுதான்

வள்ளலாரும் கூறுகிறாரேயன்றி 'விளக்கு எரித்தேன்' என்று தாம் அற்புதத்தை நிகழ்த்தியதாக அவர் கூறவில்லை. உண்மையில் தண்ணீரில் விளக்கெரித்தல் என்பதன் உட்பொருள் என்ன? ஆன்மா (தலைவி) பதியுடன் (தலைவன்) கூடி இன்பம் துய்ப் பதற்கு தடையாய் இருப்பவை மும்மலங்கள். அத்தடைகளை நாம் சீவகாருண்ணியத்தால் வென்று பேரின்பத்தை அடைய முடியும் என்பதைத் தெரிவிக்கும் புறநிகழ்ச்சியே இது. எனவே தான் திருவருட்பாவிற்குச் சாற்றுக்கவி வழங்கிய சிதம்பர சுவாமிகள்,

> தண்ணீர் விளக்கெரித்த தன்மைபோன் மாந்தர்கள்தம்
> உண்ணீர் சிவம்விளங்க ஓங்குவிக்கும் – கண்மணியாம்
> நங்கள் இராமலிங்கன் நல்ல அருட்பாமுறையைத்
> துங்கமுற மாணா தொழு

என்று பாடியருளினார்.

தண்ணீர் – அலைகளையுடைய தண்ணீர். அதாவது மாயை, விளக்கெரித்த – ஆன்ம விளக்கம் பெற வழி செய்த, தன்மைபோல் – புறத்தில் கருங்குழியில் விளக்கு எரித்ததுபோல், மாந்தர்கள் தம் உண்ணீர் சிவம் விளங்க – மாந்தர்கள் அகத்தில் தகைமையுடையதாகி வீற்றிருக்கும் சச்சிதானந்த அனுபவம் ஏற்பட, கண்மணியாம் நங்கள் இராமலிங்கன் – கண்ணின் மணிபோன்று திகழும் நமது வள்ளல் பெருமான், நல்ல அருட்பாமுறையை – அருளிச் செய்த திருவருட்பாவை, துங்கமுற மாணா தொழு – அக புற தத்துவங்கள் யாவும் தூய்மைபெற்று ஒளிரும்படி வணங்கு.

கடவுளின் பேரின்பத்தை தாம் அடைந்ததையே சென்னை நண்பர்களுக்கு வள்ளலார் தண்ணீர் விளக்கு சந்நிதியின் முன் எரிந்தது என்ற புறநிகழ்ச்சி வாயிலாகச் சுட்டிக்காட்டினார். இதற்கான சித்தாந்தக் கருத்தை மேலும் பெறவேண்டின் தொழுவூர் வேலாயுத முதலியார் எழுதிய *குதர்க்காரணிய நாசமஹாபரசு* என்னும் கண்டன நூலில் விரிவாகக் காண்க.

## 5

இக்கட்டுரையில் இறுதியாக விவாதிக்கப்படுவது வள்ளலாரின் மறைவு குறித்த விடயமாகும். 'இறைவனோடு கலந்துவிடுதல் என்கிற பிரமையை அவருக்கு அளித்தது யோகமார்க்கமாகலாம். அதற்காக ஒரு மனிதர் தமது ஐம்பத் தோராவது வயதில் இப்படிக் குடிசைக்குள் சுயமாகப் போய்க் கதவடைத்துக் காத்திருந்து மரணம் அடைந்தது மிகவும் சோக மான சம்பவமாகும்' (பக்.78) என்று கௌதமன் வள்ளலாரது மறைவைச் சிறுமைப்படுத்தி எழுதியிருக்கிறார்.

யோகமார்க்கத்திற்கும் வள்ளலாருக்கும் நெருக்கமான தொடர்பு இருப்பதாக இந்நூல் முழுக்க கௌதமன் பேசி யிருப்பது அறியாமையே. வள்ளலார் பெற்றது சுத்த பிரணவ ஞானதேகம். அதாவது மரணமிலாப் பெருவாழ்வு. (வள்ளலார் தொடக்கத்திலேயே சுத்ததேசத்தைப் பெற்றமைக்கு ஆதாரம் அவரை நிழற்படம் எடுக்க முடியாமை). இந்தத் தூல உடம்பானது தான் செய்யும் தவப்பயனால் மாற்றத்திற்கு உள்ளாகிறது. முதலில் சுத்ததேகமாகி பின்னர் பிரணவதேகமாக மாறி இறுதியில் ஞானதேகமாகிறது. அவ்வாறு மாற்றம் அடையுங்கால் இத்தேகத்தின் தன்மை எவ்வாறு விளங்கும் என்பதை வள்ளலார் வரையறை செய்திருக்கிறார். இதை அவரது படைப்புகளில் காணலாம். ஞானதேகத்தின் தன்மைபற்றிக் கூறும்போது, உடம்பானது தோன்றியும் தோன்றாமலும் என்பது இந்தத் தூல உடம்பானது நமது பார்வைக்குத் தோன்றியும் தோன்றா மலும் காணப்படும் என்பதே. தாம் மூன்ற தேகங்களின் மாற்றங்கள் பெற்றதை

சுத்த வடிவும் சுகவடிவாம் ஓங்கார
நித்த வடிவும் நிறைந்தோங்கு – சித்தெனும் ஓர்
ஞான வடிவுமிங்கே நான்பெற்றேன் எங்கெங்கும்
தானவிளை யாட்டியற்றத் தான் (திரு. 5503)

நானே தவம்புரிந்தேன் நம்பெருமான் நல்லருளால்
நானே அருட்சித்தி நாடடைந்தேன் – நானே
அழியா வடிவம் அவைமூன்றும் பெற்றேன்
இழியாமல் ஆடுகின்றேன் இங்கு (திரு. 5513)

முதலிய பாடல்களில் வள்ளலார் பதிவு செய்திருக்கிறார். அவர் *30 – 01 – 1874* அன்று திருக்காப்பிட்டுக்கொண்டு மறை வதற்கு முன்பாகவே பல நேரங்களில் மற்றவர் கண்களுக்குப் புலப்படாமல் இருந்திருக்கிறார் என்பதற்குப் பல சான்றுகள் உள்ளன.

*08 – 06 – 1870* அன்று தொழுவூர் வேலாயுத முதலியார் வடலூர் தருமச்சாலையிலிருந்த ஸ்ரீ ஆனந்தநாத சண்முக சரணாலய சுவாமிகளுக்கு எழுதிய கடிதத்தில் '...அது நிற்க. நம் பெருமான் இப்போது எவ்விடத்து எழுந்தருளியிருக்கிறது? சாலை என்ன ஸ்திதியில் இருக்கிறது? அவ்விடத்திய காரியங் களை யார் பராமரிக்கிறார்கள்? இது விபரங்களை உடனே கட்டளையிடும்படிக் கோருகிறேன்...' – என்று வள்ளலார் இருக்கும் இடம்குறித்து கேட்டிருக்கிறார். இது தொடர்பாக உடனடியாக பதில் எழுதும்படி கேட்ட தொழுவூராருக்கு *28–10–1870*இல் வள்ளலார் வெளியிட்ட ஒரு அறிக்கையே பதில்போல அமைந்திருக்கிறது.

'அன்புள்ள நம்மவர்கட்கு அன்புடன் அறிவிப்பது... நான் இன்னும் கொஞ்ச தினத்தில் திருவருள் வல்லபத்தால் வெளிப்படுகின்றேன். அது பரியந்தம் பொறுத்திருங்கள். நான் மிகவும் சமீபத்தில் தானே வெளிப்படுவேன். அஞ்சவேண்டாம்...'

சமீபத்தில்தானே வெளிப்படுவேன் என்னும் வரி ஆழ்ந்து நோக்கத்தக்கது. இது, அவர் பிறர் கண்களுக்குத் தோன்றாமல் மறைந்திருக்கிறார் என்பதைப் புலப்படுத்துகிறது. இப்படி ஒரு முறையல்ல, பலமுறை மறைந்து மறைந்து வெளிப்பட்டிருக் கிறார். 'எங்கள் குருநாதர் பிறர் கண்களுக்குத் தோன்றாமல் மறைந்துவிடுவதுண்டு. அந்த நேரங்களில் அவர் என்ன ஆனார் எங்கு போனார் என்பது ஒருவருக்கும் தெரியாது' என்று 1882இல் தொழுவூரார், பிரம்மஞான சங்கத்தாருக்கு வாக்குமூலம் அளித்திருக்கிறார்.

வள்ளலார் திருக்காப்பிட்டுக்கொண்டு மறைந்த செய்தியை அறிந்த தென்னார்க்காடு மாவட்ட ஆட்சியர் *J.H. Garstin, I.C.S.* உள்ளிட்ட பல முக்கிய அதிகாரிகள் அறையைச் சோதித்துப் பார்த்து வள்ளலாரின் ஆற்றலில் அமைதியடைந்து அரசாங்க கெஜட்டில் அறிக்கை வெளியிட்டனர். *18 – 01–1896*இல் வெளியான 'வடலூர் டிரஸ்டிகள் மறுப்பு' என்னும் நூலும் வள்ளலார் திருக்காப்பிட்டுக் கொண்டு மறைந்த செய்தியை குறிப்பிடுகிறது. தான் மரணமிலாப் பெருவாழ்வு பெற்றதை,

ஆடுகின்ற சேவடிக்கே ஆளானேன்
மாளாத ஆக்கை பெற்றேன்
கூடுகின்ற சன்மார்க்க சங்கத்தே
நடுவிருந்து குலாவு கின்றேன்... (திரு. 5445)

நோவாது நோன்பெனைப்போல் நோற்றவரும் எஞ்ஞான்றும்
சாவா வரம்எனைப்போல் சார்ந்தவரும் – தேவாநின
பேரருளை என்போலப் பெற்றவரும் எவ்வுலகில்
யார்உளர்நீ சற்றே அறை. (திரு. 5624)

முதலிய பல பாடல்களிலும் வள்ளலார் பதிவு செய்திருக்கிறார். இதற்கெல்லாம் கொடுமுடியான பாடல்தான்,

காற்றாலே புவியாலே ககனமத னாலே
கனலாலே புனலாலே கதிராதி யாலே
கூற்றாலே பிணியாலே கொலைக்கருவி யாலே
கோளாலே பிறஇயற்றும் கொடுஞ்செயல்க ளாலே
வேற்றாலே எஞ்ஞான்றும் அழியாதே விளங்கும்
மெய்யளிக்க வேண்டுமென்றேன் விரைந்தளித்தான்
எனக்கே

ஏற்றாலே இழிவெனநீர் நினையாதீர் உலகீர்
எந்தையருட் பெருஞ்ஜோதி இறைவனைச்சார் வீரே
(திரு. 5450)

என்னும் பாடல்.

இப்படி அகச்சான்றுகளும் புறச்சான்றுகளும் ஏராளமாக இருந்தபோதும் தயானந்தன் ஃபிரான்ஸிஸ், மறைமலையடிகள் ஆகியோரது குறிப்புகளை வைத்துக்கொண்டு வள்ளலார் மரணம் அடைந்தார் என்பது கௌதமன் எழுதுவது வீண். 'வெள்ளைக்கார கலெக்டருக்கு உள்ளூர்க்காரர்களின் விவகாரத்தில் குறுக்கிட்டு வீண் பிரச்சினைக்குள் மாட்டிக்கொள்ள அவகாசம் இருந்திருக்காது. அவனைப் பொறுத்தவரை அமைதியான சூழல் வேண்டும்; ஆட்சி நடத்த' (ப.155) என்று கௌதமன் கூறுவதைப்போல எளிதாக இந்த கெஸட் அறிக்கையைப் புறக்கணித்துவிட முடியாது. சுதேசிகளின் பல பிரச்சினைகளை முடிவுக்குக் கொண்டுவந்தவர்களே வெள்ளையர்கள்தாம். இவற்றோடு கௌதமன் சுட்டிக்காட்டும் மறைமலையடிகளது கூற்றும் உண்மைக்கு மாறானதே. சைவத்துக்கு நிகரான – சிலபோது அவற்றையும் விஞ்சிய இலக்கியநயம் அமைந்த – வைணவ இலக்கியங்கள் ஒன்றைக்கூட படிக்காத/படிக்க விரும்பாத தீவிர சைவவெறியரான மறைமலையடிகளிடமிருந்து வேறென்ன பதிலை எதிர்பார்க்க முடியும்? (மறைமலையடிகளும் அ.ச. ஞானசம்பந்தனும் ஒருபோது பேசிக்கொண்டிருக்கையில் அ.ச.ஞா. ஒரு பாடலை மேற்கோள் காட்டி பேசினாராம். பாடலைக் கேட்ட அடிகள் பிரமாதம் பிரமாதம். இது எதில் வருகிறது என்றாராம். திவ்வியபிரபந்தம் என்று அ.ச.ஞா. பதிலளிக்க இவற்றையெல்லாம் படிக்காமல் விட்டுவிட்டோமே என்று மறைமலையடிகள் வருந்தினாராம்.) வள்ளலாரது மறைவு பற்றி வயதானவர்களிடம் ரகசியமாய் விசாரித்து எழுதிய மறைமலையடிகள் தகவலாளியின் பெயரை பதிவு செய்யாதது ஏன்? ரகசியத்தைப் பதிவு செய்ய இயலுமா என்று இக்கேள்வியை மழுங்கடித்துவிட முடியாது. ஏனெனில் மறைமலையடிகள் இதைப் பதிவு செய்திருப்பது தனது நாட்குறிப்பில். நாட்குறிப்பு என்பது தனது அந்தரங்களைக்கூட பதிவு செய்யும் பகுதி. மறைமலையடிகள் அதை தவறாது செய்துவந்தவர் என்பதை அவரகு நாட்குறிப்பை கண்டோர் அறிவர். நாட்குறிப்பு எழுதுவோர் எழுதமுடியாத சில விடயங்களைகூட குறியீட்டுச் சொற்களைக் கொண்டாவது சிலபோது எழுதுவார்; எழுதாமல் அவர்களால் இருக்கவே முடியாது. ஆனால் மறைமலையடிகள் தகவலாளியின் பெயரை அத்தகு குறியீட்டுச் சொற்களால்கூட குறிப்பிடவில்லை. இதிலிருதே

இக்கூற்று பொய் என்பது தெரியவில்லையா? சமயம் கடந்த, சமயக்குரவர்களைக் கடந்த அருளாளரை ஏற்கத் தயங்கும் மறைமலையடிகள் விட்ட கதை இது. பின்னாளில் ஏற்பட்ட அருட்பா x மருட்பா போராட்டத்தில் மூன்று முறை அருட்பா சார்பாளராக தலைமையேற்ற மறைமலையடிகளது இக் கூற்றைப் புறக்கணித்துவிட முடியுமா என்று கௌதமன் கேட்கிறார். உண்மைதான். மறுக்க முடியாது. ஆனால் அறிவார்ந்த புலவர்களிடையேயான புலமைக்காய்ச்சலுக்கு அன்று திருவருட்பா பயன்படுத்தப்பட்டிருக்கிறது என்பதை உணர்ந்தால் இவ்வுண்மையின் தாற்பரியம் விளங்கும்.

திருமூலர், தாயுமானவர், வள்ளலார் ஆகியோரைப் புரிந்துகொள்ள வேண்டுமானால் முதலில் சைவசித்தாந்தத்தைத் தெளிவாகப் புரிந்து கொள்ளவேண்டும். (சித்தாந்த அறிவு எனக்கும் மிகமிகக் குறைவுதான்) அப்போதுதான் பக்தி இலக்கியப் பாரம்பரியத்தில் ஒவ்வொருவரது நிலைபாடும் என்ன என்பதை விளங்கிக்கொள்ள முடியும். அதை விடுத்து இன்றைய நடைமுறையை – நாம் விரும்பும் நடைமுறையை – அவர்களுக்குப் பொருத்திப் பார்ப்பது அர்த்தமற்றது. கட்டுடைத் துப் பார்க்கிறேன் என்று கருதிக்கொண்டு மேலை மெய்யிய லோடு கீழைத்தேய மெய்யியலை பொருத்திப் பார்த்தால் கருத்துப் பிழையும் காட்சிப் பிழையும்தான் வந்துசேரும். எந்த ஒரு படைப்பும் அதற்கான தளத்தில் இயங்கிக்கொண் டிருக்கிறது என்பதை இனியேனும் புரிந்துகொள்ளுங்கள். ராஜ்கௌதமனுக்கு ஒரு வேண்டுகோள்: வள்ளலாரை மீண்டும் வாசியுங்கள்.

(இக்கட்டுரை எனது நூலான கானல்வரி: ஒரு கேள்விக்குறி (யுனைடெட் ரைட்டர்ஸ், 2004)யில் இடம்பெற்றுள்ளது. தேவை கருதி இந்நூலில் சற்று விரித்து எழுதப்பட்டுள்ளது.)

# திருஅருட்பா பதிப்புகள்

## விரிந்த தளத்தை நோக்கிய சிறுகுறிப்பு

1

திருஅருட்பா என்று பெயரிட்டு வள்ளலாரின் பாடல்களை வெளியிடுவதற்கு முன்பே அவை மக்களிடத்தில் ஆகப் பெரும் செல்வாக்கைப் பெற்றிருந்தன. பாடல்களைத் தொகுத்துத் திருமுறைகளாக வகுத்து முறைப்படி வெளியிட்டபோது அதன் செல்வாக்கு உச்சத்தை அடைந்தது.

'ஒருமையுடன் நினது திருமலரடி நினைக்கின்ற உத்தமர்தம் உறவு வேண்டும்' என்ற திருவருட்பாப் பாடலைப் பாடிப் பரமனைத் துதித்த பக்தர்கள், 'அம்பலத்து அரசே அருமருந்தே' என்னும் பாடலைப் பாடிப் பிச்சையெடுத்த பண்டாரங்கள், 'கொம்மியடிப் பெண்கள் கொம்மியடி' என்னும் பாடலைப் பாடி வீடுகளைக் கோயிலாக்கிய பெண்கள், 'தெண்டனிட்டேன் என்று சொல்லடி' என்னும் பாடலைப் பாடி இசையரங்குகளை மகிழ்வித்த இசைவாணர்கள், 'அருட்சோதி தெய்வம் எனை ஆண்டுகொண்ட தெய்வம்' என்னும் பாடலைச் சங்கு முழங்கிச் சேமக்கலம் கொட்டிப் பிண ஊர்வலத்தின்போது பாடிய பணியாளர்கள், சைவ–வைணவ அருளாளர்கள் என ஆளாளுக்குத் தமது நிலையில் திருவருட்பாவின் புகழைப் பரப்பிக் கொண்டிருந்தனர்.[1] அகச் சான்றுகள் மட்டுமின்றிப் புறச் சான்றுகளும் திருவருட்பாவிற்கு இருந்த செல்வாக்கைப் பறைசாற்றுகின்றன.[2]

திருஅருட்பா எனப் பெயர் சூட்டப்பட்டு முறையான பதிப்பு ஒன்று வெளியாவதற்கு 26 ஆண்டுகளுக்கு

முன்பே மக்கள் செல்வாக்கின் காரணமாகத் திருவருட்பாப் பதிப்பு தொடங்கிவிட்டது. அதாவது வள்ளலார் பாடிய முதல் பாடலாகக் கருதப்பட்டு,³ தற்போது ஊரன் அடிகள் பதிப்பில் (1972) உள்ள 'ஒருமையுடன் நினது திருமலரடி நினைக்கின்ற உத்தமர்தம் உறவு வேண்டும்' என்னும் புகழ்பெற்ற பாடல் இடம்பெறும் 'தெய்வமணிமாலை' நூல்பதிப்பு 1851இல் வெளிவந்தது⁴. எனினும் முறையான பதிப்பு வெளிவர வேண்டும் என்னும் எண்ணம் வள்ளலாரின் சீடர் இறுக்கம் இரத்தின முதலியாருக்கே முதலில் உதித்தது.

இராமலிங்க அடிகளார் சென்னையை விட்டு வடலூர் சென்ற பின்பு (1857) அடிகளின் பாடல் ஏடுகளைத் தொகுக்கும் முயற்சியில் இரத்தின முதலியார் ஈடுபட்டார். இப்பணி 1860களில் மும்முரமானது. காரணம், சென்னையிலிருந்த சிலர் பாடல்களை வணிக நோக்கோடு அச்சுப் பிழையுடன் வெளியிட்டதேயாகும். அவ்வாறு வெளியிட்டவர்களை இரத்தின முதலியாரும் செல்வராய முதலியாரும் அணுகி, அடிகளது பாடல்களைத் தாங்கள் முறையாக வெளியிட இருப்பதால் இது தகாதெனக் கூறித் தடுத்தனர்; இழப்பீடாகப் பொருளும் தந்தனர். ஆயினும் அவர்கள் அச்சிடுவதை நிறுத்தவில்லை. இந்நிலையில் இறுக்கம் இரத்தினம் பாடல் களைத் தொகுப்பதிலும் அவற்றை வெளியிட அடிகளின் இசைவைப் பெறுவதிலும் தீவிரமாக முனைந்தார்.

திருவருட்பா ஏடுகளைத் தொகுத்தல், அச்சிடுதல் என இவை தொடர்பாக 1860 முதலே இறுக்கம் இரத்தின முதலியாருக்கும் அடிகளுக்குமிடையே கடிதத் தொடர்பு தொடங்கிற்று. திருவருட்பாவை வெளியிட இரத்தின முதலியார் ஏழு ஆண்டுகள் முயன்றார். அச்சுக்கு அனுமதி கோரியும் (வள்ளலாரிடமுள்ள) பாடல் ஏடுகளைத் தம்மிடம் அனுப்பி வைக்குமாறும் இறுக்கம் இரத்தினம் தொடர்ந்து கடிதம் எழுதிவந்தார். எனினும் அடிகள் பாராமுகமாகவே இருந்தார். தமது பாடல்கள் வெளியாவதில் அவருக்கு ஆர்வமோ விருப்பமோ இல்லை. எனவே, இறுக்கம் இரத்தின முதலியார் ஒரு உபாயத்தைக் கையாண்டார். அதாவது, "பாடல் ஏடுகள் தம்மிடம் வந்து சேரும்வரை தாம் ஒருவேளை மட்டுமே உணவு உட்கொள்ளப் போவதாக அடிகளுக்குக் கடிதம் எழுதினார்". கடிதத்தைக் கண்ணுற்ற அடிகள் திடுக்கிட்டுப் பாடல் ஏடுகளை இரண்டு திங்களில் அனுப்புவதாகவும் ஒரு வேளை உணவு மட்டுமே கொள்வதென்ற நிர்ப்பந்த ஏற்பாட்டைத் தவிர்க்கும்படியும் அதைத் தமக்குத் தபாலில் தெரிவிக்கும்வரை தாமும் ஒரு வேளையே உண்ணப்போவதாகவும் பதில் மடல் ஒன்றை (30.12.1860) இரத்தின முதலியாருக்கு வரைந்தார்.⁵

இறுக்கம் இரத்தின முதலியார், அடிகளின் பாடல்களைத் திரட்டும்போது ஐந்து ஆண்டுகள் கடந்தன. எனினும் பாடல்கள் முழுவதும் ஒன்றுசேரவில்லை. அச்சுக்கு அடிகளின் இசைவும் கிடைக்கவில்லை. இந்நிலையில் இனியும் தாமதிக்க இயலாதென்றும் அச்சுக்கு இசைவளித்தே ஆக வேண்டுமென்றும் விண்ணப்பித்து 13.11.1865 அன்று பதிவுத் தபாலில் கடிதம் ஒன்றை அனுப்பினார். அதைக் கண்ட அடிகள், "…. அக்கடிதத்தில் குறித்த விஷயம் எனக்கத்துணை அவசியமின்றாயினுந் தங்கள் கருத்தின்படி இறைவன் என்னுள்ளிருந்து பாடுவித்தவைகளை மாத்திரம் தாங்களாயினும், ம-ள-ள - ஸ்ரீ செல்வராய முதலியாரவர்களாயினும் தாங்கள் வரைந்தபடி செய்துகொள்ளலாம்"[6] என்று பதில் மடல் எழுதிப் பாக்களை அச்சிட இசைவளித்தார்.

## II

பாடல்களை வெளியிட அடிகளின் இசைவைப் பெற்ற இறுக்கம் இரத்தின முதலியார், புதுவை வேலு முதலியார், சிவாநந்தபுரம் செல்வராய முதலியார், தொழுவூர் வேலாயுத முதலியார் ஆகியோருடன் இணைந்து அருட்பாவை வெளிக் கொணர்வதில் முனைப்புடன் செயல்பட்டார். அத்துடன் நூலின் தலைப்பேட்டில் வெறுமனே இராமலிங்கப் பிள்ளை என்று பொறிப்பதைக் காட்டிலும் இராமலிங்க சாமி என்று பொறிக்கக் கருதி அதற்கான அனுமதி வேண்டி அடிகளுக்குக் கடிதம் ஒன்றை எழுதினார். மேலும் சிதம்பரம் பொருளாக அண்மையில் பாடிய பாடல்களையும் பாயிரத்தையும் அச்சுக்கு அனுப்புமாறு குறிப்பிட்டிருந்தார்.

கடிதத்தைக் கண்டு பதில் எழுதிய அடிகள், "… நான் இங்கு வந்த பின்னர் சிதம்பர விஷயத்தில் தோத்திர மாலைகளும் சாத்திர மாலைகளுமாகச் சுமார் இருநூறு மாலைகள் செய்யப்பட்டிருக்கின்றன. அவைகள் வெளிப்படும்போது வெளிப்படுத்திக்கொள்ளலாம். இது நிற்க… **'இராமலிங்க சாமி'யென்று வழங்குவிப்பது என் சம்மதமன்று**. என்னை? ஆரவாரத்திற்கு அடுத்த பெயராகத் தோன்றுதலில். இனி அங்ஙனம் வழங்காமை வேண்டும். ஜீவகாருண்ணியமும் சிவானுபவமும் அன்றி மற்றவைகளை மனத்தின்கண் மதியாதிருத்தல் வேண்டும்"[7] என்று எழுதியிருந்தார்.

○○○

அடிகளின் இசைவு, பாடல்களின் தொகுப்பு என எல்லாம் முடிந்த பிறகு நூலுக்குப் பெயரிட வேண்டிய தருணம் வந்தது. அப்போது 'திருஅருட்பா' என்று பெயரிடப்பட்டது.

பெயரை இட்டவர் அடிகளின் தலைமை மாணாக்கர் 'உபய கலாநிதிப் பெரும்புலவர்' தொழுவூர் வேலாயுத முதலியார். 1867இல் திருவருட்பாவினை முதன்முதலில் இவர் பதிப்பித்த காலத்தில் நூலுக்குப் பெயரிடுவதில் அடிகள் எவ்விதக் கருத்தையும் தெரிவிக்கவில்லை. பாடல்களைப் பதிப்பித்த தொழுவூராரே இதனைத் தெரிவுசெய்தார்.[8] அதேபோலப் பாடல்களை வகைதொகைப்படுத்தி ஆறு திருமுறைகளாக வகுத்தவரும் அவரே.

திருமுறைகளும் அவற்றின் பதிகங்களும் அவை பாடப் பெற்ற கால வரிசையில் வகுக்கப்படவும் அடைவு செய்யப் பெறவும் இல்லை. பொருளமைதி கருதியும் வகுத்திருப்பதாகக் கூறுவதற்கில்லை. திருவெழுத்து ஆறு, சமயம் ஆறு, அத்துவா (கதியடைவிக்கும் வழி) ஆறு என்பவற்றை உட்கொண்டு திருமுறைகளை வகுத்துள்ளார் தொழுவூரார்.

தமது பாடல்களை வெளியிட முதலில் இசைவளிக்க மறுத்து வந்த அடிகள், பின்பு ஒற்றியூர், சிதம்பரப் பாடல்களை வெளிப் படுத்த இசைந்தார். அப்போது, அண்மையில் பாடிய அதி தீவிரக் கருத்துக்கள் கொண்ட பாடல்களைப் பின்பு வெளியிட்டுக் கொள்ளலாம் எனவும் தற்போது வெளியிட வேண்டாம் எனவும் அடிகள் கட்டளையிட்டதால் அதனையும், இனி அவர் பாடக் கூடியவற்றையும் தொழுவூர் வேலாயுத முதலியார் ஆறாம் திருமுறையாக வகுத்தார் (126 பதிகங்களும் 172 தனிப்பாடல்களும் அவர் வகுத்துவைத்திருந்த ஆறாம் திருமுறையில் அப்போது இருந்தன). ஆறாம் திருமுறையாக நிறுத்திக்கொண்டவை தவிர, எஞ்சியதை ஐந்து திருமுறை களாக வகுத்தார். இளமையில் சென்னையில் வசித்த காலத்தில் (1823–1855) பாடப்பெற்ற திருத்தணிகைப் பதிகங்கள் கைக்குக் கிடைக்கப்பெறாது அச்சுக்குச் சித்தமாகாமையின் அவற்றையும் பின்னர் வெளியிடக் கருதி ஐந்தாம் திருமுறை யாகக் கொண்டார். இவ்வாறு நிறுத்திவைத்த ஆறாம் திருமுறையும் சித்தமாகாத ஐந்தாம் திருமுறையும் நிற்க, எஞ்சியவை முதல் நான்கு திருமுறைகளாக வகுக்கப்பட்டன.[9]

திருவடிப் புகழ்ச்சி (128 அடி விருத்தப்பா), விண்ணப்பக் கலிவெண்பா (417 கண்ணிகள்), நெஞ்சறிவுறுத்தல் (703 கண்ணிகள்), சிவநேச வெண்பா (104 வெண்பாக்கள்), மகாதேவ மாலை (100 எண்சீர் விருத்தம்), திருவருள் முறையீடு (232 கட்டளைக் கலித்துறை), வடிவுடை மாணிக்கமாலை (101 கட்டளைக் கலித்துறை), இங்கிதமாலை (167 அறுசீர் கழிநெடிலடி ஆசிரிய விருத்தம்) ஆகிய எட்டும் முதல் திருமுறையாக வகுக்கப்பெற்றன.

சென்னையிலிருந்தபோது, திருவொற்றியூர் குறித்தும் தில்லையைக் குறித்தும் பாடிய பதிகங்களும், திருமுல்லை வாயில், திருவலிதாயம், புள்ளிருக்கு வேளூர் (வைதீஸ்வரன் கோவில்), திருஆரூர், திருஅண்ணாமலைப் பதிகங்களும் பொதுப் பதிகங்களும் கீர்த்தனைகளும் இரண்டாம் திருமுறை யாக வகுக்கப்பெற்றன.

திருவொற்றியூரைக் குறித்துப் பாடப்பெற்ற அறுசீர் கழிநெடிலடி ஆசிரிய விருத்தத்தாலான அகத்துறைப் பதிகங்கள் பத்தொன்பது மட்டும் மூன்றாம் திருமுறையாக வகுக்கப்பட்டன.

கருங்குழிக்கு வந்தபின் சிதம்பர வழிபாட்டுக் காலத்தில் சிதம்பரத்தைக் குறித்துப் பாடப்பெற்ற எட்டு மாலைகள், ஆளுடைய நால்வர் அருள்மாலைகள் நான்கு ஆகப் பன்னிரண்டு நூற்பகுதிகளைக் கொண்ட 238 பாடல்கள் அடங்கியன நான்காம் திருமுறையாக வகுக்கப்பெற்றன.

திருத்தணிகைப் பாடல்கள் ஐந்தாம் திருமுறையாக வகுக்கப்பெற்றன. 'முருகன் பாசுரங்கள்' என்னும் வேறு பெயரும் இத்திருமுறைக்கு உண்டு. 604 பாடல்களைக் கொண்ட 56 பதிகங்கள் இத்திருமுறையில் உள்ளன.

அடிகளின் ஆணைப்படி தற்போது வெளியிட வேண்டா மென வைக்கப்பட்ட பாடல்கள் ஆறாம் திருமுறையின் பாற்பட்டன. இது மூன்று பகுதிகளையுடையது. முதல் பகுதி 'கருங்குழிப் பாசுரங்கள்' என்றும் 'பூர்வஞான சிதம்பரப் பகுதி' என்றும் அழைக்கப்படும். இது 476 பாடல்களைக் கொண்ட 24 நூல் பகுதிகளைக்கொண்டது. இரண்டாம் பகுதி 'வடலூர் பகுதி' என்றும் 'உத்தரஞான சிதம்பரப் பகுதி' என்றும் அழைக்கப்பெறும். இதில் 635 பாடல்களைக் கொண்ட 40 நூல்கள் உள்ளன. மூன்றாம் பகுதி 'சித்திவளாகப் பகுதி' என்று அழைக்கப்படும். இதில் 44 நூற்பகுதிகள் உள்ளன.[10]

திருவொற்றியூர் பற்றிய பாடல்கள் அனைத்தும் 1, 3 ஆகிய திருமுறைகளிலும் தில்லை பற்றிய பாடல்கள் முறையே 4, 6 திருமுறைகளிலும் தில்லை மற்றும் திருவொற்றியூர் பற்றிக் கலந்து பாடிய பாடல்கள் 2ஆம் திருமுறையிலும் முருகன் பற்றிய பாடல்கள் 5ஆம் திருமுறையிலும் அடங்குமாறு பகுத்துத் தொகுக்கப்பட்டுள்ளன.

### III

திருவருட்பா முதல் வெளியீட்டுப் பணி 1860இல் தொடங்கி 1867இல் முடிவடைகிறது. இக்காலகட்டத்தில் முதல் நான்கு

திருமுறைகள் மட்டுமே அச்சுக்குத் தயார் நிலையில் இருந்தன. மட்டுமின்றி, அது வள்ளலாரின் நேரடி மேற்பார்வையில் உருவானது குறிப்பிடத்தக்கது. இதனை, "ஒற்றியூர் பாடல்களையும் மற்றவைகளையும் அச்சிடத் தொடங்குகிறதாய்க் கேள்விப்படுகிறேன். அவைகளைத் தற்காலம் நிறுத்திவைத்தால் நான் அவ்விடம் வந்தவுடன் இவ்விடத்தில் இருக்கின்ற இன்னுஞ் சில பாடல்களையும் சேர்த்து அச்சிட்டுக் கொள்ளலாம்"[11] என்று இறுக்கம் இரத்தின முதலியாருக்கும் "செட்டியாரவர் கட்குத் தாங்கள் வரைந்த கடிதத்திற் குறித்த வண்ணம் சிதம்பர விஷயமான பாடல்களைத் தங்கள் கருத்தின்படி அச்சிட்டுக்கொள்ளுங்கள்"[12] என்று கூடலூர் அப்பாசாமி செட்டியாருக்கும் எழுதிய கடிதங்கள் உறுதிப்படுத்துகின்றன. அத்துடன் தான் இன்னும் சில நூல்களை வெளியிடப் போவதாக அறிவித்து, அப்புத்தகத்தின் இறுதியில் 43 நூல்கள் கொண்டபெயர்ப் பட்டியலையும் அளித்தார். பட்டியலில் குறிப்பிட்டபடி எந்த நூலும் வரவில்லை என்பர்.[13] இது தவறு. 'உலகெலாம் என்னும் மெய்மொழிப் பொருள் விளக்கம்', 'குடும்பகோரம்' ஆகிய இரு நூல்கள் மட்டும் வெளி வந்துள்ளன.

தொழுவூரார் பதிப்பில் பாடல்கள் அச்சாகியுள்ள அமைப்பு முறையை நோக்கும்போது பத்திபோல் அமைத்தல், இலக்கண முறையில் அமைத்தல், தடித்த தொடர்களில் அமைத்தல் எனச் சில நுணுக்கங்கள் கையாளப்பட்டுள்ளமை தெரிகிறது. மேலும், சில பாடல்கள் சீர்பிரித்து அச்சிடப் பட்டுள்ளன. சில பதிகங்கள் ஓலைச் சுவடியில் உள்ளவாறே பத்தி பத்தியாகக் காணப்படுகின்றன. சீர்களுக்கிடையே இடைவெளியும் அதிகம் இல்லை. மேலும் உடுக்குறி, பிறைக் குறி, வாட்குறி, வட்டக்குறி போன்ற குறியீடுகளைப் பயன்படுத்திச் சிறப்பான விளக்கங்களை அடிக்குறிப்பாகத் தந்துள்ளார் (இவ்வகையில் ஆ. பாலகிருஷ்ணப் பிள்ளைக்கு இவர் முன்னோடியாகத் திகழ்கிறார்). அவர் தமது பதிப்பின் முதல் திருமுறையில் 91 அடிக்குறிப்புகளையும், இரண்டாம் திருமுறையில் 4 அடிக்குறிப்புகளையும், ஐந்தாம் திருமுறையில் 15 அடிக்குறிப்புகளையும் தந்துள்ளார். மூன்றாம், நான்காம் திருமுறைகளில் எவ்வித அடிக்குறிப்பும் இல்லை.

அடிகளின் அனுமதியும் ஒத்துழைப்பும் சரிவரக் கிடைத்த பின்பு, திருவருட்பாவின் முதல் நான்கு திருமுறைகள் அடங்கிய ஒரே நூல் 1867இல் தொழுவூர் வேலாயுத முதலியாரால் முதன்முதலில் பதிப்பிக்கப்பட்டது. வெளியீட்டிற்குப் பொருளுதவி அளித்தவர் மயிலை சிக்கிட்டி சோமசுந்தரம்

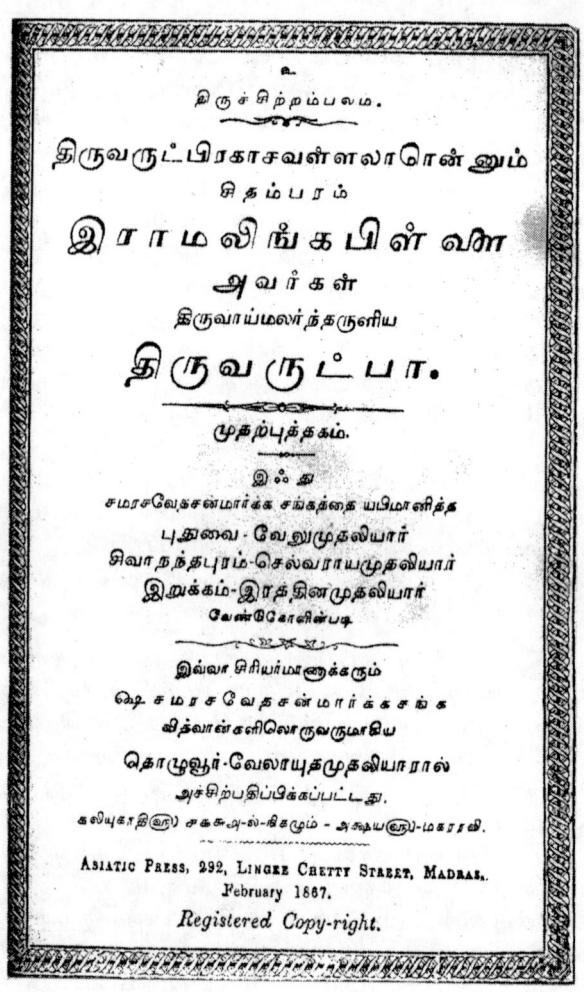

உ

திருச்சிற்றம்பலம்.

திருவருட்பிரகாசவள்ளலாரென்னும்

சிதம்பரம்

இராமலிங்கபிள்ளை

அவர்கள்

திருவாய்மலர்ந்தருளிய

திருவருட்பா.

முதற்புத்தகம்.

இஃது

சமரசவேதசன்மார்க்க சங்கத்தை யபிமானித்த

புதுவை - வேலுமுதலியார்

சிவாநந்தபுரம்-செல்வராயமுதலியார்

இறுக்கம்-இரத்தினமுதலியார்

வேண்டுகோளின்படி

இவ்வாசிரியர்மாணாக்கரும்

ஷை சமரசவேதசன்மார்க்கசங்க

வித்வான்களிலொருவருமாகிய

தொழுவூர்-வேலாயுதமுதலியாரால்

அச்சிற்பதிப்பிக்கப்பட்டது.

கலியுகாதி௵ ௪௯௬௮-ல்-நிகழும் - அக்ஷய௵-மகரரவி.

Asiatic Press, 292, Lingee Chetty Street, Madras.

February 1867.

*Registered Copy-right.*

செட்டியார் (இதன் இரண்டாம் பதிப்பை மீண்டும் தொழுவூராரே 1887இல் பதிப்பித்தார்). நூலின் முகப்பேடு பின்வருமாறு அமைந்திருந்தது. (காண்க: மேலுள்ள படம்) அத்துடன் நூலினுள் இப்புத்தகம் வேண்டுவோர்க்கான விளம்பரமும்[14] தொழுவூரார் பாடிய திருவருட்பா வரலாறும் இணைக்கப்பட்டிருந்தன.

'இராமலிங்க சுவாமிகள்' என்று வழங்கப்படாமை வேண்டும் என்று அடிகள் தடுத்துவிட்டபடியால் முகப்பில் 'அருட்பிரகாச வள்ளலார்' என்று பொறிக்கப்பட்டிருந்தது. அடிகளுக்கு இப்பெயரைச் சூட்டியவர் தொழுவூராரே யாவார்.

நூலைக் கண்ட அடிகள் அதில் தமது பெயருக்கு முன் 'திருவருட்பிரகாச வள்ளலார்' என்று பொறிக்கப்பட்டிருப்பதைக் கண்டு அதிர்ச்சியடைந்து, அருகிருந்த உபயகலாநிதிப் பெரும்புலவரை நோக்கி 'பிச்! ஏங்காணும்! திருவருட்பிரகாச வள்ளலார் என்று உம்மை யார் போடச் சொன்னது?' என்று அதட்டிக் கேட்க, முதலியார் நடுநடுங்கியவராய் வாய்புதைத்து, வள்ளலாரது திருவடிகளைச் சிந்தித்த வண்ணமாய் நின்றிருந்தார். சிறிது நேர மௌனத்திற்குப் பின்னர் நமது அடிகளாரே உண்மை விளக்கம் தந்து அமைதி பெறச் செய்தார். அதாவது திருவருட் பிரகாச வள்ளலார் என்ற பெயரைத் 'திருவருள் பிரகாச வள்ளல் – ஆர்?' எனப் பிரித்து வினாவாகக் கொண்டு, அதற்கு விடையாகக் கடவுள் அல்லது பதியேதான் திருவருட் பிரகாச வள்ளல் என்று உண்மையைச் சுட்டு வதாகக் கூறிவிட்டுத் தன்னை அப்பதியின் திருவடியிற் கிடக்கும் சிற்றணுவாகக் குறித்திட்டார். யாதெனில், திருவருட் பிரகாச வள்ளல் ஆர் என்ற சிதம்பரம் இராமலிங்கம் பிள்ளை எனக் குறித்திட்டார்.[15] தமது மாணவர் தமக்குச் சூட்டிய பட்டப் பெயரைத் தம் புலமைத் திறம் கொண்டு தெய்வத் துக்குச் சூட்டினார் அடிகள். அத்துடன் தமது பாடல்களில் பலவிடங்களில் இறைவனை 'வள்ளல்' என்று குறித்திருப்பதும் அவதானிக்கத்தக்கது.

திருவருட்பா முதல் நான்கு திருமுறைகள் வெளியான 13 ஆண்டுகள் கழித்து 1880இல் (வள்ளலாரின் மறைவுக்குப் பின்) ஐந்தாம் திருமுறை வெளிவந்தது. அடிகள் கருங்குழி யிலிருந்த காலத்தில் பாடிய மூத்த பிள்ளையார் திருப் பதிகங்கள் 4, சென்னையிலிருந்தபோது ஒற்றியூர் வழிபாட்டுக் காலத்தில் பாடிய திருத்தணிகைப் பதிகங்கள் 47, இளம் போதில் ஏழு, எட்டாண்டுப் பருவத்தில் பாடிய கந்தகோட்டப் பதிகங்கள் 2 ஆகியவற்றையும் ஐந்தாம் திருமுறையாகத் தொகுத்துத் தொழுவூர் வேலாயுத முதலியார் வெளியிட்டார். இது, திருவருட்பா – திருத்தணிகைப் பதிகம் – இரண்டாம் புத்தகம் எனப் பெயரிடப்பெற்றது.[16] இந்நூலும் சோமசுந்தரச் செட்டியாரின் பொருளுதவியாலேயே வெளிவந்தது. இந்நூலைப் பதிப்பித்தவர் தொழுவூர் வேலாயுத முதலியாரே யாவார் (இதன் இரண்டாம் பதிப்பை 1882இல் வெளியிட்ட வரும் அவரே). இது சென்னை தம்புச் செட்டித் தெருவிலிருந்த மெமோரியல் அச்சகத்தில் அச்சிடப்பெற்றது.

முதல் நான்கு திருமுறைகளையும் அடுத்து ஐந்தாம் திருமுறை யையும் பதிப்பித்து வெளியிட்ட தொழுவூர் வேலாயுதம் ஆறாம் திருமுறையைப் பகுத்துவைத்திருந்தாரேயன்றி,

வெளியிடுவதில் அக்கறை காட்டவில்லை. ஏனெனில் வள்ளலாரின் ஆறாம் திருமுறைப் பாடல்கள் சமயம் கடந்த புரட்சிகரமான சமூகச் சீர்திருத்தப் பாடல்கள். இவரோ சைவத்தில் ஆழ்ந்த புலமையும் பற்றும் உடையவர். முதல் நூலை வெளியிட மிகுந்த ஆர்வம் காட்டிய இறுக்கம் இரத்தினம் போன்றவர்களும் பொருளுதவி செய்த சோம சுந்தரச் செட்டியாரும் அமைதியாகவே இருந்தனர். இவர்கள் அனைவரும் சைவத்தில் மிக்க ஈடுபாடுடைவர்கள் என்பது குறிப்பிடத்தக்கது. ஆனால், அடிகளாரின் ஆணைக்கு அஞ்சித் தொழுவூரார் தம் வாழ்நாளில் ஆறாம் திருமுறையை வெளியிடவில்லை; அவரது காலத்திற்குப் பிறகே அச்சிடப்பட்டது என்று கூறுவார் ம.பொ.சி.[17] இக்கருத்து உண்மையன்று. தொழுவூராரின் காலகட்டம் 1832–1889. திருஅருட்பா ஆறாம் திருமுறை வெளியானதோ 1885இல். எனவே தொழுவூராரின் மறைவுக்கு முன்பே ஆறாம் திருமுறை வெளியானது என்பதும் சைவப் பற்றே அவரை ஆறாம் திருமுறையை வெளியிடாது தடுத்தது என்பதும் வெளிப்படை.

திருவருட்பாவின் தொடக்கக் காலப் பதிப்பாளர்கள் அமைதியாக இருந்ததனால், இனியும் காலம் தாழ்த்தாது ஆறாம் திருமுறையை அச்சிட வேண்டும் என்ற எண்ணம் உடையவராய் வேலூர் பத்மநாப முதலியார் அச்சிட முன்வந்தார். பெங்களூர் இராகவலு நாயக்கர் அவருக்குத் துணைநின்றார். இவ்விருவரின் வேண்டுகோளுக்கு இணங்கி சென்னை மாநகர் அரசாங்க நார்மல் பாடசாலைத் தமிழ்ப் புலவர் சோடசாவதானம் தி.க. சுப்பராய செட்டியாரின் பொருளுதவியால் 1885ஆம் ஆண்டு ஆதி கலாநிதி அச்சகத்தில் ஆறாம் திருமுறை அச்சிட்டு வெளியிடப்பெற்றது.

'அருட்பெருஞ்ஜோதி அகவல்' தொடங்கி 'அம்பலவர்' ஈறாக 126 பதிகங்களும் 'கள்ளத்தை' என்னும் பாடல் தொடங்கி 'ஒன்றுமுன்' என்னும் பாடல் ஈறாக அமைந்த 172 தனிப் பாடல்களையும் தொழுவூரார் ஆறாம் திருமுறையாக வகுத்து வைத்திருந்தார். இவற்றோடு இவ்வாறாம் திருமுறையின் முன்பகுதியில் சீவகாருணிய ஒழுக்கத்தின் முதற்பகுதியும் பின்பகுதியில் சமரச சுத்த சன்மார்க்க சத்தியச் சிறு விண்ணப்பம், ச.சு.ச. சத்தியப் பெரு விண்ணப்பம், ச.சு.ச. சத்திய விண்ணப்பம், அற்புதப் பத்திரிகை, திருவருட்பா உட்கிடை ஆகிய உரைநடைகளையும் சேர்த்து இந்த ஆறாம் திருமுறை வெளியிடப்பட்டது (முதன்முதலில் திருவருட் பாவில் உரைநடை பதிப்பிக்கப்பெற்ற பதிப்பு இந்த ஆறாம் திருமுறைப் பதிப்பே).

இதுவரை விவாதித்த தகவல்களின் அடிப்படையிலிருந்து திருவருட்பா திருமுறைகள் ஆறும் ஒன்றாகச் சேர்த்துப் பதிப்பிக்கப்பெறவில்லை என்பது தெளிவு. எனவே ஆறு திருமுறைகளையும் ஒருங்கே சேர்த்து ஒரே நூலாக வெளியிட ஒரு குழு முடிவுசெய்தது. முன் பதிப்புகளில் சேராத சில பாடல்களெல்லாம் பொன்னேரி சுந்தரம் பிள்ளையால் திரட்டப்பெற்றுப் பூவை. கலியாணசுந்தர முதலியாரால் பார்வையிடப்பெற்றுப் பிருங்கி மாநகரம் இராமசாமி முதலியாரால் 1892இல் ஆறு திருமுறைகளும் சேர்ந்த முதல் பதிப்பை அக்குழு வெளியிட்டது.

இப்பதிப்பில்தான் அடிகளின் திருவுருவப் படமும் பிருங்கியார் 26 பக்கங்களில் எழுதிய வள்ளலாரின் வரலாறும் முதன்முதலில் அச்சிடப்பெற்றன (இவ்வரலாறு பின்னர் வெளிவந்த பி.வே. நமசிவாய முதலியார், ஓ. ஆதிமூல முதலியார் ஆகியோர் பதிப்பித்த பதிப்புகளில் தொடர்ந்து இடம்பெற்றது). இவற்றுடன் தொழுவூரார் பாடிய *திருவருட்பா வரலாறு*, பொன்னேரியார் பாடிய *திருவருட்பிரகாச வள்ளல் ஞான சிங்காதன பீடத் திருவருட் செங்கோலாட்சி*, தண்டபாணி சுவாமிகள் பாடிய *அனுவப்பதிகம்* மற்றும் *வினாப்பதிகம்*, பிருங்கியார் எழுதிய *திருவருட் பிரகாச வள்ளல் திருவுருத் தன்மை விண்ணப்பம்* ஆகியவை நூலிறுதியில் சேர்க்கப் பட்டன.[18] 1891இல் ஆடூர் சபாபதி சிவாசாரியாரால் பதிப் பிக்கப்பட்ட வள்ளலாரின் *குடும்பகோரம்* என்னும் சிறு பிரசுரமும் இப்பதிப்பில் சேர்க்கப்பட்டது குறிப்பிடத்தக்கது.

பொன்னேரி சுந்தரம் பிள்ளையின் பதிப்பைத் தொடர்ந்து பிருங்கியார், முன்பதிப்புகளில் விடுபட்ட சில பாடல்களைச் சேர்த்து தமது சொந்த அச்சகமான இந்து யூனியன் அச்சியந்திர சாலையில் 1896இல் ஒரு பதிப்பை வெளியிட்டார். இதே ஆண்டில் ஆறு திருமுறைகளும் சேர்ந்த ஒரு பதிப்பை வே. நமசிவாய முதலியார் தமது சொந்த அச்சகமான நிரஞ்சனி விலாச அச்சியந்திர சாலையிலிருந்து வெளியிட்டார். இது பொன்னேரியாரின் பதிப்பை அப்படியே வழிமொழிதலாக உள்ளது.

இதனைத் தொடர்ந்து ஆநூர் எதிராஜ முதலியார் 1903இல் தனது பிரின்ஸ் ஆப் வேல்ஸ் அச்சியந்திர சாலையில் திருவருட்பா ஆறு திருமுறைகளையும் (998 பக்கங்களில்) பதிப்பித்தார்.

1906இல் திருப்போரூர் துளசிங்க நாயகர் குமாரர் கோபால் நாயகர் தமது சூளை கோல்டன் அச்சியந்திர சாலையில்

*திருஅருட்பாத் திருமுறை மூலப்பதிப்பு* என்னும் பெயரில் ஆறு திருமுறைகளையும் பதிப்பித்தார். இதே ஆண்டில் வாணியம்பாடி கோவிந்தபுரம் கு. அக்கீம் அப்துல் வக்காப் சாயபு என்பவர் ஆறாவது திருமுறையை மட்டும் உரையுடன் வெளியிட்டிருப்பது குறிப்பிடத்தக்கது. திருவருட்பா சமயம் கடந்து திகழ்வதற்கு இது நல்ல உதாரணம்.

அடுத்து 1908இல் திருவேங்கட முதலியார் *திருவருட்பா திருமுறை* என்னும் பெயரில் ஒரு பதிப்பை வெளியிட்டார். இது வே. நமசிவாய முதலியாரின் அச்சகத்திலிருந்து வெளி வந்தது. பிருங்கியாரின் *திருவருட்பா திருமுறையும்* இதே ஆண்டில் மறுபதிப்பைக் கண்டது.

அதன் பின்பு, 1929இல் ஓ. ஆதிமூலம் என்பவர் ஆறு திருமுறைகளும் சேர்ந்த ஒரு பதிப்பைக் கொண்டு வந்தார். இதனுள் பற்பல பதிகங்களும், நித்தியவிதி என்னும் உலகியல் நாமாவளிகளும், அடிகளின் சரித்திரச் சுருக்கமும் சேர்க்கப் பட்டுள்ளன. இதில் பிருங்கியார் பதிப்பில் உள்ள பதிகங்கள், உரைநடைகள், விண்ணப்பங்கள், நாமாவளிகள் போன்றவை அப்படியே அமைக்கப்பட்டுள்ளன.

இவர்களைத் தொடர்ந்து 1924இல் புதுக்கோட்டை தி.நா. முத்தையா செட்டியார் என்பவர் 1924இல் வள்ளலாரின் மாணவர்களில் ஒருவரான ச.மு. கந்தசாமிப் பிள்ளையைக் கொண்டு ஆறு திருமுறைகளும் அடங்கிய ஓர் இலவசப் பதிப்பை வெளியிட்டார். வள்ளலாரோடு பழகிய அன்பர்கள் பலரை நேரில் சந்தித்து வள்ளலாரின் வாழ்க்கை வரலாற்றை எழுதி இப்பதிப்பில் சேர்த்தார் ச.மு.க. (இதுவே இன்றளவும் உண்மையான வரலாறாக எல்லோராலும் ஏற்றுக் கொள்ளப் பட்டுள்ளது). சென்னை பச்சையப்பன் கல்லூரிப் பேராசிரியர் மோசூர் கந்தசாமி முதலியார் இப்பதிப்புக்கு ஒரு முன்னுரை வரைந்துள்ளார். ஆறாம் திருமுறை முதல் பதிப்பில் (1885) நூலின் முன்பகுதியில் 'சீவகாருணிய ஒழுக்கம்' சேர்க்கப்பட்டு, பின்வந்த எல்லாப் பதிப்புகளிலும் இம்முறையே பின்பற்றப் பட்டது. ஆனால், இந்த இலவசப் பதிப்பில் சீவகாருணிய ஒழுக்கத்துடன் மநுமுறைக்கண்ட வாசகம், ஒழிவிலொடுக்கப் பாயிர விருத்தி, தொண்டமண்டல சதகத்தின் நூற்பெயர் இலக்கணம், வழிபடு கடவுள் வணக்கப் பாட்டுரை, தமிழ் என்பதன் உரை, அடிகள் உபதேசித்தருளிய உண்மை நெறி ஆகியனவும் நூலின் முன்பகுதியில் சேர்க்கப்பட்டுள்ளன. இத்துடன் முன்பதிப்புகளில் சேராது விடுபட்ட பாடல்கள் சிலவும் குடும்பகோரம், ஓஷதியின் குணாநுபவம், சில கடிதங்கள் முதலியனவும் இப்பதிப்பில் புதியனவாகச் சேர்க்கப்பெற்றன.

எல்லாவற்றிற்கும் மேலாகச் 'சிதம்பரம் இராமலிங்கம் பிள்ளை' என்பதை நீக்கி **'சிதம்பரம் இராமலிங்க சுவாமி'** என்று முதன்முதலில் இப்பதிப்பில்தான் காணப்படுகிறது. வடலூர் சத்தியஞான சபையின் படமும் முதன்முதலாக இதில் அச்சிடப்பெற்றது.

இவற்றைத் தொடர்ந்து, 1925இல் எஸ். கூடலிங்கம் பிள்ளை பதிப்பித்த திருவருட்பா ஆறு திருமுறைகளும், 1928இல் முறையே மணி. திருநாவுக்கரசு முதலியார் (1212 பக்கங்களில்) பதிப்பித்த 'திருவருட்பா மூலம் – ஆறு திருமுறைகள்' என்னும் நூலும், இராகவலு நாயுடு (1167 பக்கங்களில்) பதிப்பித்த 'ஆறு திருமுறைகளுடன் கூடிய திருவருட்பா திருமுறை' என்னும் நூலும் முக்கியமானவை.

○○○

இதுவரை வெளிவந்த பதிப்புகளில் பொருள் குறித்தோ வைப்புமுறை குறித்தோ எந்த மாற்றத்தையும் காண முடியவில்லை. ஆனால் திருவருட்பா பதிப்பு வரலாற்றில் இவற்றையெல்லாம் அமைத்து விரிவான ஆய்வுக் கூறுகளுடன் ஒரு செம்பதிப்பைக் கொண்டுவந்த பெருமை ஆ. பாலகிருஷ்ண பிள்ளையை (1890–1960) சாரும். திருவருட்பா கொடுமுடிப் பதிப்பு என்று ஆ.பா.வின் பதிப்பைச் சுட்டலாம். எனவேதான், "அருட்பாவின் பிழையற்ற வெளியீட்டுக்கென்றே கடவுள் உங்களை இவ்வுலகிற்கு அனுப்பியுள்ளார்"[19] எனத் தணிகைமணி வ.சு. செங்கல்வராயப் பிள்ளை இவரைப் பாராட்டுகிறார்.

பல்வேறு பதவிகளோடு இந்து அறநிலையத் துறை ஆணையராகவும் பதவி வகித்த ஆ.பா. தனது உத்தியோகச் செல்வாக்கைப் பயன்படுத்தியும் நட்பு பூண்டும் வடலூர் சத்தியஞான சபையின் பூசகராயிருந்த உ.ப. பாலசுப்பிரமணிய சிவாசாரியரிடமிருந்து திருவருட்பா மூல ஏடுகள், வள்ளலாரின் அன்பர்கள் நேரிடையாக எழுதிவைத்த நோட்டுப் புத்தகங்கள் ஆகியவற்றைக் கைப்பற்றி எழுத்தெண்ணிப் பதிப்பித்தார் (இப்பதிப்பிற்காக ஆ.பா.வும் சிவாசாரியாரும் செய்து கொண்ட ஒப்பந்தம் ஒன்று உண்டு. எனினும் சிவாசாரியாரின் பெயரைத் தமது பதிப்பின் ஓரிடத்திலும் ஆ.பா. குறிக்காமல் இருட்டடிப்பு செய்தது தனிக்கதை).

1931இல் தொடங்கி 1958 வரை திருவருட்பா பதிப்பிற்காகவே தன்னை அர்ப்பணித்துக்கொண்டு மொத்தம் பன்னிரண்டு நூல்களை பகுதி பகுதியாக, ஆனால், முழுமையாக வெளியிட்டவர் ஆ.பா. திருமுறைகள் பன்னிரண்டு என்பதை மனத்தில் கொண்டே அவர் இவ்வாறு வெளியிட்டார்போலும். அவை:

கீர்த்தனைப் பகுதி (1.2.1931), வசனப்பகுதி (23.5.1931), வியாக்கியானப் பகுதி (9.10.1931), உபதேசப் பகுதி (23.1.1932), திருமுகப்பகுதி (12.5.1932), தனிப்பாசுரப் பகுதி (2.2.1933), முதல் திருமுறை அல்லது பெருநூல் பகுதி (13.1.1956), இரண்டாம் திருமுறையும் மூன்றாம் திருமுறையும் அல்லது திருஒற்றியூர்ப்பகுதி (28.12.1956), ஐந்தாம் திருமுறை அல்லது திருத்தணிகைப் பகுதி (25.9.1957), நான்காம் திருமுறையும் ஆறாம் திருமுறை முன்பகுதியும் அல்லது பூர்வஞான சிதம்பரப் பகுதி (5.1.1958), ஆறாம் திருமுறை இடைப்பகுதி அல்லது உத்தரஞான சிதம்பரப் பகுதி (14.7.1958), ஆறாம் திருமுறை முடிந்த பகுதி அல்லது சித்திவளாகப் பகுதி (20.10.1958).

ஆ.பா.வின் பன்னிரண்டு புத்தகங்களில் முதல் ஆறு புத்தகங்கள் மட்டுமே அடுத்தடுத்து ஓரிரு பதிப்புகளைக் கண்டன. அதிலும் அதிகப் பதிப்புகளைக் கண்டது வசனப்பகுதி மட்டுமே (ஐந்து பதிப்புகள்). அடுத்த ஆறு புத்தகங்கள் முதல் பதிப்போடு நின்றுவிட்டன. இவை மறுபதிப்பு காணாதது தமிழர்களுக்குப் பெருத்த இழப்பே. (தற்போது இரு பதிப்பகங்கள் இவற்றை முழுமையாக வெளியிட்டுள்ளன. இது ஆ.பா.வின் வாரிசுதாரர்களுக்குத் தெரியுமோ என்னவோ !)

தொழுவூராரின் பதிப்பை அடுத்து சில புதிய செய்திகளைச் சேர்த்துப் பதிப்பித்தவர் ச.மு. கந்தசாமி பிள்ளை. ஆனால் அதையும் தாண்டி வள்ளலாரின் கடிதங்கள், வள்ளலார் தமது அன்பர்கட்கு இட்ட கட்டளைகள், அழைப்பிதழ்கள், உபதேசங்கள், உரைகள் மற்றும் சிறுகுறிப்புகள் என்று அரிய பல செய்திகளை வெளிக்கொணர்ந்தவர் ஆ.பா. அத்துடன் பதிப்பு விடயங்களிலும் பல நுணுக்கங்களைக் கையாண்டவர் அவர். 1867–1824 வரை வெளிவந்த திருவருட்பா பதிப்புகளிலிருந்து முற்றிலும் மாறுபட்டது இப்பதிப்பு. அதனைப் பின்வருமாறு மதிப்பிடலாம்.

— தலைப்பின்றி இருந்த திருமுறைகளுக்குத் தலைப்புகள் இட்டமை.

— தலைப்புகள் இல்லாத பதிகங்கள் சிலவற்றிற்குத் தலைப்புகள் கொடுத்தும் சில தலைப்புகளை மாற்றியும் பதிப்பித்தமை.

— நான்காம் திருமுறையை ஆறாம் திருமுறையுடன் சேர்த்துப் பதிப்பித்தமை.

— ஆறாம் திருமுறையை மூன்று நூல்களாகப் பகுத்துப் பதிப்பித்தமை. பொருளடிப்படையிலும் கால அடிப்படையிலும் நுணுகி ஆய்ந்து பதிப்பித்தமை.

— ஏறக்குறைய 3443க்கும் மேற்பட்ட அடிக்குறிப்புகளைத் தந்துள்ளமை.

ஆ. பாலகிருஷ்ணப் பிள்ளையின் பதிப்புப் பணி நடைபெற்றுவந்த அதே நேரத்தில் இராசமாணிக்கம் பிள்ளை என்பவர் சென்னை சமசர சுத்த சன்மார்க்கத்தின் வாயிலாக 1932இல் திருவருட்பா முதல் ஐந்து திருமுறைகளை ஒரு நூலாகவும் ஆறாம் திருமுறையை ஒரு நூலாகவும் தனித் தனியே வெளியிட்டார் (இதன் அடுத்த பதிப்பு 1942இல் வெளி வந்தது). இதே காலகட்டத்தில் 'திருவருட்பா திரு ஆயிரம்' என்னும் நூலையும் (24.1.1932) இச்சங்கம் வெளியிட்டது. இதன் மறுபதிப்பு 1969இல் வெளிவந்தது. இந்த வரிசையில் திருவொற்றியூர் இராமலிங்கசாமி மடாலயம் 1964இல் வேப்பேரி அச்சகத்திலிருந்து வெளியிட்ட திருவருட்பா நூலும் குறிப்பிடத்தக்கது. இது முதல் ஐந்து திருமுறைகள் ஒரு நூலாகவும் ஆறாம் திருமுறை ஒரு நூலாகவும் தனித்தனியே வெளியானது.

ஆ. பாலகிருஷ்ணப் பிள்ளையின் பதிப்பை அடியொற்றி 1972இல் வரலாற்று முறைப் பதிப்பாகத் திருவருட்பா ஆறு திருமுறைகளையும் ஒரே நூலாகப் பதிப்பித்தவர் ஊரன் அடிகளார். ஆ.பா.விற்குக் கிடைக்காத மூல ஏடுகள் சில இவருக்குக் கிடைத்ததால் மேலும் 29 பாடல்களைச் சேர்த்து 5818 பாடல்களை அவர் வெளியிட்டார். சன்மார்க்க உலகிலும் ஆய்வுலகிலும் பரவலாகப் பயன்படுத்தப்படுவது இவரது பதிப்பே. இப்பதிப்பில் நான்கு உரைநடை விண்ணப்பங்கள் மட்டுமே இடம்பெற்றுள்ளன. மற்றவை இடம்பெறாமைக்குக் காரணம், <u>திருவருட்பா – உரைநடைப்பகுதி</u> (1978) என்னும் நூலைத் தனியே வெளியிட்டதே (ஆ. பாலகிருஷ்ணப் பிள்ளை வெளியிட்ட வசனபாகம், வியாக்கியானப் பகுதி, உபதேசப் பகுதி, திருமுகப் பகுதி ஆகிய நான்கு நூல்களையும் ஒன்று சேர்த்து இவ்வுரைநடைப் பகுதி வெளியிடப்பட்டுள்ளது. இதன் மறுபதிப்புகள் 1981இல் பொள்ளாச்சி நா. மகாலிங்கத் தாலும் 1977இல் சென்னை வர்த்தமானன் பதிப்பகத்தாலும் 2001இல் வடலூர் தெய்வநிலையத்தாலும் வெளியிடப் பட்டுள்ளன).

பதிப்பில் ஊரன் அடிகள் செய்துள்ள மாற்றங்களாகப் பின்வருவனவற்றைச் சுட்டலாம்.

— திருவருட்பாவின் பாடல்தொகை இதுவரை சரியாகக் கணிக்கப்படாதபோதும் அதனை 5818 எனக் காரணத்தோடு நிறுவியமை.

— பாடல்களுக்குத் தொடர் எண்கள் கொடுக்கப் பட்டுள்ளமை.

— திருமுறைகளும் பதிகங்களும் அவை எழுதப்பட்ட கால அடிப்படையில் வரிசையாகப் பதிப்பிக்கப்பட்டுள்ளமை.

— நூல் முழுவதும் பாவினம் குறித்தும் சந்தி பிரித்தும் பதிப்பித்துள்ளமை.

— பாட்டு முதற்குறிப்பு அகராதி தந்துள்ளமை.

வடலூர் வள்ளலார் தெய்வ நிலைய வெளியீடாகப் பதிப்பிக்கப்பட்டுள்ள திருவருட்பா பதிப்புகளும் தனித்துக் குறிப்பிடப்பட வேண்டியவை. இப்பதிப்பை மரபு முறைப் பதிப்பு என்பர்.

தொழுவூர் வேலாயுத முதலியார் 1867இல் பதிப்பித்த முதல் பதிப்பை அடியொற்றி அதில் உள்ளவாறே முதல் நான்கு திருமுறைகளை ஒரு நூலாகவும் (23.1.1997), அவரே 1885இல் பதிப்பித்த திருத்தணிகைப் பதிகத்தை அடியொற்றி ஐந்தாம் திருமுறையையும் (10.2.1998), ஊரன் அடிகள் பதிப்பை அடியொற்றி ஆறாம் திரு முறையையும் (5.10.1999) இந்நிலையம் வெளியிட்டது. இதன் பதிப்பாசிரியர்கள் யார் என்பது நூலில் இல்லையாயினும் சீனி. சட்டையப்பன், இராம. பாண்டுரங்கன் ஆகியோர் முதன்மைப் பதிப்பாசிரியர்கள் என்பது கள ஆய்வில் தெரியவந்தது.

○○○

திருவருட்பா மூலப் பதிப்பு மட்டுமின்றி அவற்றின் உரைப் பதிப்புகளும் கவனத்தில் கொள்ளத்தக்கன. அந்த வகையில் உரைவேந்தர் ஔவை. துரைசாமிப் பிள்ளை உரை எழுதிப் பதிப்பித்து அண்ணாமலைப் பல்கலைக்கழக வெளியீடாக வந்த திருவருட்பா பத்துத் தொகுதிகள் தனி முத்திரை கொண்டவை. (இவ்வுரைப் பதிப்பை அடியொற்றிப் பேரா. சு. மாணிக்கம் வர்த்தமானன் பதிப்பகத்தின் வாயிலாக 'திருவருட்பா மூலமும் உரையும்' என்னும் நூலை எட்டுத் தொகுதிகளில் இதுவரை வெளியிட்டுள்ளார்).

இதுவரை சுட்டிக்காட்டப்பட்ட பதிப்புகள் தவிரச் சில தனிநபர்களும் நிறுவனங்களும் திருவருட்பாவை முழுவதுமாக /பகுதியாக வெளியிட்டுள்ளனர். அவையெல்லாம் மறு அச்சுகளாகவே பெரும்பாலும் உள்ளன. எனினும் அவை குறித்துத் தனி ஆய்வு தேவை. அப்போதுதான் சமூகம் சார்ந்த வெளிப்பாடு புலப்படும்.

படைப்பாளர் ஒருவரின் படைப்பு, இருக்கிற சமூகத்தை அப்படியே அடியோடு புரட்டிப்போடும் வல்லமையுடன் திகழுமானால் அது குறித்த பதிவுகள் வரலாற்றில் மிக முக்கியம். அந்த வகையில் தமிழ்ச் சிந்தனை மரபில் வள்ளலாரின் பாடல்களுக்குத் தனியொரு இடம் உண்டு என்பதில் இருவேறு கருத்துகளுக்கு இடமில்லை. எனவேதான் மதம் கடந்தும் அவை பதிப்பிக்கப்பட்டுள்ளன. படைப்பாளனின் படைப்புப் பணியைவிட பதிப்பாளரின் பதிப்புப் பணி அதி சிரமத்தைக் கொண்டது. அவன் தனக்கான அடையாளத்தை விட்டுச் செல்வதும் இதனூடேதான் நிகழ்கிறது. திருவருட்பா பதிப்பாசிரியர்கள் ஒவ்வொருவரும் தங்கள் அடையாளத்தை இவ்வாறுதான் நிலைநிறுத்திக் கொண்டுள்ளார்கள். ஆனால், நிலைநிறுத்தப்பட வேண்டிய அடையாளங்கள் இன்னும் ஏராளமாக உள்ளன. எந்த ஒரு முழுமையான பதிப்பும் அடுத்த பதிப்புக்குத் தொடக்கமே!

## சான்றுக் குறிப்புகள்

1. ம.பொ. சிவஞானம், *வள்ளலார் கண்ட ஒருமைப்பாடு*, 1963, ப. 231

2. மாமண்டூர் தியாகேச முதலியார் பெயரில் ஆறுமுக நாவலர் எழுதி விடுத்த *போலியருட்பா* (1868) என்னும் துண்டுப் பிரசுரத்தில் "சிலர் தேவாரம் முதலிய அருட்பா ஐந்தனோடும் இராமலிங்கப் பிள்ளைப் பாடலைச் சமமாகப் பாராட்டியும் சிலர் அப்பாடலைப் பாராட்டித் துரபிமானத்தினாலே தேவராதிகளைத் தூஷித்தும் எரிவாய் நரகத்துக்கு இரையாகுகின்றனர்" என்று எழுதியிருப்பதைக் காண்க.

3. ஊரன் அடிகள் பதிப்பில் உள்ள தெய்வமணிமாலைப் பதிகம் வள்ளலார் பாடிய முதல் பாடலன்று. 'உலகெலாம் உதிக்கின்ற ஒளிநிலை மெய்யின்பம்' என்று தொடங்கும் அருட்பிரகாச மாலைப் பதிகமே வள்ளலார் முதலில் பாடியது. விரிவான தகவலுக்குக் காண்க: ப. சரவணன், *அருட்பா × மருட்பா*, 2001, பக். 21–23

4. ஆ. பாலகிருஷ்ணப்பிள்ளை, *ஐந்தாம் திருமுறை அல்லது திருத்தணிகைப் பகுதி*, 1957, ப. 136

5. ஆ. பாலகிருஷ்ணப்பிள்ளை (ப.ஆ.), *திருவருட்பா – திருமுகப்பகுதி*, 1959, ப. 38

6. மேற்படி, ப. 59

7. மேற்படி, ப. 61

8. காண்க: *தொழுவூர் வேலாயுத முதலியாரின் திருவருட்பா வரலாறு*, பா.எண். 34–35

9. ஊரன் அடிகள், *இராமலிங்க அடிகள் வரலாறு*, 1971, ப. 44

10. இரா. மாணிக்கவாசகம், *திருவருட்பா ஆராய்ச்சி*, 1985, ப. 56

11. *திருவருட்பா – திருமுகப்பகுதி*, 1959, ப. 60

12. மேற்படி. ப. 68

13. பா. அருட்செல்வி, *சமரச சுத்த சன்மார்க்க நெறி* (ஆய்வு) 1991, ப. 27

14. விளம்பரச் செய்தி: இப்புத்தகம் வேண்டியவர்கள் மயிலாப்பூரிலிருக்கும் ராயல் ஹோட்டல் – புதுவை வேலு முதலியாரிடத்திலும் சென்னபட்டணத்தில் ஏழு கிணற்றுக்கடுத்த வீராசாமிப் பிள்ளை வீதியில் 38வது கதவிலக்கமுள்ள வீட்டில் இ. இரத்தின முதலியாரிடத் திலும் கிருஷ்ணப்ப நாயக்கன் அக்கிரஹாரம் வண்ணாரச் சந்தில் 20வது கதவிலக்கமுள்ள வீட்டில் சி. செல்வராய முதலியாரிடத்திலும் கூடலூரில் முத்து கிருஷ்ண ராமசாமி செட்டியார் குமாரர் மு. அப்பாசாமி செட்டியாரிடத்திலும் ராயவேலூரில் மண்ணடி – அ. வேலு முதலியாரிடத்திலும் இதன் விலை ரூ. 3 கொடுத்துப் பெற்றுக் கொள்ளலாம். வெளிதேசத்தார்களுக்கு இப்புத்தகம் வேண்டுமானால் மேல் விலாசத்துடன் புத்தக கிரயத்தையும் தபால் செலவையும் அனுப்பிப் பெற்றுக்கொள்ளலாம்.

15. சரவணானந்தா, *வள்ளலார் கண்ட ஒருமை வாழ்வு*, 1974, ப. 38

16. ஊரன் அடிகள் (ப.ஆ.), *திருஅருட்பா*, 1972, ப. 52

17. ம.பொ. சிவஞானம், *வள்ளலார் கண்ட ஒருமைப்பாடு*, 1963, ப. 234

18. ஊரன் அடிகள் (ப.ஆ.), *திருஅருட்பா*, 1972, ப. 56

19. ஆ. பாலகிருஷ்ணப்பிள்ளை பதிப்பித்த *ஐந்தாம் திருமுறை அல்லது திருத்தணிகைப் பகுதிக்கு* வ.சு. செங்கல்வராயப் பிள்ளை எழுதிய முன்னுரை.

**(இக்கட்டுரை காலச்சுவடு இதழ் - ஜனவரி, 2007இல் வெளிவந்தது. இதன் விரிவுபடுத்திய வடிவம் கோவையில் நடைபெற்ற உலகத் தமிழ்ச் செம்மொழி மாநாட்டிலும் (2010) முன்வைக்கப்பட்டது.)**

## பசுபதியை மறைத்திருக்கும் ஏழு திரைகள்

நன்றி: பொன். கோவிந்தசாமி

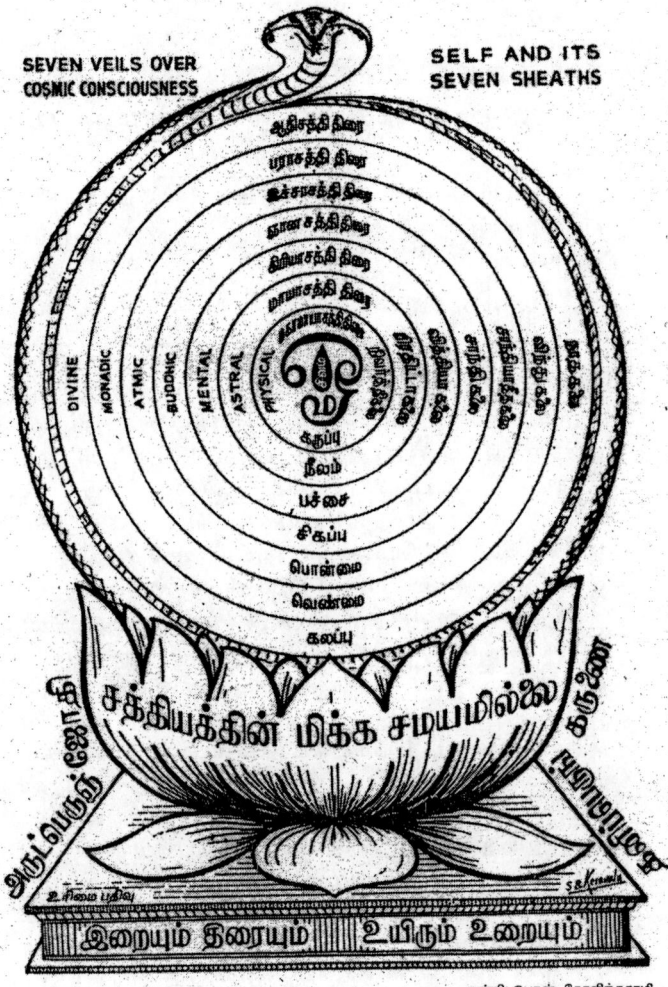

பின்னிணைப்பு: 2

# நிருபங்கள்

**கூடலூர் பிராந்தியத்தில் பரபிரம்ஹ பஜனை** ஆரம்பம்.

தத்வாமிர்தம் பொழியும் தத்வபோதினியின் பத்திராதிபருக்கு, பரிவுடன் வந்தனம் பணிவாய் தந்தனன்.

அய்யா!

கூடலூருக்கடுத்த திருப்பாதிரிப்புலியூரில் இந்த மார்கழி மீ பீடை தினங்களென்றெண்ணி காலை ௲ மணிக்கெல்லாம் சைவரிற் சிலர் அவரது சமய விக்கிரகங்களைப் பூசிக்க வேண்டுமென்றும், அப்படிச் செய்யார் வாயிற்றெரு மண்ணென்றும், இராமானுஜ பத்தரிற் சிலர் அவரது சமயத்திற்குரிய விக்கிரகங்களைப் பூசிக்க வேண்டுமென்றும், அப்படிச் செய்யார் வாயில் மண்ணென்றும் பலவிதமாக வீதிகடோறும் வீண் கீர்த்தனைகளைப் பாடி ஊருகோலம் வரத்தொடங்கி ஜனங்களைப் பிரமிக்கச் செய்தார்கள். இதைப் பார்த்து மனமிரங்கி இப்படிப்பட்ட மயக்கத்தை நிவர்த்திப்பதே மானிட ஜன்மத்துக்குரிய தருமங்களிற் பெரியதென மிக நன்றாய் யோசித்த ஷெயூரில் வசிக்கும் ஒரு கண்ணியவானாகிய ஸ்ரீமது–சம்பேடு ஸ்ரீதரஸ்வாமி நாயகர் யென்பவர் விக்கிரஹ சேவையையும், மானிட ஸ்துத்தியத்தையும் நிக்கிரஹித்து ஸர்வோத்கிருஷ்டமும் ஸர்வமத ஸம்மதமுமான, பிரமத்தையே தினம் பாடி பிரம்ம ஸமாஜத்தைச் சேருவதே நலமெனச் சில கிருதிகளையுண்டாக்கி அதுகளைத் தன்னிஷ்டர்களிற் சிலரைக் கொண்டு கீதவாத்தியங்களுடன் பாடவைத்துத் தானும் அவர்களோடு வீதிகடோறும் வரத் தலைப் பட்டார். இதனால், இராமானுஜ பத்தர்களுக்கு விசேஷ

வைஷம்மியம் பிறந்து அவரது கிருதிகளைச் சற்றேனும் கவனியாமலும் தாங்க ளபிப்பிராயப் பட்டிருப்பது பிசகென அக் கீர்த்தனைகளால் வெளியிடுவதற்குப் பிரதிகூட யுரைக்கா மலும் அவர்கள் சாதாரணமாய் பழைய பாட்டுகளைப் பாடிக்கொண்டு வந்து பரோக்ஷத்தில் தூஷித்ததூந் தவிர பாமர பிராமக மாகும்படி பலரை பலவந்தமாய் கும்பல் சேர்த்துத் தீவர்த்திகள் போட்டுக் கொண்டு டம்பாகாரமாய் ஒருநாள் மாலை ரு மணிக்குப் புறப்பட்டு முன்போலவே பாடிக்கொண்டு வந்தனர். அப்பாட்டுகளின் ஸ்வரூபத்தை யெல்லாம் எடுத்துரைக்கின் விரியுமாதலின் கும்பீபாக நியாயமாய் விவேகிகள் தெளிந்து கொள்ளும்படி அவர்களந்த ஊருகோலத்தில் சொன்னஒன்றைச் ரூசிப்பிக்கிறேன். சாதாரணமாய் துக்குடாவெனச் சொல்லுகிற கீதமாகக் கருதி ஒருமணிநேரம் "రామున్నే సదా" "రామున్నే సదా' வென்று அவர்கள் நூதனமாகயிட்டுக் கொண்டு வந்த பாடகரால் தோஷிக்கச் செய்தனர். அவரந்த கோஷ்டியில் மதிமயங்கின வராய் சுமாறு அரைமணிநேரம் கோஷித்துவிட்டு, பக்கத்தில் பருத்த நாமத்தைத்தரித்து அன்றிருந்த ஒரு பரமபாகவதரை அதென்ன பாஷையென, அவரது தெலுங்கென் றுரைத்ததைக் கேட்டுப் பாடகர் புத்திசாலியானதினால் திருப்தியடையாமல் அதின் கருத்துதா னென்ன வென மீண்டும் வினவினார். பாகவதர் மிகுந்த ஆர்த்தியுடன் "**பிண்ணாக்கு அருத்தம்**" எனக் கைவிரித்துக் காட்டினர். பாடகர் வுடனே தன்னை அழைத்துவந்த பாகவதரின் ஸ்வரூப மின்னதெனத் தெரிந்து கொண்டவராய் தன்னை யழைத்து வந்தவர்களை அவமானம் செய்யலாகா தென்றெண்ணி இதைத் தமிழாக வைத்துக் கொள்ளுங்களென்று சொல்லி, "**ராமனை நினை ஸதா**" வென்று பாடிப்போயினர். பாடகர் யுக்தியாய் அதைய‌ப் போது திருத்தாமல் போவாராயின் இது காலாந்திரத்தில் அந்தப் பஜனையைச் சேர்ந்தவருக்கு மகா மறைப்பொரு ளடங்கிய திருமொழியாய் விடுமல்லவா!

இது நிற்க, இவ்விதமாய் இராமானுஜ பக்தர்களும் சைவர்களும் ஒருவருக்கொருவர் விரோதமாக, மார்கழி மீ முழுமையும் பெரும்பாலும் காலைப்பொழிதில் ஊருகோலம் வந்து அவர்களுடைய பஜனைகளை முடித்தார்கள். பரஹ்மபஜனையோ வெனில், ஷிமீ **உ௦** உ முதல் ஆரம்பித்து கூ – நாள் வரையில் காலை நேரங்களில் ஊர்பிரதக்ஷணம் வந்தது. பத்தாம்நாள் காலையிலின்றி மாலை நேரத்தில் ஷை பஜனையாரும் அவர்களுடைய மித்திரர்களுமாக அவ்வூருக் கதிசமீபத்திலிருக்கிற கெடிலந்தீரஞ் சென்று, அவ்விடத்தில் பிராமணர்களால் செய்யப்பட்டு வந்திருந்த

தளிகைகளைப் புசித்துவந்து அவர்களது பஜனை மண்டபத்திற் சேர்ந்து, புஷ்ப சந்தனாலங்கிருதர்களாய் அங்கிருந்து பஜனை செய்துகொண்டே ஊர்பிரதக்ஷணம்வந்து இடஞ்சேர முன்னுத்தேசியமும் பிரேரேபணையுமின்றி அய்யனருளால் அகஸ்மாத்தாய் ஆரம்பித்த இந்தப் பரப்பிரமோத்ஸவம் அவனது அனுக்கிரகத்தினாலேயே நிர்விக்கினமாய் நிறைவேறிற்று. அந்தப் பஜனையார் அதனால் அவர்களனுபவித்த ஆநந்தத்தை யும் இதன் மூலமாக அப்பிராந்தியத்திலுண்டான தத்துவ விசாரத்தையுங் கருதி வருஷாவருஷம் இவ்வாறே செய்ய உத்தேசிக்கின்றனர். பிறகு திருவரு ளெப்படியோ அறியேன்.

இந்தப் பரப்பிரம்ஹ பஜனையார் ஸாதாரணமாய் தங்கள் கொள்கைகளைக் குறித்தும், பிறர் கொள்கைகளில் தங்களுக்குக் குற்றமாகத் தோற்றியவைகளை மறுத்தும் கீர்த்தனைகள் பாடிக் கொண்டு வந்ததுமன்றித் தெருக்களில் மத்தியரங்கமான சில இடங்களில் நின்று அந்தப் பஜனையின் பிரேரேபகராகிய நாயகரவர்கள், பிரம்ஹ ஸமாஜ வேத ஸமாஜங்களை முக்கியமாய் ஷ இராமானுஜ பக்தர்கள் புறங் கூறலால் பலவாறாகச் செய்த தூஷணைகள் நீங்க, கேட்போர் மனதிற்பதியும்படி சில பிரசங்கங்களுஞ் செய்தார். இதைக் கேட்டு இராமானுஜ பக்தர்கள் மிகுதியுங் கோபா வேசங் கொண்டவர்களாய், தாங்களாயத்தம் செய்துவைக்கிறவர் களிடத்தில் வந்து ரூபில் இவ்விஷயத்தை வாதிக்கவேணு மென்று ஷ நாயகரிடஞ் சொல்லியனுப்பினர். அவர் **"சேஷங்கோபேனபூரயேத்"** என்று நம்மவர்க்குள் வழங்கி வருகிற வாக்கியத்தைக் கருதி இதற்கு ஸம்மதிக்காதவராய் தான் லிகிதமூலமாக வாதிக்க உடன்படுவேனென்றார். அதற்கு இராமானுஜ தாசர் ஒருபதிலுஞ் சொன்னாரில்லை.

இப்படியிருக்க இப்போதந்த பிராந்தியத்தில் இராமலிங்கப் பரதேசி யென்றும் இராமலிங்க சுவாமி யென்றும் நாமத்து வயத்தினால் வழங்கப்பட்டு வருகிற கருங்குழி இராமலிங்கப் பிள்ளையவர்கள் ஷ இராமானுஜவடியார் வேண்டுதல் பற்றியோ அல்லது வேறு யாருடைய தூண்டுதல் பற்றியோ அல்லது வேறெந்த காரணத்தினாலோ ஏவப்பட்டவராய் இவ்விஷயமாக ஷ நாயகருடன் வாதித்து எவ்வகையிலாவது ஜயம்பெற வேண்டுமென்று தன்னுடைய எண்ணிறந்த சிஷ்ய கோடிகளுடன் மிகுந்த ஆடம்பரமாய் ஜனவரி மீ கசூ உ சாயந்திரம் அவ்விடத்தில் உண்ணாமலைசெட்டி சாவடி என்னும் இடத்திற்கு அதிஸமீபமான தக்ஷிணபிநாகினீ தீரத்தில் விஜயஞ்செய்தார். அது விக்கிரகாராதனை காரருக்கு பெண்ணை யாற்று உச்சவமென்று சொல்லுகிற ஒரு விசேஷ தினமான தால் அதைச்சேர்ந்த கூட்டமும் அவிடத்திலிருந்தது. இப்படி

இவர் வாதம்செய்ய யத்தனித்திருப்பதை ஷ நாயகருக்குத் தெரிவிக்காமலே அவருக்கு அறிமுகமான ஒருவர், தானவரை வெகுநாளாய் பார்க்க நேரிடாமற் போனதை வியாஜமாகக் கொண்டு, அநேக ஜனங்கள் வருகிற அந்தத் தினத்தில் தன்னை அவிடத்தில்வந்து பார்த்தால் மிக நன்மையாயிருக்குமென அதற்கு முந்தின தினத்திலேயே அவருக்குக் கபடமாய் கடிதமெழுதி, அவரப்படியே செய்கிறதாய் ஒப்புக்கொண்ட படியே அவரும் வந்து சேர்ந்தார். உடனே அங்கு வாதம் செய்கிறதற்காக எழுந்தருளியிருந்த திருக்கூட்டமானது அவரிடத்தில் வாய்சண்டை செய்ய ஆரம்பித்தது. இதை ஷ நாயகர் லக்ஷியஞ்செய்யாதவராய் அவ்விடத்திற்குத் தன்னைவரும்படி பிரார்த்தித்தவரை வரவழைத்த காரிய மென்னவென்று வினவ அவர் இராமலிங்கப் பிள்ளையுடன் வாதிக்கிறதற்குதான் என்று சொன்னதின்பேரில் இதை ஏன் வியக்தமாக எழுதியனுப்பவில்லை யென்று கேட்க அவர் புன்சிரிப்புடனிருந்துவிட்டார். அந்த க்ஷணமே ஷ நாயகர் அந்தக் கோஷ்டியைப் பார்த்துச் சொன்னதாவது: "ஸோதரர்களே! அடியே னிவிடத்திற்கு வந்தது உங்களிடத்தில் வாதிக்கிறதற்கன்று. ஆயினும் வாதத்தின் உண்மையான உத்தேசியம் விஷய பரிசீலனை யாகையால் அதில் நாம் பிரவர்த்தப்பதில் பிரத்தியவாய மொன்றுமில்லை. வாதம் லிகிதமூலமான தெனவும், வாய்மொழி மூலமான தெனவும் இருவகைத்து. அதில் பின்னையதை அனுஷ்டிப்பதால் நம்மவர்க்குள் பெரும்பாலும் விசேஷ வைஷம்மிய முண்டா கிறதேயன்றி அதின் உத்தேசியம் நிறைவேறுகிறதில்லை. மேலும் அப்படிப்பட்ட வாதங்கள் சுவரூபங்களைப் பரிசீலிக்க, அது நடக்கிறபோது அருகிலிருக்கிற சிலருக்கு அனுகூலிப்பதும் துஸ்ஸாத்தியமாயிருக்கும். முன்னையதை யவலம்பிக்கின், எக்காலத்தோருக்கும் என்னாட்டோருக்கும் இவ்வபிப்பிராய பேதங்களின் ஹிதாஹிதங்களைக் குறைவறத் தகுந்த ஸாவகாசத் துடன் பரிசீலித்து, அதின்பேரில் தங்கள் கருத்துகளை வெளியிட வும், இப்படி வாதிப்பதால் தேறிய ஸத்தியமான மார்க்கத்தைப் பற்றவும் ஹேது உண்டாகும். இதைக் கருதியே அடியேனை வாதத்துக்கழைத்த இராமானுஜ பக்தர்களுக்கும் இதே விடை சொல்லி யனுப்பியதுமன்றிப் பஹிரங்கமாய் அடியேன் பிரசங்கிக்கும் போதும் இதே கருத்தை வெளியிட்டிருக்கிறேன். நீங்களும் அப்படிச் செய்வீர்களாயின் எனக்குச் சம்மதமே" என்று இதைக் குறித்து இன்னும் பலவாறாக விசேஷமாய் பிரஸ்தாபித்தார்.

இதற்கு இராமலிங்கப் பிள்ளையவர்கள் ஸம்மதிக்காத வராய், இப்போதே வாதித்தாக வேண்டுமென்று சொன்னார். அதற்கு ஷ நாயகர் "அப்படியாயின், எங்கள் கொள்கைகளில் உங்களுக்குக் குற்றமாகத் தோன்றுமவைகளைப் பூர்வபக்ஷஞ் செய்து, நீங்க ளிவ்விடத்தில் பிரசங்கியுங்கள், அதின் விஷய

மாக எங்களுக்குள்ள ஆதாரங்களை ஸாவகாசமாய் உங்களையும் அழைத்து வைத்துக் கொண்டு, பயிரங்கமான இடத்தில் நாங்கள் வெளியிடுகிறோம். விவேகிகள் இவ்விரு பக்ஷங்களுக்குள்ள நியாயங்களையுங் கேட்டு, நிஷ்பக்ஷ பாதமா யாலோசித்து, அவர்களுக்கு யுக்தமானவாறு நடக்கலாம்" என்று சொல்லி, ஸ்வபக்ஷத்தை அடியில் வருமாறு சுருக்கமாக வெளியிட்டார்.

"க-நித்திய நிர்மல நிரஞ்சன நிராமய நிராலம்ப ஸ்வரூபியும், ஸர்வஸக்தனும், ஸர்வாந்தரி யாமியும், அவாங்மானச கோசரனும் அதில் கல்யாண குணநிதியுமான கடவுள் ஒருவருளர்.

உ-அவரொருவரையே, தியானமார்க்கத்தினாலும், தருமம், ஸத்தியம், தயை, இத்தியாதிகளுக்குரிய ஸத்கர்மானுஷ்டானங்களாலும் வழிபட்டு, ஜீவர்கள் உய்யவேண்டும்.

ங-இதற்குப் புறமாகிய விக்கிரஹாராதனை மானிடஸ்துதி முதலியவை அனுஷ்டேயங்கள்.

இம்மூன்று நிபந்தனைகளே பிரம்ம ஸமாஜ வேத சமாஜங்களின் ஸித்தாந்தச் சுருக்கம்."

இதன் பேரில் இராமலிங்கப் பிள்ளை மனதிற்கு அகோசரனை மனதினால் எப்படித் தியானிக்கலாம் என்று வினவ, ஷெ நாயகர், "கேவலம் பரிமித வஸ்துவைப் போல் மிதக்கியானமுள்ள நம்முடைய மனதிற்கு அடங்கான் என்று சொன்னதே தவிர, ஏகதேசமும் மனதிற்கு விளங்கத் தகாதவன் எனச் சொன்னதன்று" என்று விடை தந்தார். அதற்குச் சைவசமயியாகிய மேற்படி பிள்ளை "ஒரு இந்திரியத்திற்கு விஷயமானது வேறொரு இந்திரியத்திற்கும் விஷயமாகும். மனதினால் தியானிக்கிறவனை கண்ணினாலும் பார்க்கலாம். கண்ணுக்குப் புலப்படாமல் மனதிற்குப் புலப்படுகிற விஷயமே கிடையாது. ஆனதால் விக்கிரகாராதனை செய்யவே வேண்டும்" என்னும் கருத்தடங்க காரியகாரண சம்பந்தமில்லாமல் விவித விஷயங்களை வெளியிட்டு இதன் மீது இப்போதே கக்ஷி சொல்லவேண்டுமென்று ஷெ நாயகரைக் கேட்டார்.

இப்படி வாய்வழக்காட ஷெ நாயகருக்கு மனதில்லாதிருந்தும் இப்போதிதைச் சுருக்கமாயாவது கண்டிக்காவிடின் தான் கொண்ட விஷயத்தைப் பலர் பழுதாகக் கொள்ள இடமுண்டாகுமெனக் கருதி அதற்குப் பிரதிஹுதி சொன்னதாவது: "அய்யா பிள்ளையவர்களே! தேவரீர் விக்கிரஹத்தையே பூசிக்கவேண்டுமென்று சொன்ன முடிவானது, ஒரு இந்திரியத்

தின் விஷயம் வேறொரு இந்திரியத்திற்கும் புலப்படும் என்னும் வாக்கியத்தை ஆதாரமாகக் கொண்டிருக்கிறது. அது பொய்யானால் உங்களுடைய முடிவும் பொய்யாகும். அது பொய்யென்பதற்கு இவிடத்திலிருக்கிற ஜனங்களின் பிரத்தியக்ஷ அனுபவமே சாக்ஷி. காதுக்குப் புலப்படுவது மூக்குக்குப் புலப்படாதாகையால் கருத்துக்குப் புலப்படுவது கண்ணுக்குப் புலப்படுமென்ப தசங்கதம்" என்று இதற்குப் பலவாறான நியாயங்களையும் விரித்துரைத்தார். இந்தச் சமயத்தில் அதற்குச் சமீபமான திருவயிந்தரபுரத்து வடகலை பிராமண பண்டிதர்கள் சிலர் வந்து அவர்களுக்கு வாதத்தின் முன்பின் துடர்ச்சி தெரியாதாகையால் இப்போ தென்ன பிரஸ்தாபம் நடக்கிறதெனக் கேட்டார்கள். அதற்கங்கே இருந்த சிலர், "கருத்துக்கே புலப்பட வேண்டிய விஷயம் கண்ணுக்குப் புலப்படாது" என்பது ஒருவருடைய பக்ஷமும் "அஃது புலப்படும்" என்பது மற்றொருவரது மதமுமாக இருக்கிறதென்றார்கள். இதன்பேரில் அப்பண்டிதர்கள் தங்களபிப்பிராயம் முன்னயதோடு கலக்கிறதென்று சொல்லி அதற்குள்ள நியாயங்களை அவர்களும் சொன்னார்கள். இராமலிங்கப் பிள்ளை இதற்குச் சம்மதிக்காதவராய் முன்னயது விக்கிரகாராதனைக்குப் பிரதிகூல பக்ஷமென்றும் பின்னயது அனுகூலமென்றும் பிரகிருதவாதத்திற்கு விஷயம் விக்கிரகாரா தனையின் ஹிதாஹித விசாரணை யென்றும் குறிப்பிட்டார்.

உடனே அவர்கள் திடுக்கிட்டுத் தாங்கள் கொண்ட கருத்து பிசகென்றும், இராமலிங்கப் பிள்ளை சொல்லுகிறதே சரியென்றும் அதற்குப் பிரதியாய் ஷ நாயகர் கூறுவது சரியல்லவென்றும் சொல்லத் தொடங்கினார்கள். இதைக் கண்டு ஷ நாயகர் ஷயாருடைய பண்டித ஸ்வரூபத்தையும் அவிடத்தில் இருந்தவர்களில் பெரும்பான்மையோரது புத்த ஸாஹஸத்தையும், நிஷ்பக்ஷ பாதத்தையும், நோக்கி வியந்து உபயபக்ஷத்தார் சொல்லிய நியாயங்களையும், ஒரு புத்தகத்தில் அச்சிட்டு அதனைப் பிரசுரஞ்செய்வதாயும், அதன் பேரில் பல இடங்களிலிருக்கிற பண்டிதர்க ளபிப்பிராயத்தைக் கேட்கவேண்டு மெனவும் தான் இனி இவிடத்தில் வார்த்தை சொல்லவே சொல்லாரென்று மொழிந்ததின் பின்னர், இராமலிங்கப் பிள்ளையும் அவருடைய அடியாரும் நாயக ருடைய கக்ஷி கூர்மையான வஜ்ஜிராயதத்திற் கொப்பாகிய வாய்வாதத்தில் தோல்வியடைந்ததால் ஒதியம்மிலாறை யொத்த லிகித வாதத்தில் ஜயமடையா தென்றும், எல்லாரும் விக்கிரகாராதனை செய்யவேண்டு மென்றும், பிரம ஸமாஜத் தாருக்கும் வேத ஸமாஜத்தாருக்கும் தெய்வ ஸான்னித்திய மில்லை யென்றும் தங்களுக்கிருப்பதற்கு திருஷ்டாந்தமாக

வயிற்றுவலி போக்குதல், தேள் விஷமிறக்குதல் முதலிய பல அற்புதங்களைச் செய்வார்களெனவும் இன்னும் பலவாறாக ஷை சமாஜங்களைப் பற்றியும், ஷை நாயகரைப் பற்றியும், ஏக கூக்குரலாக வியக்தித்தூஷணம் செய்துகொண்டு எழுந்து போயினர். அவிடத்தில் பலர், "இராமலிங்கப் பிள்ளை செம்பை பொன்னாக்குகிறா ரென்று அவரிடத்தில் அநேகர் சிஷியராகச் சேர்ந்திருக்கின்றனர். இந்த ஸமாஜங்களால் அப்படிப்பட்டது முடியுமா? இவர்கள் பக்ஷத்தில் நியாயமிருந்து என்ன செய்கிறது" என்று பேசிக்கொண்டனர். இது விஷயமாய் சீக்கிரத்தில் ஷை நாயகரால் ஒரு சிறு கிரந்தம் பிரசுரஞ் செய்யப்படுமாகையாலும், இக்கடிதம் மிகப் பெருகுகின்றமையாலும், இவ்விஷயத்தை இவ்வளவுடன் முடிக்கிறேன்.

ஆ! இந்தப் பிரஸ்தாபத்தில் சைவ பஜனைக்காரருடைய ஸ்வரூபத்தைக் கற்றும் விளிக்க மறந்தேன். அதை இவிடத்தில் சுருக்கமா யுரைப்பது அனாவசியமன்று. அதன் தலைவராகிய தந்தி ஆபீஸ் திருவேங்கிட முதலியார் இராமலிங்கப் பிள்ளையினது வாதாரம்ப காலத்திலேயே வந்து ஷையாருக்கு ஸாஷ்டாங்கமாய் ஸேவித்துக்கொண்டு உட்கார்ந்து ஷை நாயகருடைய பக்ஷம் பழுதுள்ள தென்று குறிப்பிக்க, "சாஸ்திரம் பொய்யானால் கிரஹணத்தைப் பாரு சுவாமி பொய்யானால் சாணியைப் பாரு" என்னும் வாக்கியத்தைச் சொல்லி முடித்தார். இதைக் கொண்டே விவேகிகள் இந்தப் பஜனையாருடைய பருவத்தை அறிந்துகொள்வார்க ளல்லவா?

இதுவுமன்றி ஷை நாயகருடைய வீட்டின் முன்பக்கத்திய கட்டடமானது பஜனை மண்டபமாகத் திருத்தப்பட்டு பிரதி சனிக்கிழமை மாலை சுமார் (சா) மணி முதல் (கூ) மணி வரையில் பயிரங்கமாய் பஜனை நடக்கிறது. இந்தப் பரப்பிரம்ஹ பஜனை ஆரம்பித்தது முதல் ஜனங்கள் எங்கும் தத்துவவிசாரம் செய்கிறார்கள். இது ஏறக்குறைய **கo-கஉ** வருஷங்களுக்கு முன் சுமார் அவருக்கு கரு வயது காலத்திலேயே குடும்பத்தில் ஆரம்பித்த மார்க்கம் இவ்வளவு காலத்திற்குப் பிற்பாடு அது பிரகிருத தசைக்கு வந்திருக்கிறதைப் பார்க்க ஈஸ்வருனுடைய அருளால் நல்ல முடிவு பெறுமெனத் தோன்றுகிறது.

இங்ஙனம்,
இந்து தேசாபிவிருத்தியைக் கோருகிற
**ஓர் ஹிந்து.**
**கூஅகூஎ** ௵ ஜனவரி ௴ 17௳
கூடலூர் பிராந்தியம்.